இந்தியா எதை நோக்கி?

ஆர்.எஸ்.எஸ். – பி.ஜே.பி. – இந்துத்துவா

இந்தியா எதை நோக்கி?

ஆர்.எஸ்.எஸ். - பி.ஜே.பி. - இந்துத்துவா

லீனாகீதா ரெகுநாத்
தினேஷ் நாராயணன்
ராமச்சந்திர குஹா
வெங்கிடேஷ் இராமகிருஷ்ணன்

தமிழில்: செ. நடேசன்

எதிர்
வெளியீடு

இந்தியா எதை நோக்கி?
ஆர்.எஸ்.எஸ்.–பிஜேபி–இந்துத்துவா
தொகுப்பும் மொழியாக்கமும்: செ. நடேசன்

முதல் பதிப்பு: ஜனவரி 2016
மூன்றாம் பதிப்பு: ஜனவரி 2023

எதிர் வெளியீடு,
96, நியூ ஸ்கீம் ரோடு, பொள்ளாச்சி – 642 002
தொலைபேசி: 98948 75084, 99425 11302

விலை: ரூ. 250

India Ethai Nokki?
R.S.S.- BJP-Hindutuva
Translated by Che. Natesan

First Edition: January 2016
Third Edition: January 2023

Published by
Ethir Veliyeedu, 96, New Scheme Road, Pollachi - 2
Email: ethirveliyedu@gmail.com
www.ethirveliyeedu.com

ISBN: 978-93-84646-41-7
Cover Design: Vijayan
Printed at Jothy Enterprises, Chennai.

All rights reserved. No part of this book may be reprinted or reproduced or utilised in any form or by any electronic, mechanical or other means, now known or hereafter invented, including photocopying and recording, or in any information storage or retrieval system, without permission in writing from the Publisher.

பொருளடக்கம்

போராளிகளின் களத்தில் ஒரு கருவியாக...   09

வாசல்படியில் பாசிசம்
எஸ்.வி.ராஜதுரை   11

ஆர்.எஸ்.எஸ். மதவெறி அடியாள் அசீமானந்தாவின்
ஒப்புதல் வாக்குமூலம்
நம்பிக்கையாளர் அசீமானந்தா
லீனாகீதா ரெகுநாத்
தி கேரவன் ஆங்கில இதழ் ஆசிரியர் மேலாளர்   23

ஆர்.எஸ்.எஸ் மூன்றாவது பரிமாணம்
திமிறிய பி.ஜே.பி.க்குக் கடிவாளமிட்ட மோகன்பகவத்
தினேஷ் நாராயணன்   75

காணாமல் போன...
இந்தியப்பழமைவாத அறிவுஜீவிகள் எங்கே?
ராமச்சந்திர குஹா   129

பா.ஜ.க. எதை நோக்கி...?
மதவெறி அத்துமீறல்களில்
வெங்கிடேஷ் இராமகிருஷ்ணன்   179

செ. நடேசன்
தலைமை ஆசிரியர் (ஓய்வு)

முன்னாள் பொதுச்செயலாளர், தமிழ்நாடு ஆரம்பப்பள்ளி ஆசிரியர் கூட்டணி.

முன்னாள் அகில இந்திய செயலாளர், இந்தியப்பள்ளி ஆசிரியர் கூட்டமைப்பு.

இவரின் பிற மொழிபெயர்ப்புக்கள்:
சட்டோபாத்யாயா கமிஷன் அறிக்கை
கல்வியின்மீதான மதவெறித்தாக்குதல்கள்
எதிர்த்துப்போராட எழுக!
மாவோ சிந்தனைவழியில்
காதுகேளாமை,வாய்பேசாமையைக் குணப்படுத்தும்
அக்குபஞ்சர் இரகசியங்கள்
மகிழ்ச்சியின் பொருளாதாரம்.
மாவீரன் சிவாஜி
காவித்தலைவன் அல்ல: காவியத்தலைவன்
டாக்டர் கோட்னிஸ்.
வெல்லெலும்புப்பிசாசும்,
வென்றடக்கிய குரங்கும்.

போராளிகளின் களத்தில் ஒரு கருவியாக...

கடந்த பாராளுமன்றத் தேர்தலுக்குமுன், 2014 பிப்ரவரி முதல் வாரத்தில் ஒரு பரபரப்புச்செய்தி புதுடெல்லியை அல்லோல கல்லோலப்பட வைத்தது. ஆங்கிலத்தொலைக்காட்சி ஒன்று ஆர்.எஸ்.எஸ் தலைவர் மோகன்பகவத்திடம், 'உங்கள் ஒப்புதலின்பேரில்தான் சம்ஜௌதா எக்ஸ்பிரஸ் குண்டுவெடிப்பு முதலான ஐந்து குண்டுவெடிப்புக்கள் நடைபெற்றன என்று சுவாமி அசீமானந்தா ஒரு பேட்டியில் கூறியுள்ளார். அதுபற்றி நீங்கள் என்ன கூறுகிறீர்கள்?' என்று கேட்டனர். 'அது பொய். அம்பாலா சிறையில் இருப்பவர் எப்படிப் பேட்டி அளித்திருப்பார்? அப்படி ஒருபேட்டி நடக்கவே இல்லை' என்று பகவத் மறுத்தார். உடனே சங்பரிவாரங்கள் அந்தப் பேட்டியை வெளியிட்ட 'தி கேரவன்' ஆங்கில இதழின் அலுவலகத்தைச் சூறையாடப் புறப்பட்டன. ஆனால், தி கேரவன் நிர்வாகமோ அசீமானந்தாவை பேட்டிகண்ட ஆதாரங்களை அவரது கையெழுத்துடன் வெளியிட்டது. அவ்வளவுதான் சங்பரி வாரங்கள் அடங்கிப்போய்விட்டன. குற்றச்சாட்டுக்கள் கூறப்படும்போது வெகுண்டெழுந்து மறுப்பதும், ஆர்ப்பரிப் பதும், அவை ஆதாரங்களுடன் நிரூபிக்கப்படும் போது வாலைச் சுருட்டிக்கொள்வதும் அவர்களுக்குக் கைவந்த கலை. இந்த நிகழ்வுகளைத் தமிழக ஊடகங்கள் எதுவும் கண்டுகொள்ளவே

இல்லை.

எனவே, இத்தகைய நிகழ்வுகளைத் தமிழக மக்களிடம் கொண்டுசெல்ல வேண்டியது அவசியம். ஒருகருத்து பல ஆயிரக் கணக்கான நெஞ்சங்களைக் கௌவிப்பிடிக்கும்போது அது ஒரு பௌதீகசக்தியாக மாறுகிறது. இந்த நோக்கத்தில்தான் இந்த நூலில் உள்ள கட்டுரைகள் இடம்பெற்றுள்ளன. ஆங்கிலத்தில் அற்புதமான ஆய்வுப்பார்வையில் இவற்றை எழுதிய லீனாகீதா ரெகுநாத், தினேஷ் நாராயண், ராமச்சந்திர குஹா, வெங்கிடேஷ் ராமகிருஷ்ணன் ஆகியோருக்கும் வெளியிட்ட 'தி கேரவன்', 'ஃப்ரண்ட் லைன்' இதழ்களுக்கும், இவற்றின் தமிழாக்கங்களை வெளியிட்ட 'புதுவிசை', 'செம்மலர்', 'இடது' இதழ்களுக்கும் எனது நன்றி.

'எதிர் வெளியீடாக' வரும் இந்த நூலுக்குப் பொருத்தமான முன்னுரையாக 'வாசல்படியில் பாசிசம்' என்ற தமது கட்டு ரையைப் பயன்படுத்திக்கொள்ள அனுமதியளித்த மார்க்ஸீய அறிஞர் தோழர்.எஸ்.வி.ராஜதுரை அவர்களுக்கு எனது நெஞ் சார்ந்த நன்றி.

சங்பரிவாரங்களின் சகிப்பின்மை நரேந்திர தபோல்கர்,கோவிந்த் பன்சாரே, எம்.எம்.கல்புர்கி ஆகியோரைச் சுட்டுக்கொன்றுள்ளது. கருத்துரிமை, பேச்சுரிமை துப்பாக்கிமுனைகளில் கேள்விக் குறிகளாகின்றன. அக்லக் கூட்டுக்கொலை செய்யப்படுகிறார். இந்தியாவின் பிரதமர் மோடியோ தனது நீடித்த மௌனங்களால் இவற்றுக்கு ஆதரவான சமிக்ஞைகளை வெளிப்படுத்துகிறார். இவற்றைக் கண்டித்து எழுத்தாளர்கள், கலைஞர்கள், விஞ்ஞானி கள் தங்கள் விருதுகளைத் திருப்பியளிக்கும்போது 'அரசியல் பின்னணி' என ஏகடியம் செய்யப்படுகின்றனர்.

இந்த அநாகரிகர்களுக்கெதிராக, நமது நாட்டின் பன்முகத் தன்மையை, மதச்சார்பற்ற ஜனநாயக சோசலிசக் குடியரசின் மாண்புகளைப் பாதுகாக்க இவற்றில் நம்பிக்கை கொண்ட அனைவரும் களமிறங்கவேண்டிய தருணம் இது. அந்தப் போராளிகளின் களத்தில் ஒருகருவியாக இந்தக்கட்டுரைகளைத் தமிழில் 'இந்தியா எதை நோக்கி..?' என்ற நூலாக வெளியிடும் எதிர்வெளியீட்டுக்கு எனது பாராட்டுக்கள்... வாழ்த்துக்கள்...

தோழமையுடன்
செ.நடேசன்

ஊத்துக்குளி.ஆர்.எஸ்.
09.01.2016

வாசல்படியில் பாசிசம்

எஸ்.வி.ராஜதுரை

(2014 தேர்தலுக்குமுன் எழுதியது)

“பாசிஸ்டுகள் முன்கூட்டியே ஆயிரம் ஆண்டுகளுக்குத் திட்டம் தீட்டுகின்றனர்” என்றார் ஜெர்மானிய மார்க்ஸிய அறிஞர் வால்டெர் பெஞ்சமின். அது இந்தியாவின் ஆர்.எஸ். எஸ்.ஸுக்கும் மிகப்பொருந்தும் கூற்று. 1925ல் இருந்து மெல்ல மெல்ல அடியெடுத்து வைத்து 1977ம் ஆண்டில் ஜனதா கட்சி என்னும் போர்வையின் கீழ் மத்திய அரசாங்கத்தில் தனது பரிவாரங்களைச் சேர்ந்த ஒரு கட்சியை ஆட்சியதிகாரத்தில் பங்கேற்கச் செய்தது. பிறகு ‘பாரதிய ஜனதா கட்சி’ என்னும் புதிய அவதாரமெடுத்த ஜன்சங் இரண்டே இரண்டு உறுப்பினர்களுடன் தனது நாடாளுமன்றக் கணக்கைத் தொடங்கி 1998இல் பல சந்தர்ப்பவாத ‘மதசார்பற்ற’ கட்சிகளுடன் கூட்டுச்சேர்ந்து முதலில் சில மாதங்களும் பிறகு முழுதாக ஐந்தாண்டுக் காலமும் மத்திய அரசாங்கத்தை நடத்திச் செல்லும் கட்சியாகியது. அந்த ஆறாண்டுக்காலத்தில் இராணுவம், காவல் துறை, கலாச்சாரத்துறை முதலியவற்றில் ஆர்.எஸ்.எஸ் ஆழமாக ஊடுருவியது. 2004ல் அதன் தலைமையிலிருந்த (பா.ஜ.க. தலைமையென்றாலும் ஆர்.எஸ்.எஸ் தலைமையென்றாலும் ஒன்றுதான்) கூட்டணி தோற்கடிக்கப்பட்டாலும் இந்தியாவை ஓர் அணுஆயுத வல்லரசாக்கும் திட்டத்தில் முனைப்புடன் ஈடுபட்டது. பாகிஸ்தானும் தன் பங்கிற்கு அணுகுண்டு வெடிப்புப்

பரிசோதனை செய்ததன் மூலம் இந்துத்துவத்தின் அணுஆயுத வல்லரசுக்கனவு சற்றுக் கலைந்தது. இதற்கிடையே வட இந்திய மாநிலங்களில் மட்டுமின்றி மகாராஷ்டிர, கர்நாடகா மாநில அரசாங்க அதிகாரங்களையும் சுவைத்தது.

“நாடாளுமன்ற ஜனநாயகத்தைத் தவறாகப் பயன்படுத்தி இறுதியில் அதை ஒழித்துக்கட்டினர் பாஸிஸ்டுகள்” என்றார் மற்றொரு ஜெர்மானியச் சிந்தனையாளர் ஹன்னா அரெண்ட் ((*Hanna Arendt*). ஜெர்மானிய, இத்தாலிய பாசிசம் ஏற்படுத்திய நாசகரமான விளைவுகள் இன்னும் பசுமையாக இருந்த காலத்தில் தோற்றுவிக்கப்பட்ட இந்திய அரசமைப்பு, இந்தியா வில் குடியரசுத் தலைவர் ஆட்சிமுறையை ஏற்படுத்துவதைத் தவிர்த்தது. ஆனால் 2014ஆம் ஆண்டு நடைபெறவுள்ள இந்திய நாடாளுமன்றத் தேர்தலை, மிகப்பெரும் அதிகாரங்களைக் கொண்ட குடியரசுத் தலைவர் பதவிக்காக நடைபெறும் தேர்தல்போல பாஜகவும் அதற்கு பக்கபலமாக உள்ள ஊடகங்களும் பெரும் ஆரவாரத்துடன் பிரச்சாரம் செய்து வருகின்றன. வலிமையும் உறுதியுமிக்க நரேந்திரமோடிக்கும் பலகீனமான உறுதியற்ற ராகுல்காந்திக்குமிடையில் நடக்கின்ற போட்டியாக சித்தரிக்கப்பட்டது. காங்கிரஸ் கட்சி இதுபற்றிய வெளிப்படையான கருத்தைத் தெரிவிக்காமல் இருந்ததன்மூலம் ராகுல்காந்திதான் காங்கிரஸின் பிரதமர் வேட்பாளர் என்னும் எண்ணம் மக்களிடையே பரவ உதவியது. ஆனால் கடந்த டிசம்பரில் நடந்த நான்கு வடமாநிலத் தேர்தல்களில் படுதோல்வி யடைந்த பிறகு தனது கட்சியின் பிரதமர் வேட்பாளர் யார் என்பதைத் தீர்மானிப்பதில் திறந்தமனத்தோடு இருப்பதாக சோனியா காந்தி அறிவித்தார்.

இந்தியாவில் குடியரசு ஆட்சி முறை இல்லை என்றாலும் நாடாளுமன்ற ஜனநாயகத்தைக் கொண்டே நாடாளுமன்ற ஜனநாயகத்தை ஒழித்துக்கட்டுவது அவ்வளவு கடினமான செயலல்ல என்பதை சங்பரிவாரம் கடந்த இருபதாண்டுகளுக்கும் மேலாக காட்டி வந்திருக்கின்றது. ஜனநாயகரீதியான தேர்தலின் மூலம் வெற்றிபெற்று ஆட்சியைக் கைப்பற்றிய கல்யாண்சிங் ஆட்சியின்போதுதான், அதே ஜனநாயக வழிகள் மூலம் மத்திய அரசாங்கத்தில் ஆட்சிபுரிந்த நரசிம்மராவின் காங்கிரஸ் அரசாங்கம் கண் பொத்தியிருக்க, அயோத்தி பாபர்மசூதி இடித்துத் தரைமட்டமாக்கப்பட்டது. ஜனநாயகரீதியான தேர்தலில் வெற்றிபெற்ற நரேந்திர மோடியின் அரசாங்கம்

குஜராத்தில் முஸ்லீம்களுக்கு எதிரான பாசிச வன்முறையைக் கட்டவிழ்த்துவிட்டது. அரசாங்க அதிகாரிகள், உளவுத்துறையினர் அதற்கு ஒத்துழைப்புத் தந்தனர். அந்த வன்முறைகள் தொடர்பான முதல் தகவல் அறிக்கைகள் (FIR'S) முற்றிலும் தவறானவையாக இருந்தன. அதாவது அந்த வன்முறைக்கு ஒத்துழைப்புத் தந்த அரசாங்க, போலிஸ் அதிகாரிகள் எவருடைய பெயரும் அவற்றில் சேர்க்கப்படவில்லை. பெரும்பாலான வழக்குகள் இழுத்தடிக்கப்பட்டன. உச்ச நீதிமன்றம் தலையிட்டதால், சில வழக்குகள் குஜராத் மாநிலத்துக்கு வெளியே நடத்தப்பட்டன. உச்ச நீதிமன்றத்தின் தலையீட்டின் பேரில் அமைக்கப்பட்ட 'சிறப்புப் புலனாய்வுக் குழு' (SIT) நரேந்திர மோடிக்கு குஜராத் வன்முறைச் சம்பவங்களில் நேரடியான தொடர்பு இல்லை என்று கூறிவிட்டது. இந்து மக்களின் பாதுகாவலராக மோடி இருப்பதால் அவரை முஸ்லீம் பயங்கரவாதிகள் ஒழித்துக்கட்ட முடிவு செய்துள்ளனர்' என்று பிரச்சாரம் செய்யப்பட்டு 'போலி என்கவுண்டர்கள்' நடந்தன. 'போலி என்கவுண்டர்' வழக் கொன்றில் கைது செய்யப்பட்ட முன்னாள் பாஜக அமைச்சர் பிணையில் வெளியே வந்து உத்தரப்பிரதேசத்தில் வகுப்புக் கலவர விதைகளைத் தூவிக் கொண்டிருக்கிறார்.

'இந்துத்துவா' என்பது மதம் சார்ந்த கருத்து அல்ல என்று சில ஆண்டுகளுக்கு முன் உச்சநீதிமன்றம் தீர்ப்புக் கூறியது. அதேபோல இந்திய மக்களின் கூட்டு மனசாட்சியை திருப்திப் படுத்துவதற்காக அஃப்சல் குருவுக்கு மரண தண்டனை வழங் கியது. இந்த அளவுக்கு சங்பரிவாரத்தின் கருத்துகளுக்கு நீதித் துறையிலும்கூட செல்வாக்கு இருக்கின்றது. 2003இல் நாடாளு மன்றத்தின் மீதான 'பயங்கரவாதத் தாக்குதல்' என்று கூறப்பட்ட ஒரு மிக முக்கிய நிகழ்வு பற்றி நீதிபதிகளோ, நாடாளுமன்ற உறுப்பினர்களோ கொண்ட ஒரு குழு விசாரணை செய்வதை மிக சாதுரியமாகத் தவிர்த்து (இத்தகைய ஒரு விசாரணை தேவை என்று இடதுசாரிகள் கூடக் கோரிக்கை எழுப்பாதது இந்துத்துவ சக்திகளுக்கு மிகுந்த மனமகிழ்ச்சியைத் தந்திருக்கக்கூடும்) பாகிஸ்தானுடனான போருக்காக இந்திய இராணுவத்தை பாகிஸ்தான் — இந்திய எல்லைகளில் குவித்தது. நாட்டிற்கு ஏற்பட்ட நற்பேறின் காரணமாக போர் ஏதும் மூளவில்லை.

மார்க்ஸியவாதிகள் கூறும் பொருளாதார அடித்தளம், அரசி யல், சட்ட, பண்பாட்டு மேலடுக்கு ஆகிய இரண்டிலும் நன்கு திட்டமிட்ட முறையில் சங்பரிவாரம் பார்ப்பனிய இந்துப்

பாசிசக் கருத்துகளை —கல்வி நிறுவனங்கள், ஊடகங்கள், மத நிறுவனங்கள், வழிபாட்டுத்தலங்கள் மூலம்— மிக ஆழமாக விதைத்து அவை மரங்களாக வளர்ந்து நச்சுக்கனிகளை ஈன்றச் செய்துள்ளது. இந்தியாவின் முதன்மையான அச்சு, மின்னணு ஊடகங்கள் சங் பரிவாரத்தின் கட்டுப்பாட்டில் உள்ளன. எந்த நவீன அறிவியலும் தொழில்நுட்பமும் கடந்த 500 ஆண்டுகளுக்கு முன் உலகைச் சூழ்ந்திருந்த மூட நம்பிக்கை, அறியாமை என்னும் இருளை அகற்றினவோ அந்த அறிவியலின் தொழில்நுட்பத்தின் சாதனைகளை மதவாத வலதுசாரி சக்திகள் முழுமையாகத் துய்ப்பதுடன் மட்டுமல்லாது, அவற்றை மத, கடவுள் நம்பிக்கை களையும் மூடநம்பிக்கைகளையும் பரப்புவதற்குப் பயன்படுத்திக் கொள்கின்றனர். மதவாத வலதுசாரிகள் மிக நாசூக்கான, சாதுரியம்மிக்க, கணினிப் பொறியியலையும் மின்னணுத் தகவல் தொழில்நுட்பத்தையும் திறமையாகக் கையாள்கின்ற வர்களையும், பல்கலைக்கழகங்களில் உயர்கல்விப் பட்டம் பெற்றவர்களையும் தமது அணிகளுக்குள் வைத்திருக்கிறார்கள். கணினி அறிவும் மின்னணுத் தொழில்நுட்பமும் மின்னஞ்சல், இணையதளம், ஃபேஸ் புக் போன்ற சமூக வலைத் தளங்களும் இலட்சக்கணக்கான மக்களுடன் இந்து மதவாத வலதுசாரிகள் தொடர்பு கொள்வதற்கு உதவி செய்கின்றன. இவையெல்லாம் போதாதென்று ‘ஒளி அனைத்தும் கிழக்கிலிருந்தே வருகின்றது’ என்று ஆன்மிகச்செல்வம் வழங்குவதற்கு புதுயுகத் தத்துவ வாதிகளான ஜக்கி வாசுதேவ், ஸ்ரீஸ்ரீ ரவிஷங்கர், பாபா ராம்தேவ் முதலியோரின் ‘ஆசிரமங்கள்’ செயல்படுகின்றன.

மதம், கடவுள் பற்றிய மூடநம்பிக்கைகளை மக்களிடம் மேன்மேலும் வலுப்பெறச் செய்வதற்காக 24 மணிநேர இடை விடா நிகழ்ச்சிகளை நடத்தும் சேனல்கள் ஒருபுறமிருக்க ஒட்டு மொத்த சேனல்களில் 99% சேனல்களில் கடவுள், மதம் பற்றிய நிகழ்ச்சிகள் கணிசமான அளவுக்கு இடம் பெறுகின்றன. பெருங்கோவில்களில் நடைபெறும் குடமுழுக்கு, கும்பமேளா, மகாமகம், சனிப்பெயர்ச்சி போன்றவை நேரலையாக ஒளிபரப் பப்படுகின்றன. மூட நம்பிக்கை சார்ந்த மத நிகழ்ச்சிகள் சிறப்பு நிகழ்ச்சிகளாகத் தயாரிக்கப்படுகின்றன. மத விஷயங்களையும் சோதிடத்தையும் பரப்பாத அச்சு ஊடகங்களின் எண்ணிக் கையை விரல்விட்டு எண்ணிவிடலாம்.

2007ல் ஐபிஎன் — சிஎன்என் — ஹிந்துஸ்தான் டைம்ஸ் ஆகியவற்றின் சார்பில் டெல்லியிலுள்ள ‘வளரும் சமுதாயங்கள்

பற்றிய ஆய்வு மையம்' (*Centre for the Study of Developing Societies*) நடத்திய கருத்துக் கணிப்புகளை மீரா நந்தா 'கடவுள் சந்தை: உலகமயமாக்கல் எவ்வாறு இந்தியாவை மேலும் இந்துத்தன்மை யாக்குகிறது' (*The God Market : How the Globalisation makes India more Hindu*) என்னும் நூலில் மேற்கோள் காட்டுகிறார். அந்தக் கருத்துக் கணிப்பும் அதனுடன் இணைந்த புள்ளிவிவரங்களும் கீழ்க்காணும் உண்மைகளைச் சுட்டிக்காட்டுவதாகக் கூறுகிறார்: 1. கடந்த ஐந்தாண்டுகளில் (2002—2007) இந்தியர்களிடையே மத உணர்ச்சி கணிசமாக உயர்ந்துள்ளது. கருத்துக் கேட்கப்பட்டவர்களில் 30 விழுக்காட்டினர் கடந்த ஐந்தாண்டுகளில் தாங்கள் முன்பைவிட மிகவும் மத உணர்வு கொண்டவர்களாகிவிட்டதாகக் கூறினர். இரண்டே இரண்டு விழுக்காட்டினர் இதற்கு நேரெதிரான கருத்தைக் கூறினர். 2. கல்வியும் நகர வாழ்க்கை வாழ்வதற் கான வாய்ப்பும் இந்தியர்களை முன்பைவிடக் கூடுதலான மத உணர்வு கொண்டவர்களாக்கியுள்ளனவேயன்றி அவர்களது மத உணர்வைக் குறைக்கவில்லை; 3. கிராமப்புற, படிப்பறிவற்ற மக்களைக்காட்டிலும் நகர்ப்புறப் படித்த இந்தியர்களிடத்தில் தான் மத உணர்வு அதிகமாக உள்ளது; 4. கிராமங்களைவிட சிறு நகரங்களிலும் பெருநகரங்களிலும்தான் மத உணர்வு அதி கரித்துள்ளது.

தான் திரட்டிய தகவல்களின் அடிப்படையில் மீரா நந்தா கூறுகிறார்: ஜனரஞ்சக இந்துயிசம் பெரும் புத்தெழுச்சி கண்டுள்ளது. ஏழை, பணக்காரர் வேறுபாடின்றி எல்லோருமே கடவுள்களை நாடுகின்றனர். குருக்களுக்கும் புரோகிதர்களுக்கும், பூசாரிகளுக்கும், சோதிடர்களுக்கும், வாஸ்து நிபுணர்களுக்கும், ஆன்மிக ஆலோசகர்களுக்கும் நல்ல யோகம் அடித்துக் கொண்டிருக்கிறது. இந்த ஜனரஞ்சக இந்துயிசத்தின் புத்தெழுச்சி, இந்தியாவில் கடைபிடிக்கபடுவதாகச் சொல்லப்படும் மதச்சார் பின்மைக்கு எதிரானதல்ல என்றும் இந்த மதச்சார்பின்மையின் காரணமாகத்தான் இந்தப் புத்தெழுச்சி ஏற்பட்டுள்ளது என்றும் கூறுவது புதிராகத் தோன்றலாம். ஆனால், இதுதான் உண்மை. ஏனெனில் இந்திய வகை மதச்சார்பின்மை, பெரும்பான்மை மதத்துடன் நெருக்கமான, அதற்கு ஊட்டம் கொடுக்கக்கூடிய உறவை வளர்த்துக்கொள்ள அரசுயந்திரத்தை அனுமதிக்கின்றது. நவ—தாராளவாத அரசும் தனியார் துறையும் பங்குதாரர்களாக ஆகிவிட்டதால் அரசு, கார்ப்பரேட் துறை, இந்து நிறுவனம் ஆகிய மூன்றுக்குமிடையே சொகுசான முக்கோண உறவு

ஏற்பட்டுவிட்டது... அரசு —கோவில் —கார்ப்பரேட் கூட்டணி புதிய நிறுவனரீதியான வெளியை உருவாக்குகிறது. இந்த வெளியில், உலக அரசியல் பொருளாதாரத்தால் உருவாக்கப் பட்ட புதிய சமூகச்சூழலுக்குப் பொருத்தப்பாடு உடையதாக இருக்கும் வகையில் இந்துயிசம் தன்னைத்தானே புதுப்பித்துக் கொண்டு வருகின்றது. இப்படித் தன்னைத்தானே புதுப்பித்துக் கொண்டுவருகையில் அது மேன்மேலும் தேசிய வாதத்தன்மையை மேற்கொள்கிறது. அதாவது மதச்சடங்குகளையும் வழிபாட்டு முறைகளையும் இந்து அடையாளத்தை உறுதிப்படுத்தும், வலுப்படுத்தும் அரசியல் நிகழ்ச்சிகளாக மாற்றுகின்றது. மதச் சடங்குகளும் வழிபாடுகளும் நடக்கும் வெளிகள் அரசியல் மயமாக்கப்பட்ட பொதுவெளிகளாக மாற்றப்படுவது இன்று மிக இயல்பானதாகிவிட்டது. சடங்குகளுக்கும் வழிபாட்டுக்கு மான வெளிகளை அரசியல் பொதுவெளிகளாக மாற்றும் நிகழ்முறை நமது கூட்டுப் பொதுப்புத்தியில் இரண்டறக் கலந்துவிட்டது. எனவே அப்படியொன்று நிகழ்வதை நாம் கவனிக்கவோ, அதற்கு எதிர்ப்பு தெரிவிக்கவோ அதை தடுக்கவோ செய்யாமல் போய்விடுகின்றோம். எனவே அந்த நிகழ்முறை தடையில்லாமல் நடந்துகொண்டுதான் இருக் கின்றது... மிகச் சாதாரணமான இந்துச்சடங்குகளும்கூட இன்று கடவுள் வழிபாட்டை தேசவழிபாட்டுடன் கச்சிதமாக இணைத்துவிடுகின்றன. *(Hindutva Fascism: What It Is and How to Fight It, by Analytical Monthly Review, MRZine, 25.09.2013).*

சங் பரிவாரப் பொது நிகழ்ச்சிகளின் போது காட்சிக்கு வைக்கப்படும் 'பாரத மாதா'வின் ஓவியத்தில் ஒரு இந்துப் பெண் கடவுளைப் போலவே சித்தரிக்கப்பட்டுள்ளதைக் காணலாம். தலையில் கிரிடமும் அருகில் ஒரு ஆண் சிங்கமும். ஆனால், பாரத மாதா மடிசார் மாமிகளைப் போலவோ, மகாராஷ்டிரக் கொங்கண் பகுதியின் சாமானியப் பெண்கள் போலவோ புடவை உடுத்தியிருப்பதில்லை. நவீனகால ஜாக்கெட்டும், முன்கொசுவம் வைத்த புடவையும் நகைநட்டுகளும் அணிந்திருக்கிறாள். கைக் கடிகாரம் மட்டும் பாக்கி!

இந்தியாவின் பிற மாநிலங்களைப் போலவே தமிழ்நாட்டிலும் கடந்த முப்பதாண்டுகளாக மத உணர்வும், மூடநம்பிக்கைகளும், மதவெறியும் வளர்ந்துள்ளன. வாஸ்தும் ஜாதகமும் பார்ப்பது கம்யூனிஸ்ட் கட்சியில் இருப்பவர்களின் குடும்பங்களிலும்கூட மிக இயல்பாகிவிட்டது. யார் வேண்டுமானாலும் வாஸ்து

வல்லுநராகிவிட முடிகிறது. வீட்டுக்கு வெளியில் சாதியில்லை என்று சொல்லக்கூடிய கம்யூனிஸ்டுகள், பெரியாரிஸ்டுகள், அம்பேத்கரிஸ்டுகள் ஆகியோரில் மிகப் பெரும்பான்மையினர் சாதி உறவுகளையும் சாதி சம்பிரதாயங்களையும் கைவிடு வதில்லை. அப்படியிருக்க பா.ம.க. தலைவர்களை மட்டும் குறை சொல்லிப் பயனில்லை.

உழைக்கும் மக்கள் தாங்கள் கடினமாக உழைத்து ஈட்டிய வருமானத்தை ஒருபுறம் டாஸ்மாக்குக்கும் மறுபுறம் கோவில், சாமியார்கள், மூடநம்பிக்கைச் சடங்குகள் ஆகியவற்றுக்கும் கொட்டிக் குவிக்கிறார்கள்; தங்கள் பிள்ளை குட்டிகளுக்கான கல்வி வசதிக்கோ மருத்துவ வசதிக்கோ ஒரு ரூபாய் கூடக் கொடுக்க இவர்களுக்கு மனம் வராது. பெரியார் பிறந்த மண், சிங்காரவேலர் தோன்றிய நாடு என்று பெருமைப்பட்டுக் கொள்கிறோம். மூட நம்பிக்கைகளுக்கு எதிரான கருத்துப் பிரசாரத்தை சில பெரியாரிஸ்டுகள் செய்து வருகின்றனர். ஆனால், தபோல்கரைப் போன்ற ஒரு மனிதரோ, அவரும் அவரது இயக்கத்தினரும் தோற்றுவித்தது போன்ற ஓர் இயக்கமோ இன்னும் இங்கு வரவில்லை. பெரியார் —அண்ணா திராவிட இயக்க மரபுக்கு உரிமை கொண்டாடும் இரு கட்சி கள் 36 ஆண்டுகளாக தமிழகத்தில் ஆட்சிப் பொறுப்பில் இருந்துவருகின்றன. பகுத்தறிவைப் பரப்புவதற்கான, மூட நம்பிக்கைகளை ஒழிப்பதற்கான எந்த செயல்திட்டத்தையும் அவர்கள் உருவாக்கவில்லை. அவர்களோடு சந்தர்ப்பத்துக்குத் தகுந்தபடி கூட்டுச் சேர்ந்துகொள்ளும் இடதுசாரிகளுக்கும் தலித் இயக்கத்தினருக்கும் கூட இதில் அக்கறை கிடையாது. தமிழக அரசாங்கத்தின் இந்து அறநிலையத்துறை சங் பரிவாரம் போலச் செயல்பட்டு வருகின்றது.

மறுபுறம், நரசிம்மராவ் ஆட்சிக்காலத்தில் நடைமுறைப் படுத்தப்பட்ட நவதாராளவாதக் கொள்கையை பாஜக தலைமையிலான தேசிய ஜனநாயகக் கூட்டணியும் மாநில அரசாங்கங்களிலிருந்த / இருக்கும் பாஜக கூட்டணியும் இன்னும் வேகமாக நடைமுறைப்படுத்தின. மிக இலாப கரமாக இயங்கிவந்த பொதுத்துறை நிறுவனமான பால்கோ வின் பங்குகள் தனியார் கார்ப்பரேட் நிறுவனங்களுக்கு விற்கப்பட்டு மத்திய இந்தியாவின் கனிம வளங்களை அவை கொள்ளையடிப்பதற்கு வழிவகுத்தது. இராமர் கோவில் விவகாரம் சற்றுப் பின்னுக்குத் தள்ளப்பட்டு, ‘இந்தியாவை

ஒளிர வைக்கும்' திட்டம் முன்னிலைப்படுத்தப்பட்டது. பாஜக தலைமையிலான கூட்டணி 2004ஆம் ஆண்டு நாடாளுமன்றத் தேர்தலில் தோல்வியடைந்ததற்குக் காரணம், இந்தியாவை ஒளிரச் செய்வதற்குப் பதிலாக அதைப் பொருளாதாரரீதியான இருளுக்குள் மேன்மேலும் தள்ளியதுதான்.

மிக நீண்டகாலமாக மேற்கு வங்காளம், கேரளம் ஆகிய வற்றில் ஆட்சி செலுத்திவந்த இடதுசாரிகளும்கூட மாற்றுப் பொருளாதாரத் திட்டத்தை முன்வைக்காததன் காரணமாகவும் நீண்டகாலம் பதவியில் இருந்ததால் ஏற்பட்ட இலஞ்சம், ஊழல் ஆகியவற்றின் காரணமாகவும் மக்களால் நிராகரிக்கப்பட்டனர். இதுவும்கூட இந்துத்துவ வலதுசாரிகளுக்குப் பெரும் அனு கூலத்தை ஏற்படுத்தித் தந்துள்ளன.

பாஜவின் நாடாளுமன்ற விவகாரக் குழு மோடியைத் தனது கட்சியில் பிரதம வேட்பாளர் என்று அறிவித்த இரு நாள்களுக்குப் பிறகு, அதாவது 2013 செப்டம்பர் 15 அன்று முன்னாள் இராணுவத் தளபதிகளும் அதிகாரிகளும் நடத்திய பேரணியொன்றில் கலந்துகொண்டார். முன்னாள் இராணுவத் தலைமைத்தளபதி வி.கே.சிங்கும் மோடியும் மேடையைப் பகிர்ந்து கொண்டனர். 'பாகிஸ்தான், சீனா ஆகியவற்றின் மீது இந்தியா மென்மையாக நடந்துகொள்வதை' கண்டனம் செய்வதற்காக நடத்தப்பட்ட பேரணி அது. 2011 மார்ச் 14 அன்று அகமதாபாத்தில் ஒரு கண்காட்சி நடத்தப்பட்டது. 'உங்கள் எதிரிகளைத் தெரிந்து கொள்ளுங்கள்' என்பதுதான் அந்தக் கண்காட்சிக்கு வைக்கப்பட்டிருந்த பெயர். அந்தக் கண் காட்சியைப் பார்வையிடச் சென்ற இந்திய இராணுவத்தின் மேஜர் ஜெனரல்களிலொருவரான ஐ.எஸ்.சிங்கா, குஜராத்தில் மோடி மேற்கொண்டு வரும் பொருளாதார வளர்ச்சித் திட்டங்களை வெகுவாகப் புகழ்ந்தார். மோடி 'தொலைநோக்குப் பார்வையுடையவர்' என்று பாராட்டிய அவர், "நாங்கள் இராணுவத்தில் எவ்வாறு செயல்படுகிறோமோ, அவ்வாறே மோடி செயல்படுகிறார். அவர் ஒரு காலக்கெடுவை நிர்ண யித்து, அந்தக் காலக்கெடுவிற்குள் குறியிலக்குகள் யாவும் நிறை வேற்றப்படுகின்றனவா என்பதை உறுதிசெய்துகொள்கிறார். இராணுவத் தளபதிகளுக்கு இருக்கவேண்டிய தகுதிகளே இவை".

இராணுவத் தளபதிகளுக்குச் சிறிதும் சளைத்தவர்களல்லர்

தொழில்துறைத் தளபதிகள் என்பதும் தெரியவந்தது. கார்ப்பரேட், பன்னாட்டு முதலீடுகளை குஜராத்திற்குள் கொண்டுவருவதற்காக 2013 ஜனவரியில் அகமதாபாத்தில் நடந்த உச்சி மாநாட்டில் *(Vibrant Gujarat summit)*, ரிலையன்ஸ் இண்டஸ்ட்ரீஸ் லிமிடெட்டின் முதன்மை நிர்வாக அதிகாரியும் *(CEO)* இந்தியாவின் பெரும் செல்வந்தர்களில் ஒருவருமான முகேஷ் அம்பானி, "சகோதரர் மோடி, மகத்தான தொலைநோக்குப் பார்வையுடையவர்" என்று பாராட்டினார். அவரது சகோதரரும் அனில் திருபாய் அம்பானி பிஸினஸ் குரூப்பின் முதன்மை நிர்வாக அதிகாரியுமான அனில் அம்பானி, இன்னொருபடி மேல் சென்று, மோடியை 'அரசர்களின் அரசர்' என்று வர்ணித்தார். மேலும், அர்ஜுனனைப் போன்ற பார்வையும் குறிக்கோளுமுடையவர் மோடி' என்று புகழ்ந்து தள்ளினார். 1991 முதல் 2012 வரை டாடா குரூப்பின் முதன்மை நிர்வாக அதிகாரியாக இருந்த ரட்டன் டாடா, குஜராத்தில் 'முதலீடு செய்வதற்கான அருமையான சூழல்' ஏற்படுத்தப்பட்டுள்ளதற்கு மோடியின் தலைமையே காரணம் என்றும் இன்று முதலீட்டாளர்கள் தங்கள் முதலீடுகளைச் செய்வதற்கான மிகத்தோதுவான இடம் குஜராத் மாநிலம்தான் என்பதை உணர்ந்திருக்கிறார்கள். இதற்கான பெருமை முழுவதற்கும் உரியவர் மோடிதான்" என்றும் புகழ்ந்து தள்ளினார். ஆர்.எஸ்.எஸ்.ஸும் அதன் முன்னோடியான ஹிந்து மகா சபாவும் ஹிட்லரையும் முஸோலினியையும் தங்கள் 'ஆதர்ச மனிதர்க'ளாக போற்றியதை மறக்க முடியாது.

இந்தியக் கார்ப்பரேட் முதலாளிகளின் கூடவே, ஊடகங்களும் மோடிக்கான கரசேவையில் ஈடுபடத் தொடங்கின. மோடி கேட்கத்தொடங்குவதற்கு முன்பே அவருக்கு இலவச ஆலோசனைகள் வழங்கின. "ஒவ்வொரு டீக்கடைக்காரனும் வாழ்க்கையில் முன்னேறி மேலே வரும் வகையில் பொருளாதார வளர்ச்சியை மையப்படுத்தியதாக மோடியின் பிரச்சாரம் அமையவேண்டும்" என்று 'டைம்ஸ் ஆஃப் இந்தியா' 16.9.2013இல் எழுதியது. 'டீக்கடைக்காரனிலிருந்து முதலமைச்சர் வரை' என்று அந்தப் பிரசாரத்திற்குப் பெயரிட வேண்டும் என்று அது கூறிய ஆலோசனையையெல்லாம் தாண்டி, "இந்தியாவிலுள்ள ஒவ்வொரு டீக்கடைக்காரரும் பிரதமராக வரவேண்டும்" என்னும் தனது ஜனநாயக வேட்கையைத் தொடர்ந்து அறிவித்து வருகிறார் மோடி.

மோடிக்கு வலுவான ஆதரவு தருகின்றவர்கள் கார்ப்பரேட்

முதலாளிகள், கார்ப்பரேட் ஊடகங்கள், முன்னாள் இராணுவத் தளபதிகள். நரேந்திர மோடி பிரதமர் வேட்பாளராக அறிவிக்கப் பட்டதை வரவேற்ற இந்தியக் கார்ப்பரேட் சக்திகள், நான்கு மாநில சட்டமன்றத் தேர்தல் முடிவுகளையும் உற்சாகத்தோடு வரவேற்றுள்ளன. பாஜகவின் வெற்றியோடு சேர்த்து பங்குச் சந்தைப் புள்ளிகளும் உயர்ந்தன. இந்தியத்தொழில், வர்த்தக முதலாளிகளின் முதன்மையான அமைப்பான 'அஸ்ஸோகாம்' *(Associated Chambers of Commerce and Industry)* கூறியது: "மாநில சட்டமன்றத் தேர்தல் முடிவுகள் தெளிவான செய்தியொன்றைக் கூறியுள்ளன. நிர்வாகத்தின் தன்மைதான் எல்லாவற்றிலும் முக்கியமானது என்பதுதான் அந்த செய்தி".

மோடியின் சவால்களுக்குப் பதிலளிக்கும் வகையில் காங்கிரஸ், தனது கட்சி அனைத்து மக்கள் பிரிவினரையும் உள்ளடக்கிய வளர்ச்சித் திட்டங்களை நடைமுறைபடுத்தி வருவதாகக் கூறியது. மகாத்மா காந்தி ஊரக வேலை வாய்ப்புத் திட்டம், உணவுப் பாதுகாப்புத் திட்டம் முதலியவற்றை எடுத்துக்காட்டுகளாகக் கூறியது. கடந்த பத்தாண்டுக்கால ஐக்கிய முற்போக்குக் கூட்டணி ஆட்சியின்போது நடைபெற்ற ஊழல்கள், விலைவாசி ஏற்றம், வேலை இல்லாத் திண்டாட்டம், அதிகரித்துவரும் பொருளாதார ஏற்றத்தாழ்வுகள் ஆகியனவற்றால் கடுங்கோபம் அடைந்துள்ள மக்களின் தீர்ப்பே இந்திய முதலாளி வர்க்கத்தின் இன்னொரு முதன்மைக்கட்சியான பாஜகவுக்கு சார்பாக விழுந்திருக்கிறது. இந்தியாவின் பொருளாதார வளர்ச்சி 5%க்குக் கீழே வந்துவிட்டதை சமாளித்திட காங்கிரஸ் அரசாங்கம் மானியங்களைக் குறைத்தல், பெட்ரோல், டீசல் விலையை உயர்த்துதல், பொதுச்சேவைகளுக்கான நிதி ஒதுக்கீடுகளைக் குறைத்தல், பொதுத்துறை நிறுவனங்களிலுள்ள அரசாங்கப் பங்குகளை தனியார் துறைக்கு விற்றல், சில்லறை வாணிபத் தில் அன்னிய முதலீடுகளை அனுமதித்தல் எனப் பல்வேறு நடவடிக்கைகளை மேற்கொண்டு வருகின்றது. பெரும் கார்ப் பரேட் நிறுவனங்களின் சேவகன் போலச் செயல்பட்டு வந்த மன்மோகன் சிங் அரசாங்கம், நிலக்கரி, அலைக்கற்றை, நிலம் போன்ற இயற்கை வளங்களை அவற்றுக்குக் கொடையாக வழங்கியுள்ளது. ஆயினும் இந்தக் கார்ப்பரேட் நிறுவனங்களின் பேராசை தணியவில்லை. மன்மோகன் சிங் அரசாங்கம் பெயரளவுக்குக் கடைப்பிடிக்கும் நியதிகள், நாடாளுமன்ற ஒப்புதல்கள் ஆகியவற்றைத் தூக்கியெறிந்துவிட்டு தடாலடியாகத்

துணிச்சலுடன் செயல்படும் 'திறமை' மோடிக்கு மட்டுமே உள்ளதாக அவை கருதுகின்றன.

மோடியை பாஜகவின் பிரதமர வேட்பாளராக ஆக்கியது ஆர்.எஸ்.எஸ். எனவே மோடியின், பாஜகவின் அரசியல் திட்டங்கள் யாவும் ஆர்.எஸ்.எஸ்.ஸாலேயே வகுக்கப்படும். இது கார்ப்பரேட் முதலாளிகளுக்கு நன்றாகவே தெரியும். தெரிந்துதான் அவர்கள் மோடியை ஆதரிக்கிறார்கள். வரவிருக்கும் நாடாளுமன்றத் தேர்தலில் கார்ப்பரேட் சக்திகள் மிக முக்கியப் பாத்திரம் வகிப்பர். ஒவ்வொரு நாடாளுமன்றத் தொகுதியிலும், வெற்றி வாய்ப்புள்ள வேட்பாளர்கள் ஒவ்வொருவரும் 'தேர்தல் செலவுக்காக' சராசரியாக 8கோடி ரூபாய் செலவிட வேண்டியுள்ளதாகக் கூறப் படுகிறது. மகாராஷ்டிரத்தில் பாஜக—சிவசேனைக் கூட்டணி அரசாங்கத்தில் துணை முதலமைச்சராக இருந்த கோவிந்த முண்டெ, "பத்து இலட்சம் ரூபாய் கூட இல்லாமல் எப்படி ஒருவர் நாடாளுமன்றத் தொகுதியில் போட்டியிட முடியும்" என்று சில ஆண்டுகளுக்கு முன் பேசியதை தேர்தல் ஆணையம் கண்டனம் செய்தது. உண்மையில் அவர் எல்லோருக்கும் தெரிந்த உண்மையைத்தான் வெளிப்படையாகச் சொல்லியிருக்கிறார். இத்தனை பணத்துக்கு எங்கே போவது என்று இடதுசாரிகள் 'மதச்சார்பற்ற மூன்றாவது கூட்டணி' என்னும் நிலைப்பாட்டை மேற்கொள்வார்களேயானால், பெரும் பின்னடைவைத்தான் சந்திப்பார்கள். ஏனெனில் இந்த 'மூன்றாவது அணி'யில் அனில் அம்பானியின் நண்பர் முலாயம் சிங் இருக்கிறார்; தேசிய ஜனநாயகக் கூட்டணியின் பலனைத் துய்த்தவர்கள், மோடி என்னும் ஒரு தனிநபர் மீதான எதிர்ப்பின் காரணமாக மட்டுமே அக்கூட்டணியிலிருந்து வெளியேறியவர்களாக இருக்கிறார்கள். தேசிய ஜனநாயகக் கூட்டணிக்கு வெளியில் இருந்து ஆதரவு கொடுத்த, உலகவங்கியின் செல்லப்பிள்ளைகளிலொருவராக இருந்த தெலுங்கு தேசம் கட்சியின் சந்திரபாபு நாயுடு இருக்கிறார். பிரதமர் பதவிக்கு ஆசைப்படும் ஜெயலலிதா மோடியின் நண்பர்களிலொருவர். எனவே, தேர்தல் முடிவுகள் எப்படி இருக்குமோ, அதைக் கொண்டு பிரதமர் அல்லது துணைப் பிரத மர் பதவிக்கு வர அவர் தனது கட்சிக்குக் கிடைக்கும் பலத்தைக் கொண்டு பேரம் பேசுவார் எனப் பரவலாகப் பேசப்படுகிறது. "நாற்பது தொகுதிகளிலும் நமக்கே வெற்றி" என்று அவர் பேசி வர, அவரது தொண்டர்களோ, "பாரதத்தை ஆளப்போகும் தமிழரசியே" என்று சுவர் எழுத்துகளைத் தமிழகமெங்கும் எழுதி

வருகின்றனர். ஆகவே, தேர்தலைப் புறக்கணிக்கவேண்டுமா என்னும் கேள்வி எழுகின்றது. இந்தியா முழுக்கவோ அதன் கணிசமான பகுதிகளிலோ மாற்று அரசியலுக்கான சூழலை ஏற்படுத்தாமல், தேர்தல் புறக்கணிப்பு என்பது மக்களின் ஆதரவைப் பெற்றுவிட முடியாது. மாவோயிஸ்டுகளின் ஆயுத மேந்திய போராட்டம் வலுவாக உள்ள மாநிலங்களிலும்கூட மக்கள் பெரும் எண்ணிக்கையில், உற்சாகத்தோடு தேர்தல்களில் தங்கள் வாக்குகளைச் செலுத்தியிருக்கிறார்கள்.

பாஜக தனியாகவோ, கூட்டணி அமைத்தோ ஆட்சிக்கு வருமேயானால் அதன் முதல் குறியிலக்கு இடதுசாரிகள் என்று சொல்லப்படக்கூடிய அனைத்துக்கட்சிகளும் இயக்கங்களுமாகத்தான் இருக்கும். பூர்ஷ்வாக் கட்சிகளுடன் கூட்டணி அமைக்கும் அரசியலையே இதுவரை மேற்கொண்டு தமக்கென சுயேச்சையான பாதையை வகுத்துக் கொள்ளாமல் இருந்த நாடாளுமன்ற இடதுசாரிக்கட்சிகள் உடனடியாக இந்தத் தேர்தலில் முற்றிலும் வேறுபட்ட மார்க்கத்தை மேற்கொள்வார்கள் என்று எதிர்பார்க்க முடியாது. அப்படியே அவர்கள் விரும்பினாலும், அதற்கான கால அவகாசம் இப்போது இல்லை. நாடாளுமன்ற ஜனநாயகத்தில் இன்னும் நம்பிக்கை வைத்திருக்கின்றவர்கள், குறைந்தபட்சம் 'விகிதாசார பிரதிநிதித்துவம்' போன்ற தேர்தல் சீர்திருத்தங்களுக்காகவாவது போராடவும் அவற்றைத் தமது வேலைத் திட்டங்களில் ஒன்றாகச் சேர்க்கவும் வேண்டும்.

நாடாளுமன்ற இடதுசாரிகள், நாடாளுமன்ற ஜனநாயகத்தை நிராகரிப்பவர்கள் ஆகிய அனைத்துவகை இடதுசாரி சக்திகளும் திறந்த மனத்தோடு தங்கள் நிலைப்பாடுகளை மறு ஆய்வுக்குட்படுத்தவும் தங்களை மறுவார்ப்பு செய்து கொள்ளவுமான நேரம் இது. 'இனி என்னசெய்ய வேண்டும்' என்னும் கேள்விக்கான ஆக்கபூர்வமான பதிலை நாட்டின் உழைக்கும் மக்கள் அவர்களிடமிருந்து எதிர்பார்க்கிறார்கள்.

பாசிசம் நமது வாசல்படியில் உட்கார்ந்து கொண்டிருக்கின்றது.

❖❖❖

ஆர்.எஸ்.எஸ். மதவெறி அடியாள் அசீமானந்தாவின்
ஒப்புதல் வாக்குமூலம்

நம்பிக்கையாளர் அசீமானந்தா
லீனாகீதா ரெகுநாத்
தி கேரவன் ஆங்கில இதழ் ஆசிரியர் மேலாளர்

1

‘சுவாமிஜியை அழைத்துவாருங்கள்’—ஜெயிலர் உத்தரவிட்டார். இரண்டு காவலர்கள் ஜெயிலரின் அலுவலகத்தை விட்டுவிரைந்து, சிறையின் தரைத்தளத்திற்குச் சென்றனர். சுவர்களுக்கு வெளியே நூற்றுக்கணக்கான மனிதர்கள் ஒரே நேரத்தில் அலறுவது போன்ற, காதுகளைச் செவிடாக்கும் சத்தம் அறைகளினூடே எதிரொலித்தது.

அடுத்த சில நிமிடங்களில் இந்து கலவரவாதியும், 2006 முதல் 2008க்கு இடையே நாடுமுழுவதும் பொதுமக்களைக் குறிவைத்துப் பல்வேறு வன்முறைத் தாக்குதல்களுக்குச் சதித் திட்டம் தீட்டியதாகக் குற்றம் சாட்டப்பட்டுள்ளவருமான சுவாமி அசீமானந்தா ஜெயிலரின் அறைக்குள் காலடி எடுத்து வைத்தார். அவர் ஒரு காவி வேட்டியையும், காவி குர்தாவையும் முழங்கால்வரை தொங்குமாறு அணிந்திருந்தார். அவரது துணிகள் புத்தம்புதியதாகச் சலவைத் தேய்ப்பு செய்யப் பட்டிருந்தன. உல்லன் மங்கிகேப் அவரது நெற்றிக்குக்கீழ் இழுக்கப்பட்டிருக்க, அவரது கழுத்தைச்சுற்றி ஒரு சால்வை போர்த் தப்பட்டிருந்தது. அவர் என்னைப்பார்த்ததில் மகிழ்ச்சி அடைந்தவராகக் காணப்பட்டார். நாங்கள் இருவரும் ‘நமஸ்தே’ பரிமாறிக் கொண்டோம். பின்னர் அவர் என்னை அடுத்திருந்த

ஓர் அறைக்கு இட்டுச்சென்றார். அங்கே வெள்ளை வேட்டி, குர்தா அணிந்திருந்த எழுத்தர்கள் தடிமனான பதிவேடுகளில் மூழ்கியிருந்தனர். அவர் கதவுக்குப்பின் இருந்த ஒருபெரிய மரப் பெட்டியின்மீது அமர்ந்து, அருகில் இருந்த டெஸ்க்கிலிருந்து ஒரு நாற்காலியை இழுத்துக்கொள்ளுமாறு கூறினார். ஒரு நல்ல உபசரிப்பாளராக விளங்கிய அவர், எனது வருகையைப்பற்றி விசாரித்தார். 'உங்கள் கதையை யாராவது ஒருவர் சொல்ல வேண்டுமே' என்றேன் நான்.

இரண்டு ஆண்டுகளுக்குமேல் அசீமானந்தாவிடம் நான் நடத்திய நான்கு நேர்காணல்களில் முதலாவதின் தொடக்கம் இவ்வாறு இருந்தது. தற்போது அவர் குறைந்தபட்சம் 82 பேர்களைக் கொன்ற 3 குண்டுவெடிப்புக்கள் தொடர்பான கொலை, கொலைமுயற்சி, சதித்திட்டம் தீட்டியது, கடத்தல் உள்ளிட்ட கிரிமினல் குற்றங்களின் கீழ் விசாரணையில் இருந்து வருகிறார். அவர் மேலும் இரண்டு குண்டு வெடிப்பு வழக்குகளில் விசாரிக்கப்பட உள்ளார்: ஆனால், அவற்றின்மீது முறையான குற்றச்சாட்டுக்கள் இன்னும் சாட்டப்படவில்லை. ஒட்டு மொத்தமாக 5 தாக்குதல்கள், 119 பேரைக் கொன்றது மற்றும் இந்திய சமுதாயத்தை அரிப்பவராக வேலைசெய்தது ஆகியவற்றுக்காகத் தண்டனை அளிக்கப்பட்டால் அவர் மரண தண்டனையை எதிர்கொள்ள வேண்டும்.

எங்களது உரையாடல்கள் நடைபெற்றபோது அசீமானந்தா மெல்லமெல்ல உற்சாகம் அடைந்து மனம்திறந்து பேசினார். அவரது வாழ்க்கையைப்பற்றி அவர்கூறிய கதை குறிப்பிடத்தக்கது. இந்தக்காலகட்டங்களில் பெரும்பாலானநேரம் 'ராஷ்ட்ரிய ஸ்வயம் சேவக் சங்'கின் ஆதிவாசிகள் பிரிவான 'வன்வாசி கல்யாண் ஆஷ்ரம்'(வி.கே.ஏ) என்ற அமைப்பின்கீழ் சங்பரி வாரத்தின் 'ஹிந்துத்துவா'வையும் அதன்நோக்கமான 'ஹிந்து ராஷ்ட்ர'த்தையும் அவர் பிரச்சாரம் செய்துகொண்டே இருந்தார். இப்போது வயது 60களின் துவக்கத்தில் உள்ள அசீமானந்தா ஒருபோதும் தனது ஆழ்ந்த நம்பிக்கைகளிலிருந்து தளர்வோ, நெகிழ்வோ அடைந்ததில்லை.

மோகன்தாஸ் காந்தியின் கொலைக்குப்பிறகு நாதுராம் கோட்சேவும், அவர் கூட்டாளி நாராயண் ஆப்தே—வும் 1949ல் அம்பாலா சிறையில் தூக்கிலிடப்பட்டு, எரியூட்டப்பட்டார்கள். அவர்களது கூட்டுச்சதிகாரரான கோட்சேயின் சகோதரர்

கோபால்கோட்சே 18ஆண்டுகள் சிறைத்தண்டனை விதிக்கப் பட்டார். "கோபால்கோட்சே இருந்த அதே 'செல்' (அறை) லில் நான் வைக்கப்பட்டுள்ளேன்" என்று அசீமானந்தா பெருமை பொங்க என்னிடம் கூறினார். இன்று 'இந்து தீவிரவாத வன்முறையின் மிகமுக்கியமான (முகம்) அடையாளமாக' அசீமானந்தா விளங்குகிறார். குண்டுவெடிப்புக்களின்முன் அவரைச் சந்தித்த பத்திரிக்கையாளர்கள், அசீமானந்தாவை அசாதாரணமான கொடூரனாக, பொறுத்துக்கொள்ளவே முடியாத மனிதனாக என்னிடம் விவரித்தார்கள். அந்தச் சிறையின் இருளடைந்த ஆவணக் காப்பறையில் நான் கண்ட மனிதன் சிறைவாசத்தால் தளர்ந்துபோனவராக, ஆனால் செய்த தவறுகளுக்காக வருத்தப்படாதவராகவும் இருந்தார். "எனக்கு எது நேர்ந்தாலும் அது இந்துக்களுக்கு நல்லது. அது மக்களிடையே ஹிந்துத்துவா உணர்வைக் கிளறிவிடும்" என்று அவர் என்னிடம் கூறினார். (லோகோன் மே ஹிந்துத்துவா கோ பாவ் ஆவே கா)

2007 பிப்ரவரி 18 இரவில் சம்ஜூதா எக்ஸ்பிரஸ் டெல்லி ரயில்வே ஸ்டேஷன் சந்திப்பில் அதன் வழக்கமான பிளாட்பாரம் 18ல் இருந்து புறப்பட்டது. இந்தியாவுக்கும் பாகிஸ்தானுக்குமிடையே உள்ள இரண்டு ரயில்வண்டித் தடங்களில் ஓடும் ஒரேஒரு எக்ஸ்பிரஸ் 'ஃப்ரண்ட்ஷிப்எக்ஸ்பிரஸ்' என்று அழைக்கப்படும் 'சம்ஜூதா எக்ஸ்பிரஸ்'. அந்த இரவில் 750 பயணிகளில் ஏறத்தாழ முக்கால்பகுதியினர் தங்கள் வீடுகளுக்குத் திரும்பிச் செல்லும் பாகிஸ்தானியர்கள். அந்த எக்ஸ்பிரஸ் தனது பயணத்தைத் தொடங்கிய ஒருமணி நேரத்திற்குப்பின்—நள்ளிரவுக்குச் சில நிமிடங்கள் முன்—முன்பதிவு இல்லாத 16ஆவது பெட்டியின் இரண்டு கம்பார்ட்மெண்ட்களில் தீவிர வெடிப்புத் திறன் கொண்ட குண்டுகள் (ஐ.ஈ.டி) வெடித்தன. அந்த இரவில் சீறிவெடித்த குண்டுகளால் ரயிலில் தீப்பிடித்தது. பயணிகள் உள்ளே இருந்து வெளியே செல்லவிடாமல் தடுக்கும் வகையில் குண்டுவெடிப்பால் வெளியேறும் வாயில்கள் அடைக்கப் பட்டன.

'அது மிகவும் பயங்கரமாக இருந்தது' என ரயில்பாதை ஆய்வாளர் ஒருவர் 'ஹிந்துஸ்தான் டைம்ஸ்' இதழிடம் தெரி வித்தார். அந்தப்பெட்டி எங்கிலும் முழுவதும் எரிந்த, பாதி எரிந்த பயணிகளின் உடல்கள் சிதறிக்கிடந்தன. பின்னர் கண்டு பிடிக்கப்பட்ட ஒரு சூட்கேஸில் வெடிக்காத குண்டுகள் (ஐ.இ.டி)

பிஇடிஎன், டிஎன்டி, ஆர்டிஎக்ஸ், பெட்ரோல், டீசல் மற்றும் மண்ணெண்ணை ஆகிய இரசாயனங்களின் கலவைகளாக இருந்தன. இந்தத் தாக்குதலில் 68 பேர் இறந்தனர்.

அசீமானந்தா சம்பந்தப்பட்ட ஐந்து தாக்குதல்களில் இதுதான் இரண்டாவதும், மிகப்பயங்கரமானதும் ஆகும். இப்போது அவர் சம்ஜௌதா ரயில்குண்டு வெடிப்பில் முதல் குற்றவாளியாகவும், மே 2007ல் 11பேரைக் கொன்ற ஹைதராபாத் மெக்கா மசூதி குண்டுவெடிப்பில் மூன்றாவது குற்றவாளியாகவும், அக்டோபர் 2007ல் 3பேரைக் கொன்ற ராஜஸ்தான் மாநிலம் அஜ்மீர்தர்கா குண்டுவெடிப்பில் ஆறாவது குற்றவாளியாகவும் உள்ளார். மேலும், செப்டம்பர் 2006ல் மற்றும் செப்டம்பர் 2008ல் 37 உயிர்களைப் பறித்த மஹாராஷ்ட்ரா மாலேகான் தாக்குதலில் அவர் பெயர் இடம்பெற்றுள்ளது. இன்னும் குற்றச்சாட்டு அளிக் கப்படவில்லை.

இந்த வழக்குகளில் பெரும்பாலானவை பல்வேறு கால கட்டங்களில், மும்பை தீவிரவாதிகள் எதிர்ப்புக்குழு (ஏ.டி.எஸ்), ராஜஸ்தான் தீவிரவாதிகள் எதிர்ப்புக்குழு, மத்தியப் புலனாய்வுக்குழு (சி.பி.ஐ) மற்றும் தேசியப் புலனாய்வுக்குழு (என்.ஐ.ஏ) உள்ளிட்ட பல்வேறு குழுக்களால் புலனாய்வு செய்யப்பட்டன. இந்த ஐந்து வழக்குகளிலும் குறைந்தபட்சம் அரை டஜன் குற்றக்குறிப்புக்கள் பதிவு செய்யப்பட்டுள்ளன. முறையாகக் குற்றம் சாட்டப்பட்டுள்ள 31பேர்களில் அசீமானந்தா வுடன் இணைந்து செயல்பட்டவர்களில் பா.ஜ.க.வின் மாணவர் அணியான ஏ.பி.வி.பியின் தேசிய செயற்குழு உறுப்பினர் பிரயக்சிங் தாகுர் மற்றும் இந்தூர் மாவட்ட முன்னாள் ஆர்.எஸ். எஸ் தலைவரான சுனில்ஜோஷி ஆகியோர் அடங்குவர். எல்லாப் புலனாய்வுக்குழுக்களும் இந்தத் தாக்குதல்களைத் திட்ட மிட்டதில் அசீமானந்தா மையப் பாத்திரத்தை வகித்தவர் என உறுதிப்படுத்தியுள்ளன. அசீமானந்தா தனது சொந்தக் கணக்கில் சதித்திட்டக்கூட்டங்கள் நடத்தினார். தாக்கப்பட வேண்டிய இலக்குகளைத் தேர்ந்தெடுத்தார். வெடிகுண்டுகள் தயாரிப்புக்கு நிதி ஒதுக்கினார். குண்டுகளை வைத்தவர்களுக்குப் பாதுகாப்பு அளித்ததோடு உதவிகளும் செய்தார்.

2010 டிசம்பர் மற்றும் 2011 ஜனவரியில் டெல்லி மற்றும் ஹரியானாவில் உள்ள நீதிமன்றங்களில் அசீமானந்தா இரண்டு ஒப்புதல் வாக்குமூலங்களை அளித்தார். அவற்றில் தாக்குதல்

களுக்குத் திட்டமிட்டதை ஒப்புக்கொண்டார். அவ்வாறு ஒப்புதல் வாக்குமூலம் அளிக்கும்போது தமக்குச் 'சட்டபூர்வ உதவிகள் தேவை இல்லை' என அவற்றை மறுத்தார். அவர் நீதிமன்றக்காவலில் 48மணிநேரம் இருந்தார். புலனாய்வுக் குழுக்கள் மூலம் பெறப்பட்ட தகவல்கள்மீது ஒவ்வொரு வாக்கு மூலத்தையும் பதிவுசெய்வதற்குமுன் அவர் தனது மனதை மாற்றிக் கொள்வதற்கான வாய்ப்புக்கள் தரப்பட்டன. அசீமானந்தா ஒப்புதல் வாக்குமூலம் அளிப்பதில் உறுதியாக இருந்தார். அவரது வாக்குமூலங்கள் நீதிமன்றத்தில் பதிவு செய்யப்பட்டன. அவரது ஒப்புதல் வாக்குமூலமும், அவரது கூட்டுச்சதிகாரர்களான இரண்டுபேரின் வாக்குமூலங்களும் "அந்தத் தாக்குதல்களுக்கான திட்டங்கள் ஆர்.எஸ்.எஸ்—ன் மூத்த தலைவர்களில் குறைந்தபட்சம் ஒருவருக்காவது தெரிந்தே வகுக்கப்பட்டன" என்றன.

2011 மார்ச் 28அன்று அசீமானந்தா சட்ட உதவியை ஏற்றுக் கொண்டார். ஆனால், மறுநாளே முன்னர் அவர் ஒப்புக் கொண்ட அனைத்தையும் 'சித்ரவதை செய்து பலவந்தமாக வாங்கப்பட்டவை' எனப் பின்வாங்கினார். விசாரணை நீதிமன்றத்தில் அளிக்கப்பட்ட ஒரு விண்ணப்பத்தில் 'அசீமானந்தாவின் ஒப்புதல் வாக்குமூலங்கள் ஊடகங்களுக்குக் கசிய விடப்பட்டுள்ளன. இது அதிர்ச்சி அளிப்பதாகவும், ஆழ்ந்த கவனத்துடன் செய்யப்பட்டதாகவும் உள்ளது. இது அரசியலாக்குவதாகவும், வழக்கு நடத்துவதாகப் பாசாங்கு செய்வதாகவும், ஊடகங்கள் மூலம் ஒரு முடிவை உருவாக்கு வதாகவும், அதன்மூலம் உலக அளவில் இந்து தீவிரவாதம்பற்றி ஒரு முன்னோட்டத்தை உருவாக்குவதாகவும் ஆளும்கட்சியின் நோக்கங்களுக்காகத் திட்டமிட்டதன் ஒரு பகுதியாகவும் உள்ளது' எனக்குறிப்பிடப்பட்டது. அசீமானந்தாவுக்காக சம்ஜௌதா வழக்கில் ஆஜராகி வாதாடும் பல வழக்கறிஞர்களும், 'எல்லா வழக்கறிஞர்களும் சங் அமைப்பின் உறுப்பினர்கள்தான்' என்றும், ஆர்.எஸ்.எஸ்—ன் சட்டப் பிரிவான 'அகில பாரதிய அதிவக்தா பரிஷத்'ன் கூட்டங்களில் முடிவெடுத்து இந்த வழக்குகளை நடத்துகிறோம்' என்றும் என்னிடம் தெரிவித்தார்கள்.

நான் அசீமானந்தாவைப் பேட்டி கண்டபோது அவர் சித்ரவதை செய்யப்பட்டதை மறுத்தார். அத்துடன் அவரது வாக்குமூலங்கள் வற்புறுத்திப் பலவந்தமாகப் பெறப்பட்டவை என்பதையும் மறுத்தார். குண்டுவெடிப்புக்களுக்காக அவர்

சி.பி.ஐ.ஆல் கைதுசெய்யப்பட்டபோது ‘அதுதான் எல்லாவற்றையும் சொல்வதற்கேற்ற நல்லநேரம்’ என்று முடிவெடுத்ததாகவும் அவர் கூறினார். ‘எனக்குத் தெரியும், நான் தூக்கிலிடப்படுவேன் என்று. ஆனால் நான் ஏற்கனவே கிழவனாகிவிட்டேன்’.

எங்களது தொடர் உரையாடல்களின்போது, அவர் சம்பந்தப்பட்ட சதித்திட்டத்தின் விவரங்கள் முழுமையாக வெளிவந்தன. மூன்றாம் மற்றும் நான்காம் நேர்காணல்களில் அவரது தீவிரவாதச் செயல்பாடுகள் அனைத்தும் இப்போது ஆர்.எஸ்.எஸ்—ன் தலைவராக, அப்போது பொதுச்செயலாளராக இருந்த மோகன்பகவத் வரை ஒப்புதல் அளிக்கப்பட்டவையே என்று தெரிவித்தார். வன்முறைத் தாக்குதல்கள்பற்றி பகவத் என்னிடம் சொன்னார். ‘நீங்கள் இதில் வேலை செய்யலாம்’. இந்திரேஷ் குமார் தொடர்ந்தார்: “நீங்கள் இதில் சுனில்ஜோஷியுடன் இணைந்து வேலை செய்யுங்கள். ஆனால் இதில் நாங்கள் தொடர்புபடுத்தப்படக்கூடாது. நீங்கள் இதைச்செய்தால் நாங்களும் உங்களுடன் இருப்பதாகக் கருதலாம்”.

ஜூலை 2005ல் நடைபெற்றதாகக் கூறப்பட்ட ஒரு கூட்டத்தைப் பற்றி என்னிடம் கூறினார். சூரத் நகரில் நடைபெற்ற ஆர்.எஸ்.எஸ் உயர்நிலைக் கலந்தாய்வுக் கூட்டத்தின்பின் மூத்த சங் தலைவர்களான பகவத், அந்த அமைப்பில் அதிகாரம் படைத்த தேசிய செயற்குழு உறுப்பினர்கள் ஏழுபேரில் ஒருவரான இந்திரேஷ் குமார் உள்ளிட்டோர் குஜராத்தில்,டேங்க்ஸ்ல் உள்ள ஒரு கோவிலுக்குப் புறப்பட்டார்கள். அந்தக் கோவிலிலிருந்து இரண்டு மணி நேரக் கார் பயணத்தில் அடையக்கூடிய ஆற்றங்கரையில் உள்ள ஒரு கூடாரத்தில் அசீமானந்தா வசித்து வந்தார். மோகன் பகவத்,இந்திரேஷ்குமார் இருவரும் அசீமானந்தாவையும் அவரது கூட்டாளியான சுனில்ஜோஷியையும் சந்தித்தனர். ஜோஷி, பகவத்திடம் ‘இந்தியாவில் உள்ள பல முஸ்லீம் இலக்குகளைத் தாக்குவதற்கான திட்டங்களை’ விவரித்தார். அசீமானந்தாவின் கூற்றுப்படி அந்த இருதலைவர்களும் அந்தத் திட்டங்களை ஏற்று அங்கீகரித்தார்கள். இந்திரேஷ் அசீமானந்தாவிடம் ‘நீங்கள் இந்தத் திட்டத்தில் சுனிலுடன் இணைந்து செயல்படுங்கள். நாங்கள் இதில் சம்பந்தப்படமாட்டோம். ஆனால், நீங்கள் செய்தால் நாங்கள் உங்களுடனேயே இருப்பதாகக் கருதலாம்” என்று கூறினார்.

அசீமானந்தா தொடர்ந்து கூறினார்: 'சுவாமிஜீ! நீங்கள் இதைச் செய்தால் நாங்கள் சற்று இளைப்பாறுவோம். எந்தத் தவறும் அதன்பின் நடக்காது. அது கிரிமினல் வழக்காக மாறாது. இதை நீங்கள் செய்தால் அதன்பின் 'ஒரு குற்றத்திற்காகவே நாம் இந்தக் குற்றத்தைச் செய்தோம்' என்று மக்கள் கூறமாட்டார்கள். இது நமது தத்துவத்தோடு இணைக்கப்பட்டது. இது இந்துக்களுக்கு மிகவும் முக்கியமானது. தயவு செய்து இதைச் செய்யுங்கள். உங்களுக்கு எங்கள் ஆசீர்வாதங்கள் உண்டு' என்றார் மோகன் பகவத்

புலனாய்வுக் குழுக்களின் குற்றக்குறிப்புக்கள் இந்திரேஷ் குமார் சதிகாரர்களுக்குத் தார்மீகரீதியாகவும், பொருளாதார ரீதியாகவும் ஆதரவு தெரிவித்தார் எனக்குறிப்பிட்டுள்ளன. ஆனால்,மோகன் பகவத் போன்ற மூத்த தலைவர்கள் ஒருவரையும் தொடர்புபடுத்தவில்லை. சிபிஐயால் இந்திரேஷ்குமார் ஒரு முறை குறுக்கு விசாரணை செய்யப்பட்டபின் இந்தவழக்கு தேசியப்புலனாய்வுக்குழுவால் எடுத்துக்கொள்ளப்பட்டது. அது அசீமானநதா மற்றும் பிரக்யாசிங் ஆகியோரைத்தாண்டி இந்தச் சதித்திட்டம் பற்றிப் பரிசீலிக்கவில்லை. (இந்தச் சதித்திட்டத்தின் பல்வேறு பகுதிகளை, யார் யாரெல்லாம் குண்டுகளை வைத் தார்களோ அவர்களை எல்லாம் இணைக்கும் சரடாக இருந்த சுனில்ஜோஷி 2007 டிசம்பரில் மர்மமான முறையில் கொல்லப் பட்டார்.)

இந்தத் தாக்குதல்களில் இந்திரேஷ்குமாருக்குப் பங்கு உண்டு என்று 2010ன் பிற்பகுதியில் குற்றச்சாட்டு எழுந்ததுமுதல் ஆர்.எஸ்.எஸ் அவரைச் சுற்றியிருந்த தொடர்புகளை மூடி மறைத்தது. மோகன்பகவத் —ஒரு சர்சங்சாலக் முன்எப்போதும் மேற்கொள்ளாத நடவடிக்கையாக—குமார் மீதான குற்றச் சாட்டுக்களை எதிர்க்கும் தர்ணாவில் பங்கேற்றார். பி.ஜே.பி யின் ஆதரவும் அவருக்கு இருந்தது. பி.ஜே.பியின் தேசிய செய்தித் தொடர்பாளரான மீனாட்சி லேகி குற்றச்சாட்டில் இந்திரேஷ்குமார் பெயர் இடம்பெற்றிருந்தது முதலே அவரது வழக்கறிஞராக இருந்தார். குற்றம் சாட்டப்பட்டிருந்தவர்களில் ஒருவரின் வழக்கறிஞர், 'இந்திரேஷ்குமார் மிகவும் பதவி ஆசை கொண்டவர்' என்றும், 'அவர் சர்சங்சாலக் ஆவதற்காகக் காத்தி ருப்பவர்' என்றும் என்னிடம் கூறினார்.

உள்துறை அமைச்சகத்துக்குச் (MHA) சமர்ப்பிக்கப்பட்ட

இரகசிய அறிக்கையை ஆய்வுசெய்ய புலனாய்வுக்குழுக்களின் அதிகாரி ஒருவர் (தனது பெயர் தெரியக்கூடாது என்ற நிபந் தனையின்பேரில்) எனக்கு அனுமதி தந்தார். அந்த அறிக்கை உள் துறை அமைச்சகத்தை ஆர்.எஸ்.எஸ் தலைமைக்கு அவர்களுக்கு எதிரான ஆதாரங்கள் உள்ளதால் அந்த அமைப்பை ஏன் தடைசெய்யக்கூடாது? என விளக்கம் கேட்குமாறு கேட்டுக் கொண்டது. ஆனால், உள்துறை அமைச்சகம் அந்தப் பரிந்துரை களின் அடிப்படையில் இதுவரை எந்த நடவடிக்கையும் எடுக்க வில்லை.

1948ல் காந்தியின் படுகொலைக்குப் பின்னும், 1975ல் அவசர நிலைக் காலத்திலும், 1992ல் பாபர் மசூதி இடிப்புக்குப் பின்னும் தடைசெய்யப்பட்டதுபோல் மீண்டும் தடை வந்துவிடுமோ என்ற அச்சம் ஆர்.எஸ்.எஸ் தலைமைக்கு ஏற்பட்டது. எப் பொழுதெல்லாம் தீவிரவாத வன்முறைக் குற்றச்சாட்டுக்கள் தனது உறுப்பினர்கள் மீது சுமத்தப்படுகிறதோ, அப்பொழுதெல் லாம்—நாதுராம் கோட்சே விஷயத்தில் மேற்கொண்ட தந்திரத்தைப்போல்—'அவர்கள் எல்லாம் சங் அமைப்பிலிருந்து முன்பே விலகிவிட்டார்கள் அல்லது தன்னிச்சையாகச் செயல்படுகிறார்கள் அல்லது வன்முறையைத் தழுவியதால் தனிமைப்பட்டு விட்டார்கள். எனவே, அவர்கள் அமைப்பின் உறுப்பினர்களா? இல்லையா? என்ற கேள்விக்கே இடமில்லை' என்று கூறும் தந்திரத்தைக் கையாண்டு வந்தது.

அசீமானந்தா இந்த விஷயத்தில் ஆர்.எஸ்.எஸ்க்கு ஒருதீவிரப் பிரச்சனை ஆனார். 1952ல் வன்வாசி கல்யாண் ஆசிரமம் துவங்கியதிலிருந்து அது சங் குடும்பத்தின் உட்கருவாக விளங்கி வந்துள்ளது. அசீமானந்தா தனது இளமைக்காலம் முழுவதையும் இந்த அமைப்புக்கு அர்ப்பணித்திருந்தார். அவர் தாக்குதல்களைத் திட்டமிட்ட நேரத்தில் அவருக்காகவே உருவாக்கப்பட்ட மதச்செயல்பாடுகளுக்கான இன்னொரு பிரிவான 'வன்வாசி கல்யாண் ஆசிரம'த்தின் தலைமைப் பொறுப்பில் பத்தாண்டு களாக இருந்து வந்தார். தீவிரவாதத் தாக்குதல் திட்டங்கள் துவங்குவதற்கு முன்பேகூட வன்முறைக்கலவரங்கள்,—ஒருங் கிணைந்த மதக்கலவரங்கள் ஆகிய அனைத்தும் அவரது நன் கறியப்பட்ட வழிமுறையின் பகுதிகளாக இருந்தன.

2005ன் மத்தியில் நிகழ்ந்த சதித்திட்டங்களில் அசீமானந்தாவின் ஈடுபாட்டை மோகன்பகவத் மற்றும் இந்திரேஷ்குமார் மிகவும்

நன்றாக அறிந்திருந்தனர். அசீமானந்தா அந்த அமைப்பிலிருந்து நீக்கப்படவில்லை. அந்த ஆண்டு டிசம்பரில் ஆர்.எஸ்.எஸ் வார இதழான 'ஆர்கனைசர்ல்' வெளிவந்த ஒரு அறிக்கையின் படி அசீமானந்தா ஆர்.எஸ்.எஸ்—ன் மரியாதைக்குரிய தலைவரான எம்.எஸ்.கோல்வாக்கரின் நூற்றாண்டு விழாவைக் குறிக்கும் வகையில் ரூ.1,00,000 நிதி அளித்துக் கௌரவிக்கப்பட்டார். பி.ஜே.பியின் முக்கிய முன்னாள் தலைவரான முரளிமனோகர் ஜோஷி அந்த விழாவில் சிறப்புரை நிகழ்த்தினார். இந்திரேஷ் குமார் தனக்கெதிரான குற்றச்சாட்டுக்களின் மீது முழு விசாரணைக்கு உட்பட்டிருந்தபோதும், அசீமானந்தாவுடன் இந்திரேஷ் குமாருக்கு இருந்த உறவை ஆர்.எஸ்.எஸ் மிக சௌகரியமாகக் கேள்விக்கிடமின்றி மறுத்தது.

புகழ்பெற்ற இந்து சீர்திருத்தவாதியான சுவாமி அக்னிவேஷ், கடந்த பத்தாண்டுகளாக சங் அமைப்பின் உறுப்பினர்களால் நிகழ்த்தப்பட்ட பயங்கரவாதத் தாக்குதல்களைக் கண்டனம் செய்ததோடு என்னிடம், 'ஆர்.எஸ்.எஸ்' அமைப்பினர், இந்து சமூகத்திலுள்ள மற்றவர்களையும், தங்களையும் தீவிர இந்துத்துவா மூலம் துன்புறுத்துகிறார்கள். இது கண்டனத்திற் குரியது' என்று கூறினார். இந்துத்துவா பற்றி மூன்று புத்தகங்களை எழுதிய அரசியல் அறிவியலாளர் ஜோதிர்மயா சர்மா 'ஆர்.எஸ்.எஸ் அமைப்பு மறைமுகமான மற்றும், வெளிப்படையான செயல்பாடுகளில் தன்னை முழுவதுமாக ஈடுபடுத்திக் கொள்கிறது. சிவாஜியின் குருவான ராம்தாஸ் முன்வைத்த 'தாக்கிவிட்டு ஓடிவிடும்' கொரில்லா போர்முறை ஆர்.எஸ்.எஸ்—ன் மையப்புள்ளியாக இருக்கிறது. ஆனால் இங்கு உள்ள பிரச்சனை என்னவென்றால் இந்து மதத்தின் பெயரில் மிகவும் தைரியமாக மேற்கொள்ளப்படும் பயங்கரவாதச் செயல்களை எதிர்க்கக்கூடிய வலுவான அரசியல் கட்சிகளோ, பலம்வாய்ந்த பத்திரிக்கைகளோ நம்நாட்டில் போதுமான அளவு இல்லை என்பதே' என்கிறார்.

1948ல் நிகழ்ந்த வெட்கக்கேடான சம்பவம் முதல் இத்தகைய கண்டனங்களுக்கிடையேயும் சங் அமைப்பு நீண்டதூரம் வந்து விட்டது. ஆட்களைத் தயார் செய்வதும், இந்துராஷ்ட்ரத்தை உருவாக்குவதுமான தங்கள் முயற்சிகளில் ஆர்.எஸ்.எஸ்—ம் அதன் இணைப்பு அமைப்புக்களும் — குறிப்பாக பா.ஜ.கவும் இப்போது இந்திய சமூகத்தின் முக்கிய நீரோட்டத்தில் ஒரு பெரிய சக்தியாகத் தன்னைப் பிரதிநிதித்துவப்படுத்துகிறது.

அசீமானந்தாவும்கூடப் பல்வேறு வகைகளில் இந்த முயற்சியின் தயாரிப்பாக ஆர்.எஸ்.எஸ்—ன் நோக்கங்களைப் பூதாகரமான அளவில் பகிர்ந்து கொள்கிறார். 'உலகளாவிய இந்துராஷ்ட்ரா தான் தனது நோக்கம்' என்று அவர் என்னிடம் கூறினார்.

2

இந்துராஷ்ட்ரா மீதான அசீமானந்தாவின் உணர்ச்சிவசப்பட்ட நம்பிக்கையும், அதை அடைவதற்கான வழியாக அவர் ஏற்றுக் கொண்ட வன்முறைவெறியும் அடிப்படையிலேயே இரண்டு வேறுபட்ட சிந்தனைப் போக்குகளிலிருந்து - இராமகிருஷ்ணா மிஷன் உபதேசித்த 'உலக கர்மா யோகம்' மற்றும் ஆர்.எஸ். எஸ்-ன் இந்துத்துவா ஆகியவற்றிலிருந்து தோன்றியதே ஆகும். இந்த இரண்டு போக்குகளாலும் அசீமானந்தா உருவாக்கப் பட்டார். இராமகிருஷ்ணா மிஷனின் துறவு வாழ்வை ஆர்.எஸ். எஸ்-ன் தீவிர மதவாத அரசியலோடு இணைத்தார். இது அவரை உள்ளூர் ஆர்.எஸ்.எஸ் சாகாவில் பங்கேற்க அதே நேரத்தில் தனது தந்தையின் மதிப்பீடுகளை மறுக்க வைத்தது. இது அசீமானந் தாவின் கணக்குப்படி இந்துயிசத்தை ஒரு அரசியல் சக்தியாகத் தட்டியெழுப்பும் வழிமுறை ஆனது.

அசீமானந்தா 1951ன் பிற்பகுதியில் மேற்குவங்கத்தில் உள்ள ஹூக்ளி மாவட்டத்தில் 'நாபாகுமார் சர்க்கார்' ஆகப் பிறந்தார். சுதந்திரப்போராட்ட வீரரான பிபூதிபூஷன் சர்க்காரின் ஏழு மகன்களில் இரண்டாவது மகன் இவர். 'காந்திதான் எனது கடவுள்' எனத் தனது குழந்தைகளிடம் கூறிய காந்தியவாதி இவர்களின் தந்தை. அவர்கள் வாழ்ந்த காமர்பூர் தான் 19ஆம்

லீனாகீதா ரெகுநாத் | 35

நூற்றாண்டின் ஞானியான இராமகிருஷ்ண பரமஹம்சர் பிறந்த ஊர் ஆகும். அவர் 'கடவுளை அடைய பல நம்பிக்கைகள்; பல பாதைகள்' என உபதேசித்தவர். இராமகிருஷ்ண பரமஹம்சரின் புகழ்பெற்ற சீடரான சுவாமி விவேகானந்தர் 1877ல் இராமகிருஷ்ணா மிஷனை 'சுயநலமற்ற தொண்டின் மூலம் கர்மயோகப் பணிகளை முன்னெடுத்துச் செல்வதற்காக' ஸ்தாபித்தார். இராமகிருஷ்ண பக்தர்களின் புனிதத்தலமாக விளங்கிய அந்த மிஷனின் உள்ளூர்க்கிளை அருகில் மாலை நேரங்களில் சாமியார்களின் பக்திப் பாடல்களைக் கேட்டு அசீமானந்தா வளர்ந்தார்.

பிபூதிபூஷண் சர்க்காரும், அவரது மனைவி பிரமிளாவும் பல் வேறு வங்காள பக்திக் குடும்பங்களின் பெருமைக்குரியதாக விளங்கிய இராமகிருஷ்ணா மிஷனின் புனிதப் பணிகளில் தங்கள் மகன் சேரவேண்டும் என்று விரும்பினார்கள். ஆனால், அசீமானந்தாவும், அவரது சகோதரர்களும் எம்.எஸ்.கோல்வாக்கரின் தலைமையில் வேகமாகப் பரவிவந்த ஆர்.எஸ்.எஸ் அமைப்பால், சொந்தமாக உருவகப்பட்ட சமூக சேவைகளால் ஈர்க்கப்பட்டார்கள். 'நான் எனது இளமையில் அவர்களது கொள்கைகளின்பின் சென்று அவர்களோடு வாழ்ந்து வந்தேன்' என்ற அசீமானந்தா, தனது தந்தை 'நீங்கள் ஒரு கொள்கையினால் ஈர்க்கப்பட்டு அதைப் பின்பற்ற வேண்டுமென்று விரும்புவதை நான் புரிந்துகொண்டேன். ஆனால், அந்த ஆர்.எஸ்.எஸ்.தான் காந்தியைக் கொலை செய்த அமைப்பு. எனவே, அதற்கு எதிராக உங்களை எச்சரிக்க வேண்டியது எனது கடமை' என்று கூறியதையும் நினைவு கூர்ந்தார். ஆனால் அந்தப் பையன்கள் அதற்கு மாறாக உள்ளூர் ஆர்.எஸ்.எஸ் ஊழியர்களோடு நெருங்கிப்பழகி வளர்ந்தார்கள். அவர்களோடு தங்கள் (சர்க்கார்) வீட்டில் உணவு அருந்தினார்கள். அசீமானந்தாவின் மூத்த சகோதரர் ஆர்.எஸ்.எஸ்இல் முழுநேர ஊழியரானார். சமர்புகூரில் நான் அசீமானந்தாவையும், அவரது இளைய சகோதரர் சுசாந்த் சர்க்காரையும் சந்தித்தபோது, 'எங்கள் தந்தை எங்களைத் தடுக்கவில்லை' என்று கூறினார்கள். ஆனால், சங் அமைப்பின் உறுப்பினர்களைத் தனக்கு அறிமுகம் செய்யக் கூடாது எனக்கடுமையாக எச்சரிக்கை விடுத்தார் எனவும் கூறினார்கள்.

அசீமானந்தாவின் 20ஆம் வயதுகளில் அவரது நம்பிக்கைக்குரிய சங் அமைப்பின் இரண்டு உறுப்பினர்களின் அறிவுரை

களால் அவரது எஞ்சிய நம்பிக்கைகளில் திடீரென ஒரு சாய்மானம் ஏற்பட்டது. இருவரில் முதலாமவர் ஆர்.எஸ்.எஸ் ஊழியரான பிஜோய் அடியா. இவர் அசீமானந்தாவின் தீவிர இந்துத்துவா அடிப்படைவாத அரசியலுக்கு வழிகாட்டினார். தனது கல்கத்தா அலுவலகத்தில் இப்போது அவர் ஆர்.எஸ்.எஸ்—ன் வங்கமொழி வார இதழான 'ஸ்வஸ்திகா'வின் ஆசிரியராக உள்ளார். பிஜோய் அடியா அசீமானந்தாவை 1976ல் முதன்முதலாகச் சந்தித்ததாக என்னிடம் கூறினார். அசீமானந்தா உள்ளூர்ப் பல்கலைக்கழகத்தில் இயற்பியலில் இளங்கலைப் பட்டப்படிப்புப் படித்துவந்தார். தொடர்ந்து முதுகலைப் பட்டமும் பெற்றார். அவரது பெற்றோர் அசீமானந்தாவைத் தங்களது மற்ற பிள்ளைகளிலிருந்து முற்றிலும் வேறுபட்டவர் என்பதை உணர்ந்தே இருந்தார்கள். அடியா சொன்னார், 'மற்ற சகோதரர்களைப்போல் சராசரி வாழ்வை அவர் மேற்கொள்ள மாட்டார்' என அவர்கள் அறிந்திருந்தனர். அசீமானந்தா தொடர்ந்து வழக்கம்போல இன்னும் இராமகிருஷ்ணா மிஷனுக்குச் சென்றுவந்தார். 'விவேகானந்தரின் பெரும்பாலான இலக்கியங்களை நான் அவர்கள் வீட்டிலிருந்துதான் படித்தேன்' என்றார் அடியா.

சர்க்கார் வீட்டு நூலகத்திலிருந்த புத்தகங்களில் ஒன்று 'இந்து தேசத்திற்காக ஒரு துயிலெழுப்பும் குரல்' என்ற விவேகானந்தரின் எழுத்து மற்றும் உரைகளின் தொகுப்பு. இந்துத்துவா இயக்கத்தின் மிகமுக்கியமானவரான ஏக்நாத் ரானடே தொகுத்திருந்தார். இவர் காந்தியின் படுகொலைக்குப்பின் தடைசெய்யப்பட்ட ஆர்.எஸ்.எஸ்—ன் தலைவராகச் செயல்பட்டவர். அவருடன் இருந்தவர்களால் 'தலைமறைவு சர்சங்சாலக்' என்ற புனைப் பெயரில் அழைக்கப்பட்டவர். இந்துக்களுக்கு விவேகானந்தர் விடுத்த அழைப்பான "எழுமின்! விழிமின்!! இலக்கை அடையும் வரை நிறுத்தன்மின்!!" என்ற அழைப்புக்கு மிகுந்த அழுத்தம் கொடுத்தது இந்தப் புத்தகம். 'இராமகிருஷ்ணா மிஷன் அரசு நிதியைப் பெறுவதற்காக விவேகானந்தரை 'மதசார்பற்றவர்' எனத்தவறாக ஆக்கியது: ரானடேவின் மூலவாக்கியங்களை ஏற்று அதைத் திருத்திக் கொண்டது' என அடியா கூறினார். (ஆர்.எஸ்.எஸ் தலைவர் எம்.எஸ். கோல்வாக்கரின் கட்டளையை ஏற்று கன்னியாகுமரியில் நிறுவப்பட்ட விவேகானந்தர் நினைவுப் பாறையின் கட்டுமானப் பணிகளை ரானடே மேற்பார்வையிட்டார். ரூ.1.35 கோடி செலவில் 1970ல் இப்பணி

நிறைவு பெற்றது) அடியா இந்தப் புத்தகத்தைப் படிக்குமாறு அசிமானந்தாவை உற்சாகப்படுத்தினார்.

'இராமகிருஷ்ணா மிஷன் கொள்கைப்படி எல்லா மதங்களும் சமமானவையே. அவர்கள் கிருஸ்துமஸ், ஈத் பண்டிகைகளையும் கொண்டாடினார்கள். நானும் அதையே பின்பற்றினேன். விவேகானந்தர் போதித்தது இதுவல்ல என்று அடியா கூறிய போது அதை நான் நம்பவில்லை,' என்று அசீமானந்தா என்னிடம் கூறினார். பின் அவர் ரானடேயின் மூலவாக்கியத்தை எடுத்துப் படித்தார். அதிலிருந்த விவேகானந்தரின் ஒற்றைவரி அசீமானந்தாவை ஆட்டிப்படைத்தது. "இந்து மதத்தைவிட்டு ஒவ்வொரு மனிதனும் விலகிச் செல்லும்போது, ஒருமனிதன் குறைகிறான் என்பதல்ல பொருள். ஒரு எதிரி அதிகமாகிறான் என்பதே".

"நான் இதைப்படித்தவுடன் பேரதிர்ச்சி அடைந்தேன். தொடர்ந்து பல நாட்கள் நான் இதைப் பற்றியே சிந்தித்தேன். என்னிடம் உள்ள குறைந்த ஆற்றலைக்கொண்டு விவேகானந்தரின் போதனைகளை முழுவதும் உணரவோ, ஆராய்ச்சி செய்யவோ முடியாது என்பதை அறிந்தேன். ஆனால் அவர் அப்படிச் சொல்லியிருப்பதால் அதை என் வாழ்நாள் முழுவதும் கடைப் பிடிப்பேன்" என்றார் அசீமானந்தா. அதற்குப்பின் அவர் இராம கிருஷ்ணா மிஷனுக்கு மீண்டும் செல்லவே இல்லை.

விவேகானந்தருடையது என ரானடே குறிப்பிட்ட வியாக்கியானம் அசீமானந்தாவின் உயிர் நாடியான அரசியல் சங்கல்பமாகியது. அதற்கான வடிவத்தை ஆர்.எஸ்.எஸ். ஊழியரும் துறவியுமான பசந்த்ராவ் பட் தந்தார். இவர் 1956ல் நாக்பூரில் இருந்து கல்கத்தா வந்து ரானடேவின்கீழ் பணியாற்றி வந்தார். பட் ஆர்.எஸ்.எஸ்—ன் கொள்கைகளுக்கு மூர்க்கத்தனமாகத் தன்னை அர்ப்பணித்துக் கொண்டவர். ஆனால், மென்மையானவர். வசீகரத்தன்மை கொண்டவர். பசந்த்ராவ் பட் போன்றவர் களெல்லாம் வேலை செய்கிற ஓர் அமைப்பு மோசமானதாக இருக்கும் என்று நம்புவதற்குக் கடினமாக இருக்கிறது என்று தனது தந்தைகூட ஒருமுறை கூறியதாக அசீமானந்தா என்னிடம் சொன்னார். படிப்படியாக மேற்குவங்கத்தில் ஆர்.எஸ்.எஸ்—ன் தலைவராக உயர்ந்தார் பசந்த்ராவ்பட். ஆர்.எஸ்.எஸ்—ன் தத்துவங்களை இராமகிருஷ்ணா மிஷன் துறவிகள் மேற்கொண்டு வரும் மதச்சேவைகளோடு இணைப்பதில் பசந்த்ராவ் பட் ஒரு முன்மாதிரியாக இருப்பதை அசீமானந்தா கண்டார்.

1975ல் இந்திராகாந்தி நெருக்கடி நிலையைப் பிரகடனம்செய்து ஆர்.எஸ்.எஸ்-ஐத் தடை செய்தார். அதன் உறுப்பினர்கள்மீது கடும் நடவடிக்கை எடுத்தார். அசீமானந்தா உட்பட ஆயிரக் கணக்கான சங் ஊழியர்கள் சிறையில் அடைக்கப்பட்டார்கள். பட் தனது குருநாதரைப் பின்பற்றித் தலைமறைவாக இருந்து வேலை செய்ததோடு சிறையில் அடைக்கப்பட்டவர்களின் குடும் பத்தினருக்குத் தேவையானவற்றை அளித்து வந்தார். நெருக்கடி நிலையின் முடிவில் தடை நீக்கப்பட்டபோது வங்கத்திலும், வடகிழக்குப் பகுதிகளிலும் தங்கள் வேலைகளைச் செய்ய 'வன்வாசி கல்யாண் அஷ்ரம்' என்ற ஒரு புதிய பிரிவை பட் துவக்கினார். அசீமானந்தா அவரோடு சேர்ந்து அந்த அமைப்புக்குள் முழுநேர ஊழியராக வேலை செய்யத் துவங்கினார். 1978ல் அவர்கள் நாட்டின் வடகிழக்குப் பிராந்தியத்தில் மேற்குவங்கத்தின் புரூலியா அருகில் உள்ள பாக்முந்தி காடுகளில் தங்களது முதல் வன்வாசி கல்யாண் ஆசிரமத்தைத் துவக்கினார்கள்.

வடகிழக்குப் பகுதியை நோக்கிய அவர்களது நகர்வு பழங் குடியினரின் பகுதிகளுக்குள் தங்களது வன்வாசி கல்யாண் ஆசிரமத்தை நாடுதழுவிய அளவில் விரிவுபடுத்தும் திட்டத்தின் ஒருபகுதியாகும். தற்போது சதீஸ்கரில் உள்ள ஜாஷ்பூரில் அது துவக்கப்பட்டது முதல் ஆர்.எஸ்.எஸ் தலைவர் பாலசாஹேப் தேஷ்பாண்டே 12 ஓரோன் பழங்குடிக் குழந்தைகளுடன் தனது வேலைகளை ஆரம்பித்தார். இந்த அமைப்பு கிறிஸ்தவ மெஷினரிகளின் செல்வாக்கையும், பழங்குடியினரை மதமாற்றம் செய்வதையும் எதிர்த்துக் கடுமையான முயற்சிகளை மேற் கொண்டது. வடகிழக்குப்பகுதியில் செயல்பட்டுவரும் பிரிவினை வாத இயக்கங்களைப்போல் தேசத்தின் ஒருங்கிணைப்புக்கு கிறிஸ்தவம் ஆபத்தானது என சங் அமைப்பு நம்புகிறது. கிறிஸ்தவ எவாஞ்சலிஸ்ட்டுகளின் வெற்றிகரமான மாதிரிகளிலிருந்து வன்வாசி கல்யாண் ஆஷ்ரமின் வழிமுறைகள் உருவாக்கப்பட்டன. விளையாட்டுக்குழுக்கள், ஆரம்ப, நடுநிலைப் பள்ளிகள், விடுதி கள் மற்றும் மருத்துவசேவைகளை நடத்தினார்கள். இவை மத மாற்றத்திற்கான மையங்களாகவும் விளங்கின. இதன் நோக்கம் இந்துத்துவாவை வளர்ச்சி பெறச்செய்து அதன்மூலம் ஆர்.எஸ். எஸ்—ன் கலாச்சார அரசியல் தலைமையிடமாக அதை மாற்று வதே.

அசீமானந்தா அடுத்த 10ஆண்டுகள் புரூலியாவில் இந்த நோக்கங்களை முன்னெடுத்துச் செல்வதற்கான வேலைகளைச்

செய்தார். அத்துடன் அவரது பெற்றோர் விரும்பிய ஒருவகை யான சந்நியாசப்பாதையைப் பின்பற்றவும் முடிவு செய்தார். 31ஆவது வயதில் சந்நியாசத்தை ஏற்கவும் தீர்மானித்தார். பசந்த்ராவ் பட் அவரிடம் பழங்குடியினரோடு இணைந்து வேலைசெய்வதும், சங் அமைப்புக்காகப் பாடுபடுவதும்தான் அவருக்குத் தரப்பட்ட பணி என்பதால், அவர் புனிதப்பணியில் சேரவேண்டியதில்லை எனக்கூறினார். ஆனால், அசீமானந்தா தனது மனதிற்குள் ஒரு முடிவு எடுத்து புரூலியாவிலிருந்த வங்காளகுரு பரமானந்தாவின் ஆசிரமத்திற்குச் சென்றார். 'அவர்தான் எனது குரு என்று முடிவுசெய்தேன். ஏனெனில் அவரும் இராமகிருஷ்ணர் போதனைகளைப் பின்பற்றியவர். அவர் முதன்மையாக தலித்துகளுடன் வேலைசெய்தார். ஆனால், இந்துயிசத்தைப் பிரச்சாரம் செய்வதிலும் தன்னை ஈடுபடுத்திக் கொண்டார்' என்றார் அசீமானந்தா. நாபாகுமார்சர்க்காருக்கு பரமானந்தா சந்நியாசப் பிரமாணம் செய்துவைத்தார்.' 'எல்லை யற்ற ஆனந்தம்' என்ற பொருள் தரும் 'அசீமானந்தா' என்ற பெயரையும் சூட்டினார்.

சந்நியாசத்தை ஏற்றுக்கொண்டபின் அசீமானந்தா பழங்குடி யினரிடையே வேலை செய்வதற்காக புரூலியா திரும்பினார். அவரது வாழ்க்கை வன்வாசி கல்யாண் ஆஷ்ரம் உயர்மட்டத் தலைவர்களுடன்—தனது வாழ்நாளின் பெரும்பகுதியை கேரள ஆர்.எஸ்.எஸ் தலைவராகவும், வன்வாசி கல்யாண் ஆஷ்ரமின் அகில இந்திய அமைப்புச் செயலாளராகவும் இருந்த கே.எஸ். பாஸ்கரராவ் உள்ளிட்டோருடன்—தொடர்ந்தது. கேரளாவில் இன்று எந்த ஒரு மாநிலத்தையும்விட அதிகமாக 4,000 சாகாக்கள் உள்ளன. அசீமானந்தாவின் செயல்பாடுகளை மனதில் பதித்துக் கொண்ட பாஸ்கரராவும், வ.க.ஆஷ்ரமின் தலைவர் ஜெகடேவ் ராம் ஓரோனும் வ.க.ஆஷ்ரமின் மதவிழிப்புணர்வு வேலைகளை விரிவுபடுத்த அவரை அந்தமானுக்குச் செல்லுமாறு கேட்டுக் கொண்டனர்.

காலனிஆட்சிக் காலங்களிலிருந்து அந்தமான்—நிக்கோபாரில் இருந்த 500க்கும் மேற்பட்ட தீவுகளில் தாய்நாட்டிலிருந்த இந்தியர்கள்தான் குடியமர்ந்திருந்தார்கள். அவர்களுக்காக நகரியங்களைக் கட்ட சதீஸ்கரிலிருந்து பழங்குடியினர் கப்பல் களில் அனுப்பட்டார்கள். 'அந்தமானுக்கு இடம்பெயர்ந்த பழங்குடியினர் கிறிஸ்தவ மெஷினரிகளால் கவரப்பட்டு இந்துக்களுக்கும், இந்துத்துவாவுக்கும் எதிரிகளாக வளர்ந்து

விடுவார்கள் என 1970களில் சங்பரிவாரங்கள் அஞ்சின' என அசீமானந்தா என்னிடம் கூறினார். பாராளுமன்றத்தில் இந்தத் தீவுகளின் பிரதிநிதியாக மனோரஞ்சன் பக்தா என்ற ஒரு காங்கிரஸ்காரர்தான் 10 ஆண்டுகளுக்கும் மேலாக இருந்து வந்தார். எனவே ஆர்.எஸ்.எஸ்—ன் காலடியைப் பதிக்க அசீமானந்தா அங்கே செல்ல நேர்ந்தது.

'நான் முதன்முறையாக அந்தமானில் இறங்கியபோது அங்குவேலை செய்வதற்கு ஓர் இடமும் இல்லை. இணைந்து வேலை செய்வதற்கும் யாரும் இல்லை' எனச் சொன்னார் அசீமானந்தா. பழங்குடியினரின் தன்மையோடும், மதரீதியான ஆர்வத்தைப் பூசிமெழுகாமலும் பழங்குடியினரோடு ஒரு தொடர்பை ஏற்படுத்திக்கொண்டார். அவர் அந்தமானிலும் பழங்குடியினரிடம் வன்முறை அச்சத்தை ஏற்படுத்திப் பல வந்தமாக அவர்களை இந்துயிசத்தைத் தழுவ வைத்தார் என அதுபற்றிய விளக்கங்களுக்குச் செல்லாமல் என்னிடம் சொன்னார். இத்தகைய மாற்றங்களை அவர் 'வீடு திரும்புதல்' (கர் வாபஸி) என அழைத்தார். (பழங்குடியினர் எல்லாரும் அடிப்படையில் இந்துக்கள். அனிமிஸ்ட் அல்ல என்று சங் அமைப்பு எப்போதும் கருதுகிறது. எனவே 'மீண்டும் மதமாற்றம்' என்பதை வலியுறுத்துகிறார்கள்.)

அசீமானந்தா மேலும் எளிமையான வழிகளைத் தனது பிரச்சாரத்திற்குப் பயன்படுத்தினார். அவர் பழங்குடி மக்களிடையிலேயே புதிய மதத்தோடு முற்றிலும் இணைந்துபோகாத அந்தச் சமுதாயத்தின் வயது முதிர்ந்த பெரியவர்களோடு வாழ்ந்தார். 'அவர்கள் என்னிடம், 'நாங்கள் கிறிஸ்தவத்துக்கு மதம் மாறினாலும், எங்கள் திருவிழாக்களையும், நடனங்களையும், பழக்க வழக்கங்களையும் தொடர்ந்து உயிருடன் பாதுகாக்கவே விரும்புகிறோம்' என்றார்கள். 'இவற்றை நிறைவேற்றுவதுதான் எனது வேலை' என்று அவர்களிடம் நான் சொன்னேன்' என்று அசீமானந்தா கூறினார்.

இந்தச் சமுதாயத்தின் மூத்தவர்களின் நல்லெண்ணத்தைக் கவசமாகக்கொண்டு 6 இளம்பெண்களை வேலைக்கு அமர்த்தி, அவர்களை கன்னியாகுமரியிலுள்ள விவேகானந்தா கேந்திரத்துக்குப் பஜனைகளைக் கற்றுக்கொள்ளவும், அனுமன்மீது நம்பிக்கைகொள்ள வைக்கவும் அனுப்பினார். பின்னர் அவர்களை ஜஸ்பூரில் உள்ள வ.க.ஆஷ்ரமத்தின் தலைமை இடத்திற்கு அழைத்துச்சென்றார். அங்கே அவர்கள் இந்துக் கலாச்சாரம்

பற்றி மூன்று மாதங்கள் படித்தார்கள். அதன்பின் அசீமானந் தாவும், அந்தப் பெண்களும் ஒருவகையான வீதி நிகழ்ச்சிகளை நடத்தி அந்தமானில் உள்ள எல்லாக்கிராமங்களிலும் பஜனை களை நடத்தவும், அடுத்த ஒரு அணிக்காகக் குழந்தைகளைத் தேர்வுசெய்யவும் துவங்கினார்கள். தனியொரு இளம் பெண்கள் அணியுடன் மட்டும் தனது பிரச்சாரப்பயணம் நடைபெறுவது சரியல்ல என்று அசீமானந்தா கருதினார். ஏனெனில், இந்த பெண்களுக்குத் திருமணம் ஆகிவிட்டால் பிறகு அந்தப்பிரச் சாரம் தொடர குழந்தைகளுக்குப் பயிற்சி தரவேண்டும்: அவ்வாறு பயிற்சி பெறுபவர்கள் 8 வயதினராக இருக்கவேண்டும்.

அதன்பின் அசீமானந்தா இந்து சமுதாயத்தை முறைப்படுத்த வழிபாட்டிற்கான நிரந்தர இடங்களைக்கட்டவும், அவற்றை நிர்வகிக்க அலுவலர் அமைப்புக்களை உருவாக்கவும் செய்தார். போர்ட்பிளேயரில் ஆர்.தாமோதரன் என்பவர் உள்ளூர் கோவில்குழுவின் தலைவராகவும், விஷ்ணுபாத ரே என்ற வங்காளி செயலாளராகவும் ஆனார்கள்.

1990களின் துவக்கம்வரை அசீமானந்தா அந்தமானிலேயே முழுநேரமும் வாழ்ந்து வந்தார். அங்கே அவர் செய்த முயற்சிகள் 1999ல் அந்தப்பகுதியின் முதல்பி.ஜே.பி பாராளுமன்ற உறுப்பின ராக விஷ்ணுபாதரேவை ஆக்கும் களப்பணியாக அமைந்தன. 'அரசியலுக்கு வருவது நல்லது' என நான் அவரிடம் சொன்னேன். எனவே அவர் டெல்லிக்குச் சென்றார். வாஜ்பாயையும் சந்தித் தார். அரசியலும் நாங்கள் செய்யும் வேலைகளின் ஒருபகுதிதான். 2007ல் போர்ட்பிளேயரில் நகரசபையின் குழுத்தலைவராக தாமோதரன் போட்டியின்றித் தேர்ந்தெடுக்கப்பட்டார் என அசீமானந்தா கூறினார்.

அந்தமானைவிட்டு வந்தபிறகும் அசீமானந்தா அடிக்கடி அங்கு வந்தார். இயற்கைச் சீற்றங்களைத் தொடர்ந்து உணவு மற்றும் மருந்துப்பொருட்களை ஒப்படைக்கவும் வந்தார். ஆனால் அவரது நிவாரண உதவிகளை 'யார் யாரெல்லாம் தங்களை இந்துக்கள் என்று அறிவித்துக் கொண்டார்களோ அவர்களுக்கு மட்டுமே தரவேண்டும்' என்று மிகக்கடுமையாக வரையறுத்தார். 2004ல் சுனாமி வந்தபிறகு நிகழ்ந்த ஒரு கதையை என்னிடம் சொன்னார். "ஒரு கிறிஸ்தவப் பெண் தனது குழந்தைக்குப்பால் வேண்டும் என்று வந்தாள். எனது ஆட்கள் இல்லை என்று கூறிவிட்டார்கள். அந்தக் குழந்தைக்கு மூன்று நாட்களாக எந்த

உணவும் கிடைக்கவில்லை கொஞ்சம் பாலாவது தராவிட்டால் அந்தக் குழந்தை இறந்துவிடும் என்று அந்தப்பெண் கெஞ்சினாள். அதன்பின் எங்கள் ஆட்கள் ‘சுவாமிஜியிடம் சென்று கேள்’ என்றனர். நான் அந்தப் பெண்ணிடம் ‘அவர்கள் என்ன செய்கிறார்களோ அதுதான் சரி. உனக்கு இங்கே பால் கிடைக்காது’ என்று கூறினேன். இந்தக்கதையைத் திரும்பத் திரும்பக் கூறுவதை அசீமானந்தா பெரிதும் விரும்பினார்.

3

டேங்க்ஸ். மஹாராஷ்ட்ராவைக் கிழக்கிலும், மேற்கிலும் எல்லைகளாகக் கொண்ட குஜராத்தின் தெற்கு வால்பகுதியில் அமைந்துள்ள மிகவும் சிறிய, மிகவும் குறைந்த மக்கள் வசிக்கும் மாவட்டம். இதன் 75% மக்கள், தோராயமாக 2 இலட்சம்பேர் வறுமைக்கோட்டின்கீழ் வாழ்பவர்கள். இவர்களில் 93% பேர் ஆதிவாசிகள். பிற பழங்குடி இனப்பகுதிகளைப் போலவே அதன் செல்வ ஆதாரங்களையும், விருப்பங்களையும் சமமாகப் பகிர்ந்து கொள்ளாததால் ஏற்பட்ட சச்சரவுகளை இங்கும் காணமுடிந்தது. பிரிட்டிஷார் 1830ல் வளமான தேக்குமரங்கள் நிறைந்த அந்த டேங்க்ஸ் வனப்பகுதியைச் சுரண்டுவதற்கான உரிமையை பழங்குடி இன அரசர்களைத் தங்கள் ஆட்சிக்கு உட்படுத்திப் பெற்றார்கள். 1842ல் அந்த வனப்பகுதி பாதிக்கும் மேற்பட்ட மாவட்டத்தைத் தன்னுள் கொண்டிருந்தது. ஆதிவாசிகளிடையே செல்வாக்குப்பெற்று, அந்த நிலங்கள் தங்களுக்குரியது என்ற உணர்வை ஆதிவாசிகளிடம் ஏற்படுத்தி விடுவார்கள் என்று அஞ்சிய பிரிட்டிஷ் அரசு, கிறிஸ்தவ மெஷினரிகளைத் தவிர மற்ற சமூகநலப் பணியாளர்களையும், அரசியல் செயல்பாட்டாளர்களையும் தடை செய்தது. 1905ல் முதல் மெஷினரிப் பள்ளி ஆவாவில் துவக்கப்பட்டது. அப்போது முதல் கிறிஸ்தவ எவாஞ்சலிஸ்டுகள் மிகுந்த எண்ணிக்கையில்

தீவிரமாகப் பணியாற்றி வந்தார்கள். அசீமானந்தாவின் கூற்றுப்படி டேங்க்ஸ்-ஐ அவர்கள் 'மேற்கு நாகாலாந்து' (பச்சிம் கா நாகலாந்த்) என்று அழைத்தனர். 'வட கிழக்கில் உள்ளதுபோலவே இந்த அச்சுறுத்தல் மிகவும் பெரியது' என்றார் அசீமானந்தா.

வன்வாசி கல்யாண் ஆஷ்ரம் சார்பில் நாடு முழுவதும் சுற்றுப்பயணம் மேற்கொண்டிருந்த போது 1996ல் முதன் முதலாக அசீமானந்தா டேங்க்ஸ்க்கு வந்தார். அந்த அமைப் பின் தலைவர்கள் இந்தியாவிலுள்ள பழங்குடியினர் பகுதி கள் ஒவ்வொன்றிலும் அவரது மதமாற்றப் பணிகளை மேற்கொள்ளுமாறு கேட்டுக்கொண்டனர். அதற்காக அவர்கள் 'நம்பிக்கையை மீட்டெடுக்கும்' அமைப்பாக 'ஸ்ரத்தா ஜாக்ரண் விபாக்' ஐ நிறுவினர். அசீமானந்தாவை அதன் தலைவர் ஆக்கினர். ஆனால், அசீமானந்தாவோ தனிப்பட்ட ஒருபகுதியில் வேலை செய்வதன் மூலம் மிகப்பெரிய தாக்கத்தை ஏற்படுத்தமுடியும் என்று நினைத்தார். டேங்க்ஸ்ல் ஒருவலிமையான தூண்டுதலை உணர்ந்தார். 'டேங்க்ஸ்ல் பழங்குடியினரோடு தங்கியிருப்பது, அவர்களோடு வேலைசெய்வது என்ற ஒருவிதமான பணியைச் சிறப்பாகச் செய்தேன்' என்றார் அவர். 'ஒருவர் தான்எதில் திருப்தி அடைகிறாரோ அந்த வேலையையே எப்போதும் செய்துவர வேண்டும். வடகிழக்குப் பகுதிகளைப்போல அல்லாமல் டேங்க்ஸ்வாசிகளை கிறிஸ்தவத்திலிருந்து மீட்பதற் கான வாய்ப்புக்கள் இன்னும் உள்ளன', என்று அசீமானந்தா என்னிடம் கூறினார்.

அசீமானந்தா சங்அமைப்புக்கு முதலாவதாகவும், முதன்மை யாகவும் விசுவாசம் மிக்கவராக இருந்தபோதிலும், குஜராத்தின் வனப்பகுதியிலிருந்துகொண்டு அவருக்கான தேசியக் கட்டளை களை நிறைவேற்றமுடியாது என அவரது மேலதிகாரிகள் கவலைப்பட்டனர். 1998வரை டேங்க்ஸ் பகுதியில் தனது செயல்பாடுகளில் கவனம் செலுத்தத் தன்னை அனுமதிக்க வேண்டும் என அவர்களை ஒப்புக்கொள்ளவைக்க முடிய வில்லை. 'எவாஞ்சலிஸ்ட்டுகளைப் போன்ற அர்ப்பணிப்பு மற்றும் வன்முறையில் பலவந்தப்படுத்துதல்' ஆகியவற்றின் இணைப்பாக சங் ஊழியர்களை மின்சாரம்போல ஊடுருவவைத்து, அசீமானந்தா தனது மேலதிகாரிகளின் பதற்றம் தேவையற்றது என நிரூபித்தார். வ.க.ஆஷ்ரமின் அமைப்புச் செயலாளரும், கேரள ஆர்.எஸ்.எஸ். தலைவருமான பாஸ்கரராவ் அசீமானந்தாவின்

இந்தச்செயல் 'தேசம் முழுமைக்குமான ஒரு முன்னுதாரணம்' என வர்ணித்ததை அசீமானந்தா நினைவு கூர்ந்தார்.

டேங்க்ஸ்ல் ஆதிவாசி சமூகத்தினரிடையே மதவேறுபாடுகள் ஏற்கனவே பரஸ்பர நம்பிக்கையின்மையை ஏற்படுத்தியிருந்த 1998ல், அசீமானந்தா வ.க.ஆஷ்ரமத்தில் தங்கியிருந்தார். 1970களின் முன் அந்தப்பகுதியில் கிறிஸ்தவ மதமாற்றம் குறைவாகவே இருந்தது. ஆனால், 1991முதல் டேங்க்ஸ்ல் கிறிஸ்தவர் எண்ணிக்கை ஒவ்வொரு ஆண்டும் மக்கள்தொகைக் கணக்கின்படி தோராய மாக 9% என்ற அளவில் வளர்ந்து கொண்டிருந்தது. பெற்றோர்கள் இறந்து விடும்போது எந்தவகையில் இறுதிச் சடங்குகளை மேற் கொள்வது என்பதுபற்றி ஒரு சகோதரர் இன்னொரு சகோ தரரிடம் சண்டையிட்டுக் கொண்டிருந்தார். அசீமானந்தா அங்கு வருவதற்கு முந்தைய ஆண்டில் அந்த மாவட்டத்தில் கிறிஸ்தவர்கள்மீது 20 தாக்குதல்கள் நடைபெற்றன. 1998ல் அவை அங்கொன்றும் இங்கொன்றுமாகத் தொடர்ந்தன.

ஒவ்வொரு ஆண்டும் 24 பழங்குடியினச் சிறுவர்களுக்கு இலவச உணவு, தங்குமிடம் ஆகியவற்றைத் தந்து வ.க.ஆஷ்ரமத்தில் தங்கவைத்தனர். அங்கிருந்து அவர்கள் உள்ளூர் அரசுப்பள்ளி களுக்குச் சென்றார்கள். ஒருநாள் அந்த ஆஷ்ரமத்தில் ஆர்.எஸ்.எஸ் சுயம்சேவக்குகள் தங்கள் சாகாக்களின் துவக்கத்தில் பாடும் பாரதமாதா பாடல் முதல் காந்தி, கோல்வாக்கர் முதலான புகழ்பெற்ற இந்தியர்களைப் போற்றிப்பாடும்—ஏக்தா மந்த்ரா—ஆகியவற்றை அசீமானந்தா அந்த மாணவர்களுக்குத் தலைமையேற்றுப் பாடவைத்தார். அந்த ஆஷ்ரமத்தின் மாணவர் களில் ஒருவரான பூல்சந்த் பாப்லோவை அசீமானந்தா சந்தித் தார். டேங்க்ஸ்ல் தனது வேலைகளை வெற்றிகரமாகச் செய்வ தற்கு ஒருவகையில் வழிகாட்டுபவனாகவும், முகாம் உதவியாள னாகவும் பாப்லோ உதவியதாக அசீமானந்தா கூறினார்.

'சென்ற ஆண்டு நான் வாகாய் ஆஷ்ரமத்திற்குச் சென்றபோது பாப்லோ தனது கிராமத்திலிருந்து என்னைச் சந்திக்க வந்தான். குண்டான, உருண்டையான புன்னகை தவழும் முகம் கொண்ட அவனது கண்களில் உற்சாகம் மின்னியது. இத்தகையவனை அந்தப்புதிய இடத்தில் எனக்கு வழிகாட்டக்கூடியவன் என நம்பிக்கை கொண்டேன். பாப்லோ என்னிடம் சொன்ன மிகவும் கவலைப்படக்கூடிய கதைகள் என்னை உணர்ச்சிவசப்பட வைத்தன'—அசீமானந்தா.

அசீமானந்தாவின் வழிமுறைகள் அந்தமானில் அவர் பயன்படுத்தியவைகளை ஒத்திருந்தன. 'எங்கெல்லாம் தனக்கு வரவேற்புக் கிடைக்குமோ அங்கெல்லாம் அந்தச் சமூகத்தினரை அடைய வழிகாட்டவும், அந்த வனப்பகுதி முழுவதும் தனது செல்வாக்கை விரிவுபடுத்தக்கூடிய உதவியாளர்களை நியமித்துக் கொள்ளவும் பாப்லோவை நம்பினார். அதன்பின் அவரும், அவரது தொண்டர்களும் தொலைதூரப் பழங்குடியினர் கிராமங்களுக்கு விரைந்தனர். அங்கே ஒருவாரம் வரை முகா மிட்டனர். ஆதிவாசிகளோடு அவர்களது குடிசைகளிலேயே உண்டு, உறங்கினர். அசீமானந்தா இந்துமதப் போதனைகளைச் செய்தார். இனிப்புக்களையும், அனுமன் லாக்கெட்டுக் களையும், அனுமன் கதைப்பிரசுரங்களையும் குழந்தைகளுக்குக் கொடுத்தார். பஜனைப் பாடல்களைப் பாடினார். கிறிஸ்தவ மதத்திற்கு மாறக்கூடாது எனக் கிராமமக்களிடம் கூறினார். ஒவ்வொரு கிராமத்திலும் இந்துமதத்திற்கு மதமாற்றம் செய்ய வேண்டியவர்களின் பட்டியலை அவரும், அவரது உதவியாளர் களும் தயாரித்தார்கள். அவர் அடுத்த குடியிருப்புக்குச் சென்ற பிறகு அவரது உதவியாளர்கள் ஒவ்வொரு ஆதிவாசியின் குடிசை யிலும் சங்அமைப்பின் காவிக்கொடி பறப்பதை உத்தரவாதப் படுத்தினர்.

பயந்துகிடந்த மக்களிடையே இத்தகைய மென்மையான அணுகுமுறைகளை அசீமானந்தா கடைப்பிடித்தார். வங்கா ளத்தின் எல்லைகளிலிருந்த மாவட்டங்களின் உண்மையான வாழ்நிலைகளை அவர் பேசினார். 'அங்கே அடுத்த பக்கங் களிலிருந்து முஸ்லீம்கள் தொடர்ந்து வந்து கொண்டிருந்ததால் இந்து மதத்தினர் அனைவரும் ஓடிப்போய்விட்டார்கள்' என்று பாப்லோ கூறினான். அசீமானந்தா அச்சிட்டு அந்த மாவட்டம் முழுவதிலும் விநியோகித்த ஆயிரக்கணக்கான துண்டுப்பிரசுரங் களில் கிறிஸ்தவர்களைக் கடுமையாகச் சாடினார். 1998 ஜுனில் 'ஒரு மாபெரும் பேரணி நடைபெறும்' என்ற அறிவிப்பைச் செய்த வாகனத்தின் முகப்பில் 'இந்துக்களே வாருங்கள். திருடர் கள் ஜாக்கிரதை' என்ற எச்சரிக்கை இடம் பெற்றிருந்தது. கடுமை யான வார்த்தைகளின் தாக்குதல்கள் கீழ்க்கண்டவாறு இருந் தன.

"டேங்க்ஸ் மாவட்டத்தின் மிகமுக்கியமான பிரச்சனையே கிறிஸ்தவப் பாதிரியார்களால் நடத்தப்படும் நிறுவனங்கள்தான். சேவை என்ற முகமூடியை அணிந்துகொண்டு இந்தச்சாத்தான்

கள் ஆதிவாசிகளைச் சுரண்டுகிறார்கள். பொய்களும், ஏமாற்று தல்களுமே அவர்களது மதம்.'

அசீமானந்தா மிகவிரைவில் இந்தத்திட்டுதல்களை வன்முறைத் தாக்குதல்களாக மாற்றினார்.

1998 கிறிஸ்துமஸ் நாள் மாலையில் ஆவாவில் இருந்த 'தீப் தர்ஷன் உயர்நிலைப்பள்ளி வ.க.ஆஷ்ரமத்தின் கிளைகளான விஷ்வஹிந்து பரிஷத் (வி.ஹெச்.பி), பஜ்ரங்தள், இந்து ஜாக்ரண் மஞ்ச் உறுப்பினர்களால் தாக்கப்பட்டது. அந்தப் பள்ளியை நடத்திவந்த கார்மல் கன்யாஸ்திரிகளில் ஒருவரான சகோதரி லில்லி, 'நூற்றுக்குமேற்பட்ட, கைகளில் கற்களை ஏந்தியவர்கள் இந்தக்கொடூரமான வன்முறையில் பங்குபெற்றார்கள். ஜன்னல் களை உடைத்து, பழங்குடியின மாணவர்களின் விடுதிக் கூரைகளை அழித்துக் கொடூரமான வன்முறைத் தாக்குதல்களை நிகழ்த்தினார்கள். இத்தனை ஆண்டுகள் கழிந்தபின்னும் இன்னும் அந்தக்காட்சிகள் கண்களில் நிழலாடுகின்றன. அந்த நாளன்று நான் மிகவும் பயந்துபோயிருந்தேன்', என்று நான் அந்தப் பள்ளிக்குச் சென்று அவரைப் பார்த்தபோது கூறினார்.

30 கி.மீ. தள்ளி சுமீர் கிராமத்தில் இன்னொரு பள்ளியும் தாக்கப் பட்டது. அங்கிருந்த தானியக் கிடங்கு கொள்ளையடிக்கப்பட்டுத் தீயால் எரிக்கப்பட்டது. காத்வி கிராமத்தில் 200க்கும் மேற்பட்ட வர்களைக் கொண்ட கும்பல் உள்ளூர் தேவாலயத்தை இடித்துத் தரைமட்டமாக்கித் தீயிட்டுக்கொளுத்தியது. அடுத்த நாள் வாகி கிராமத்திலிருந்த சர்ச் நொறுக்கப்பட்டது. இந்தத் தாக்குதலுக்கு வனத்துறையைச் சார்ந்த ஒரு ஜீப் பயன்படுத்தப்பட்டது. அதற்கு அடுத்த நாள் டேங்க்ஸ்ல் இருந்த ஆறு கிராம சர்ச்சுகள் அழிக்கப்பட்டன. கிறிஸ்தவப் பழங்குடியினரின் வீடுகளில் கற்கள் வீசப்பட்டன. கிறிஸ்தவர்கள் மற்றும் முஸ்லீம்களின் வர்த்தகம் அழிக்கப்பட்டது. கிறிஸ்தவப் பழங்குடியினர் தாக்கப் பட்டார்கள்

இத்தகைய அழித்தொழிப்பு வேலைகள் 10 நாட்கள் நடை பெற்றன. 1998 டிசம்பர் மத்தியிலிருந்து 1999 ஜனவரி மத்திவரை 40,000 கிறிஸ்தவர்கள் இந்துமதத்திற்கு மாற்றப்பட்டார்கள். 'நாங்கள் 30 சர்ச்சுகளை இடித்துக் கோவில்களைக் கட்டினோம். அங்கு ஒரு வகையான அமைதியின்மை நிலவியது' என அசீமானந்தா பெருமையுடன் அந்த நிகழ்ச்சிகளுக்கு உரிமை கொண்டாடினார்!

அசீமானந்தாவின் திட்டமிட்ட இந்த வன்முறை வெறியாட்டம் கிறிஸ்துமஸ் நாளன்று காலையில் ஆவாவில் ஒன்றும், அருகிலிருந்த இரண்டு தாலூக்காக்களிலும் இந்து ஜாக்ரண் மஞ்ச் நடத்திய ஊர்வலங்களோடு துவங்கியது. டேங்க்ஸ் பகுதி பா.ஜ.கவின் அப்போதைய பொதுச்செயலாளராக இருந்த தசரத்பவார் கூற்றுப்படி, திரிசூலங்களையும், குண்டாந்தடிகளையும் ஏந்திய சங்அமைப்பின் 3500 உறுப்பினர்கள் ஆவா ஊர்வலத்தில் பங்கேற்றனர். அசீமானந்தாவின் கிறிஸ்தவத்திற்கு எதிரான ஆவேசமுழக்கங்கள் எழுப்பப்பட்டு எதிரொலித்தன. நகரின் முக்கிய வீதிமுழுவதும் காவிப்பதாகைகள் தொங்கின. உள்ளூர்ப் பாதிரியார்கள் மாவட்ட ஆட்சியர் பரத்ஜோஷியைத் தலையிடுமாறு வேண்டிக்கொண்டனர். ஆனால் மாவட்ட ஆட்சியரோ நிலைமையைக் கட்டுக்குக் கொண்டுவந்து அமைதி ஏற்படுத்துவதற்குப் பதிலாக ஆவா ஊர்வல மேடையில் தோன்றி வாழ்த்திப் பேசினார்.

அந்த ஊர்வலங்களைத் தொடர்ந்து நடைபெற்ற ஏராளமான கொள்ளைச் சம்பவங்கள் அசீமானந்தாவின் அமைப்புத் திறமைக்குப் பெரும்பங்களிக்கும் சான்றுகளாக விளங்கின. அவர் அங்கு வருவதற்குமுன் அந்த மாவட்டத்தில் விரல்விட்டு எண்ணக்கூடிய வெகுசிலரே சங் அமைப்பின் ஊழியர்களாக இருந்தனர். அசீமானந்தா இந்துத்துவா இயக்கத்திற்குச் சக்தி ஊட்டியதோடு ஆயிரக்கணக்கானவர்களை உறுப்பினர்களாகக் கொண்ட ஒருபெரும் சக்தியாகவும் மாற்றினார். ‘உங்களுக்குள் உறங்கிக் கொண்டிருக்கிற இந்துத்துவா உணர்வைத் தட்டியெழுப்பக்கூடிய சக்திமிக்கவை அவரது சொற்கள்’ என்று பவார் கூறுகிறார்.

அசீமானந்தா என்னிடம் கூறினார், ‘மதமாற்றத்தைத் தடுப்பது ஒரு எளிதான வேலை. மதவெறியைப் பயன்படுத்துங்கள். இந்துக்களை வெறியர்களாக்குங்கள். மீதிவேலைகளை அவர்கள் பார்த்துக்கொள்வார்கள்!’

இந்த நோக்கத்திற்காக முற்றிலும் பழங்குடி மக்களின் அமைப்பு போலத் தோற்றம் அளிக்கக் கூடிய ‘ஹிந்து ஜாக்ரண் மஞ்ச்’ (ஹெச்.ஜே.எம்) என்ற அமைப்பைத் துவக்கியதை, நிறைவேற்றி முடித்தவைகளில் முக்கியமான ஒன்றாக அசீமானந்தா உரிமை கொண்டாடினார். ‘இந்த நடவடிக்கைகளில் வன்முறைச் செயல்கள் உள்ளடங்கியிருப்பதால் சங் அமைப்பின் எல்லா

வேலைகளையும் வ.க.ஆஷ்ரம் மூலம் செய்யமுடியாது என்பதற்காகவே நாங்கள் பழங்குடியினரைக்கொண்டு ஹெச்.ஜே.எம்ஐ உருவாக்க வேண்டியிருந்தது. ஹெச்.ஜே.எம்மின் தலைவராக வெளிப்படையாகத் தெரியக்கூடியவரான இந்த ஜானுபாய்க்கு ஒன்றும் தெரியாது. என்ன செயல்திட்டம் எடுத்துக்கொள்ளப்படுகிறது? துண்டுப்பிரசுரங்களில் எதை அச்சிடுவது? என்ற எல்லா முடிவுகளும் எங்களால்தான் எடுக்கப்படுகின்றன. நாங்கள் அவரை வெறும் ஒரு முக அடையாளமாகத்தான் வைத்திருக்கிறோம். ஏனெனில் அவரொரு ஆதிவாசி. சங் அமைப்பின் எல்லா வேலைகளையும் செய்திடப் பழங்குடியினர் பயன்படுத்தப்படுகிறார்கள்'.

அசீமானந்தாவின் 'வீடு திரும்புதல் நிகழ்ச்சி' மனங்களைத் தூண்டுவதாலோ அல்லது அச்சுறுத்துதல்கள் மூலமாகவோ தொடர்ந்து பிரபலமாகிவந்தது. அடுத்த மூன்று முதல் நான்கு ஆண்டுகளில் எப்போதெல்லாம் 50 முதல் 100 செயல்திறன்மிக்கவர்களுக்கு மதமாற்றம் செய்யப்பட்டதோ அப்போதெல்லாம் அவர்களை அவரது உதவியாளர்கள் ஒருங்கிணைத்துத் திறந்த வாகனங்களிலும், திறந்த ஜீப்களிலும் ஏற்றி சூரத்தில் உள்ள உனாய் கோவிலுக்கு அழைத்துச்சென்று கோவிலை அடுத்துள்ள வெந்நீர் ஊற்றுக்களில் குளிக்கவைத்து, திலகபூஜை நடத்திப் பழங்குடியினரை 'இந்துக்கள்' என்று பிரகடனம் செய்தார்கள். அவர்கள் மீண்டும் வண்டிகளில் ஏற்றப்பட்டு அனுமன்படமும், அனுமன் கதைப்பிரசுரங்களும் கைகளில் தரப்பட்டுத் திருப்பி அனுப்பப்பட்டார்கள். திரும்பும் வழியில் வண்டிகளிலிருந்து பஜனைகள் அலறின. இவ்வாறு அந்த முழுநிகழ்ச்சியும் அதிசயத்தோற்றம் அளித்தது. இந்தக்களியாட்டங்கள் வாஹாய் ஆஷ்ரமத்தில் நிறைவுபெற்றன. அங்கு அசீமானந்தா விருந்து உபச்சாரம் செய்து மதம்மாறியவர்களுக்கு அனுமன் லாக்கெட்டுகளைக் கொடுத்தார்.

பழங்குடியினர் மீதான அசீமானந்தாவின் அணுசரனை அவர்கள் ஏசுகிறிஸ்துவை வழிபடுகிறார்களா, அல்லது ராமனை வழிபடுகிறார்களா என்பதையும் தாண்டி அரிதாக விரிவடைந்தது. 'தி வீக்' இதழுக்கு அசீமானந்தா அளித்த பேட்டியில் 'வறுமையை அகற்றுவதிலோ, வளர்ச்சிப்பணிகளை மேற்கொள்வதிலோ நாங்கள் அக்கறை செலுத்துவதில்லை. நாங்கள் பழங்குடியினரின் மத உணர்வுகளை மேம்படுத்தவே முயற்சிக்கிறோம்' என்று தெரிவித்தார். இந்த அணுகுமுறை

உள்ளூர் மக்கள் சமுதாயத்தில் பங்கேற்க அசீமானந்தாவுக்குப் பலம் வாய்ந்த அழைப்புக்கு வித்திட்டது. "சுவாமிஜியைபோல மிகவும் கடுமையான வாழ்க்கையை வாழ்ந்த எந்த ஒரு மனிதனையும் நான் பார்த்ததில்லை" என்று பாப்லோ கூறினான். "மிக உயர்ந்த அர்ப்பணிப்பு உணர்வுடன், மிகவும் பிற்பட்ட சமுதாய மக்களிடம் சென்று, அவர்களுடன் தங்கி, உண்டு அவர்களோடு கலந்துவிடுகிறார். இவ்வாறு அவர்களைத் தன் சொந்த மக்களாக ஆக்கிக் கொள்கிறார். அந்த மக்களும் நமக்காகப் பாடுபடும் ஒருவரை நாம் பெற்றுவிட்டோம் என்று நம்பிக்கை கொள்கிறார்கள்".

டேங்க்ஸ் இந்தியாவின் மிகவும் அழகான இடங்களில் ஒன்று என அசீமானந்தா என்னிடம் விவரித்தார். 1990ன் பிற்பகுதியில் அங்கு பணியாற்றிய எனது பத்திரிக்கை நண்பர்கள் பலரும் அதை ஒத்துக்கொண்டார்கள். 2013 ஜூனில் நான் சென்றபோது அந்த வனப்பகுதி வெறுமையாகவும், காய்ந்தும் கிடந்தது. (நீங்கள் பருவகாலத்தில் அந்தப்பகுதிக்குச் சென்று பார்க்கவேண்டும் என்று அம்பாலா சிறையில் அசீமானந்தா என்னிடம் கூறினார்.) மலைகளைக் குடைந்து உயர்ந்த தரத்தில் பல மைல்கள் நீளம் அமைக்கப்பட்டிருந்த சாலைகள் அந்தப் பகுதியில் என்முன் நீண்டன. அவை அசீமானந்தாவின் மிக முக்கிய அரசியல் பாதுகாவலரான நரேந்திர மோடியின் அரசால் போடப்பட்டவை!

1998ன் துவக்கத்தில் அசீமானந்தா டேங்க்ஸ்க்குச் சென்ற காலகட்டத்தில் பி.ஜே.பி அரசியல்வாதியான கேசுபாய் பட்டேல் குஜராத்தின் முதலமைச்சராகப் பதவியேற்றிருந்தார். சுதந்திரம் பெற்ற காலத்திலிருந்து மிக நீண்டகாலமாக இந்த மாநிலம் காங்கிரஸின் பலம்வாய்ந்த கோட்டையாக — 1995ல் கேசுபாய் பட்டேலும் ஏழுமாதங்கள் அதற்குத் தலைமை ஏற்றிருந்த போதிலும் — விளங்கியது. 1998 மார்ச்சில் வாஜ்பாய் பிரதமரானபோது — அவரது அரசு கொள்கைகளில் சமரசம் செய்துகொள்ள வேண்டியிருந்தபோதிலும் — ஆர்.எஸ்.எஸ் பிரிவினரிடையே இந்தியாவுக்கான தங்கள் பார்வை நிதர்சனமாகப் போகிறது என்ற எதிர்பார்ப்பு அலைகள் எழுந்தன.

அவர்கள் விரும்பிய மாறுதல்களுக்கு ஒருசிறிய அளவில் கட்டியம் கூறுவனவாக டேங்க்ஸ்ல் கிறிஸ்தவக்கலவரங்கள் தோன்றின. அசீமானந்தாவின் வெற்றியின் முன்னோட்டமாக

சோனியாகாந்தியின் வருகை அமைந்தது. ஆவா பகுதியில் பயணம் செய்த அவர் "நெஞ்சை வெடிக்கச் செய்யும் கொடூர வன்முறை" என்று அங்கு நிகழ்ந்தவற்றைக் கண்டனம் செய்தார். மற்ற அரசியல் தலைவர்களும், அறிஞர்களும் அதையே வழி மொழிந்தனர். பத்திரிக்கைகளில் வெளிவந்த அசீமானந்தா பற்றிய செய்திகள் சங்அமைப்புக்குள் குறிப்பிடத்தக்க அளவுக்கு அவரது மதிப்பை உயர்த்தின. ஆர்.எஸ்.எஸ் அமைப்பு ஆண்டு தோறும் வழங்கும் கோல்வாக்கர் பெயரில் அமைந்த 'ஸ்ரீகுருஜீ' என்ற இன்னொரு கௌரவத்தை அசீமானந்தாவுக்கு அளித்தது.

அசீமானந்தாவின் வன்முறை வெறியாட்டங்களால் டெல்லி யில் கலவரம் மூண்டபோது அதை மட்டுப்படுத்துவதற்காக அப்போது உள்துறை அமைச்சராக இருந்த அத்வானிஜி தலை யிட நிர்ப்பந்திக்கப்பட்டார். 'எனது மதமாற்றக் கதைகள் தேசிய அளவில் செய்திகளானபோதும், சோனியாகாந்தி பறந்து வந்து எனக்கு எதிராகப் பேசிய போதும் பத்திரிக்கைகளில் ஏராளமான விவாதங்கள் இடம்பெற்றன. அப்போது உள்துறை அமைச்சராக இருந்த அத்வானிஜி கேசுபாய் பட்டேலிடம் என்னை அடக்கி வைக்குமாறு கூறினார். எனவே, அதன்பிறகு நாங்கள் வேலை செய்வதைத் தடுத்ததோடு, எங்கள் ஆட்களைக் கைதும் செய்தார்' என்ற அசீமானந்தா ஆனால், மோடி ஏற்கனவே தனது கத்திகளை கூர்தீட்டியவாறு பதவிக்காகக் காத்துக் கொண்டிருந்தார் என்றும் தெரிவித்தார். அகமதாபாத்தில் நடைபெற்ற முக்கியமான மூத்த ஆர்.எஸ்.எஸ் தலைவர்கள் கூட்டத்தில் மோடி தன்னை அணுகி, 'உங்களை கேசுபாய் என்ன செய்துகொண்டிருக்கிறார் என்பது எனக்குத் தெரியும். சுவாமிஜி, நீங்கள் என்ன செய்து கொண்டிருக்கிறீர்களோ அதற்கு ஒப்பானது ஒன்றுமில்லை. நீங்கள் உண்மையான வேலைகளைச் செய்து கொண்டிருக்கிறீர்கள். இப்போது அடுத்த முதலமைச்சர் நான்தான் என்று முடிவுசெய்யப்பட்டுவிட்டது. நான் வந்தபின் நானே உங்கள் வேலைகளைச் செய்வேன். அது வரை ஓய்வில் இருங்கள்' என்று தன்னிடம் சொன்னதாக அசீமானந்தா தெரி வித்தார். (இதுபற்றி மோடியிடம் தொடர்புகொள்ள அவரது அலுவலகம் மூலம் திரும்பத் திரும்ப மேற்கொண்ட பல முயற்சி களுக்கு எந்தவிதமான பதிலும் கிடைக்கவில்லை.)

2001 அக்டோபரில் மோடி முதலமைச்சர் ஆனார். அடுத்து வந்த பிப்ரவரி கடைசியில் முஸ்லீம்களுக்கு எதிரான கலவரங் களில் 1200 குஜராத்திகள் கொல்லப்பட்ட கலவரங்கள் துவங்கிய

போது, டேங்க்ஸ்—ன் வடக்கில் பஞ்சமால் மாவட்டத்தில் அசீமானந்தா தனது சொந்தத் தாக்குதல் திட்டங்களை அரங் கேற்றினார். 'அந்தப் பகுதியிலிருந்து முஸ்லீம்களைத் துடைத் தெறியும் வேலைகளை நான் மேற்பார்வையிட்டேன்' என்று உரிமைகொண்டாடினார்.

அந்த ஆண்டின் இறுதியில் மோடி அசீமானந்தாவின் செல்வாக்கை ஒருங்கிணைக்க டேங்க்ஸ் வந்து உதவினார். 2002 அக்டோபரில் அசீமானந்தா, புராணத்தில் கூறப்பட்ட ராமரின் 14 ஆண்டு வனவாசத்தின்போது அவருக்கு உதவியதாக நம்பப்படும் பழங்குடியினப் பெண்களுக்கு அர்ப்பணம் செய்ய புனித 'சபரிதாம்' கட்டத்துவங்கினார். அந்த எல்லைக்குட்பட்ட பகுதியில் ஆஷ்ரமத்தையும், கோவிலையும், அதன் மையப் புள்ளி யாக ராமர் சிலையையும் நிர்மாணிக்க நிதிதிரட்டுவதற்காக பிரபல கதாகாலட்சேபகரான மொராரிபாபுவின் ராம்கதா (இராமாயணத்தை விவரிக்கும்) என்ற 8 நாட்கள் நிகழ்ச்சிக்கு ஏற்பாடு செய்தார். இந்த நிகழ்ச்சி குறைந்தபட்சம் 10,000 பேரை ஈர்த்தது. முஸ்லீம்கள் மீதான கலவரங்களைத் தொடர்ந்து ஜூலையில் மோடி அரசு கலைக்கப்பட்டது. தனது முதல்வர் பதவியை மீண்டும் பெறுவதற்கான தேர்தல் பிரச்சாரத்தின் நடுவில் மோடி இந்த நிகழ்ச்சிக்கும் வந்து மேடையில் தோன்றி அதை முன்னெடுத்துச்செல்ல உதவினார்.

அந்த ஆண்டில் மோடியின் தேர்தல் அறிக்கையின் ஒரு பகுதியாக 'குஜராத் மதமாற்ற மசோதா' இருந்தது. அந்த மசோதா 'எல்லா மதமாற்றங்களும் மாவட்ட நீதிபதியால் ஏற்பளிக்கப்பட வேண்டும்' என்ற முன்மொழிவைக் கொண்டிருந்தது. அசீமானந்தாவின் நிதிதிரட்டும் நிகழ்ச்சிக்கு 4 மாதங்களின்பின் மோடியின் நம்பிக்கைக்குரியவரான அமித் ஷா அந்த மசோ தாவைச் சட்டமன்றத்தில் தாக்கல் செய்தார்: மசோதா நிறைவேறியது. 2003 ஏப்ரலில் சட்டமாகியது. உடனடியாக அசீமானந்தா மொராரிபாபு, மோடி மற்றும் ஆர்.எஸ்.எஸ் தலைவர்களுடன் டேங்க்ஸ்ல் மிகப்பிரமாண்டமான 'வீடு திரும் புதல்'(கர் வாபஸி) நிகழ்வுக்குத் திட்டமிடத் துவங்கினார்.

ராம்கதாவின் முடிவில் சபரிதாம்—ல் ஒரு புதிய கும்பமேளா நடத்தவேண்டும் என மொராரிபாபு முன்மொழிந்தார். தயாரிப்பு வேலைகளுக்கு 4 ஆண்டுகள் தேவைப்பட்ட அந்த மேளா மதமாற்றத்திற்கு எதிரான ஆர்ப்பாட்டங்களாகவும், இந்துத்து

வாவைப் போற்றும் கொண்டாட்டங்களாகவும் உருவாகி வந்தது. அசீமானந்தா ஆர்.எஸ்.எஸ் உடன் இணைந்து தாமே அந்த மேளாவைப் பொறுப்பேற்று நடத்த ஒப்புக்கொண்டார்.

2006 பிப்ரவரி இரண்டாம் வாரத்தில் பத்தாயிரக்கணக்கான இந்தியர்கள் அசீமானந்தாவின் சபரிதாம்—ல் உள்ள ஆசிரமத்திற்கு 6 கி.மீ. தொலைவில் உள்ள வனப்பகுதி கிராமமான சுபீர்—க்கு சபரி கும்பமேளாவின் துவக்க நிகழ்ச்சியில் கலந்துகொள்ளத் திரண்டனர். முந்தைய நான்கு கும்பமேளாக்களில் நடைபெற்றதுபோல— பழங்குடியினர் தாங்கள் இந்து கட்டமைப்புக்குத் திரும்பி வந்ததைக் குறிக்கும் வகையில் உள்ளூரில் பாயும் ஆற்றில் முழுகிப் புனிதம் பெறும் சடங்கின் ஒரு நிகழ்வு சபரி கும்பமேளாவில் மையப் படுத்தப்பட்டிருந்தது. மத்திய இந்தியா முழுவதிலும் பழங்குடி மாவட்டங்களிலிருந்து ஆயிரக்கணக்கானோர் டிரக்குகளில் ஏற்றிக் கொண்டுவரப்பட்டார்கள். தகவல் அறியும் உரிமைச் சட்டத்தின்படி நான் அனுப்பிய விண்ணப்பத்திற்கு வந்த பதிலில் குஜராத் அரசு கூட்டத்தினர் ஆற்றில் முழுகி எழப் போதுமான அளவு ஆற்றுக்குத் தண்ணீரைத் திருப்பிவிடக் குறைந்தபட்சம் ரூ.53 இலட்சம் செலவிட்டது.

சபரி கும்பமேளா இந்துமதத் தலைவர்களிடையேயான ஒற்று மையை எடுத்துக்காட்டுவதாக இருந்தது. மூன்று நாட்களும் மேடையில் பிரபலமான மதத்தலைவர்கள் மொராரிபாபு, ஆஷ்ரம்பாபு,ஜெயேந்திரசரஸ்வதி,சாத்விரிதாம்பரா ஆகியோரும், ஆர்.எஸ்.எஸ் — சங்பரிவாரின் உயர்மட்டத்தலைவர்கள், இந்தி ரேஷ்குமார், தீவிரத்தன்மைகொண்ட விஷ்வஹிந்து பரிஷத் தலைவர்கள் பிரவிண்தொகாடியா, அசோக்சிங்கால், மூத்த பி.ஜே.பி அரசியல்வாதிகளான ம.பி. முதல்வர் சிவராஜ்சிங் சௌகான் உள்ளிட்டோர் வீற்றிருந்தார்கள். நூற்றுக்கணக்கான ஆர்.எஸ்.எஸ் முழுநேர ஊழியர்களும், ஆயிரக்கணக்கான தொண்டர்களும் நிகழ்ச்சிகளை நிர்வகித்தார்கள். இரண்டு ஆராய்ச்சியாளர்கள் குறிப்பிட்டதைப்போல 'சபரி கும்பமேளா சாதுக்கள், சங், சர்க்கார் (அரசு) ஆகியவற்றின் சங்கமமாக விளங்கியது.'

விழாவின் துவக்க நாளில் மோடி பார்வையாளர்களிடம், "பழங்குடியினரை இராமரிடமிருந்து பிரிக்கும் ஒவ்வொரு முயற்சியும் தோல்வியிலேயே முடியும்" என்றார். மேடையின் பின்னணியில் பத்துத்தலை இராவணனை நோக்கி அம்பு

விடும் இந்துக்கடவுளின் பிரம்மாண்ட வண்ண ஓவியம் அமைந்திருந்தது. அப்போதைய ஆர்.எஸ்.எஸ் தலைவர் கே.எஸ்.சுதர்சன் மிகவும் கடுமையான போர்க்குரலில் 'முஸ்லீம் மற்றும் கிறிஸ்தவ அடிப்படைவாதிகளின் கபட யுத்தத்திற்கு எதிராக நாங்கள் எழுகிறோம். நம் அதிகாரத்தின்கீழ் உள்ள எல்லாவற்றையும் கொண்டு எதிர்க்கவேண்டும்' என்றார். சுதர்சனின் உதவித்தலைவரான மோகன்பகவத் (2009 மார்ச்—ல் சுதர்சன் ஓய்வுபெற்றபின் இவர் சர்சங்சாலக் ஆனார்.) அந்தக் குழுவினரிடம் 'நம்மை எதிர்ப்பவர்களின் பற்கள் நொறுக்கப்பட வேண்டும்' என அறிவுறுத்தினார்.

பத்திரிக்கைச் செய்திகளின்படி 1,50,000 பேர் முதல் 5,00,000 பேர்வரை கும்பமேளாவில் கலந்துகொண்டார்கள். சில மதமாற்ற நிகழ்வுகளும் நடைபெற்றன. இன்று சபரிதாம் கோவிலுக்குப் பக்தர்கள் யாரும் வருவதில்லை. அந்தக் கோவிலாலும் தனது ஊழியர்களைப் பராமரிக்க முடியவில்லை. அசீமானந்தா வாழ்ந்த ஆசிரமம் இடிக்கப்பட்டுவிட்டது. இந்தக் கோவிலின் தலைமைப்பூசாரியின் உதவியாளரான பிரதீப் பட்டேல் 'அசீமானந்தாவின் தொடர்புகளால் இந்தக் கோவில் கெட்டபெயர் எடுத்துவிட்டது. அதனால் நல்ல உள்ளம்கொண்ட எல்லா குஜராத் நன்கொடையாளர்களிடமிருந்தும் தனிமைப் பட்டுவிட்டது. எப்போதாவது கோவிலுக்கு வரும் மகாராஷ்டிரா மக்கள் டேங்க்ஸ் வருவதற்கே தங்கள் பணம் முழுவதையும் செலவுச்செய்துவிட்டுக் கோவில் உண்டியலில் வெறும் பத்து ரூபாயை மட்டும் போடுகிறார்கள்' என்று வருத்தத்துடன் கூறினார். அசீமானந்தா, 'இது என்னுடைய தவறுதான். நான் அதை முறையாகக் கட்டவில்லை' என்று என்னிடம் கூறினார்.

இந்தப்பகுதியில் உணர்வுபூர்வமான செயல்பாடுகள் எதுவுமில்லை. கோவில்தான் அந்தப் பகுதியின் மிக முக்கியமான தேவை என்று குஜராத் அரசு நினைக்கிறது, எனவே டேங்க்ஸ் தன்னுடைய தேவைகளை மதசார்பான சுற்றுலாக்களின் மூலம் பூர்த்திசெய்து கொள்ள முடியும். இதற்காக குஜராத் அரசு 2012ல் 'ராமர் முன்னோட்டத் திட்டம்' என்பதைத் துவக்கியது. புராணக் கதையான இராமாயணத்தில் வரும் பாத்திரங்களைக் கொண்டு ஊர்வலம் நடத்துவது அரசின் முன்முயற்சியாகும். இந்தத் திட்டத்தில் சபரிதாம் முக்கிய இடம்பெற்றது.

ராமர் முன்னோட்டத் திட்டம் பற்றிய தகவல்களை அறிய

நான் தாக்கல் செய்த விண்ணப்பத்திற்கான பதிலில் 'ஒரு சிவன் கோவிலையும், நான்கு நீரூற்றுக்களையும், சென்று வருவதற் கான பாதை, வாகனங்களை நிறுத்துவதற்கான ஒருபெரிய இடம், பக்தர்கள் அமரும் இடம், துப்புரவுப்பணிகள் மற்றும் சுற்றுச் சுவர்கட்ட சபரிதாம் அரசிடமிருந்து ரூ.13 கோடி பெற்றுள்ளது. அதேநேரத்தில் டேங்க்ஸ் பகுதியில் உள்ள பிற் பட்ட மக்களின் வளர்ச்சிக்காக மத்திய அரசு 'பிற்பட்டபகுதி மான்யத் திட்ட'த்தின்கீழ் அளித்த ரூ.11.6 கோடிக்கான திட்டமுன் வடிவை மோடியின் அரசு இன்றுவரை சமர்ப்பிக்கவில்லை. 'ஆறு ஆண்டுகளாக இந்தத்திட்டம் கிடப்பில் போடப்பட்டுள்ளது. உள்ளூர் கிறிஸ்தவ நிறுவனங்கள் அரசால் மூடப்பட்டுவிட்டன. 1998ல் இருந்து காந்தி நகரில் நாங்கள் கறுப்புப்பட்டியலில் வைக்கப்பட்டுள்ளோம்' என்று கவலையுடன் தெரிவித்த தீப் தர்ஷன் பள்ளியின் சகோதரி லில்லி 'பள்ளிக்கான புதிய மான்யத்திற்காக ஒவ்வொரு ஆண்டும் நாங்கள் புதிய விண்ணப் பங்களைப் பதிவு செய்கிறோம். ஆனால், அவர்கள் எங்களுக்கு எதையுமே அளிக்கவில்லை' என்றார்.

அசீமானந்தா மிகப்பெரிய அளவில் மதமாற்றங்களைச் செய்த நவ்சாரியில் உள்ள உனாய் கோவில், ராமர் முன்னோட்டத் திட்டத்தின்கீழ் ரூ.3.63 கோடி பெற்றுள்ளது. 2013 ஜூனில் நான் சென்றபோது முதன்மைக் கட்டடத்தின் வேலைகள் முடி வடைந்திருந்தன. புதிய கட்டட அமைப்பு மகத்துவம் மிக்க தாகவும், கம்பீரமானதாகவும், மனதில் பதியத்தக்கதாகவும் உள்ளது. அதன் சுவர்களுக்குப்பின்னே அசீமானந்தா பழங்குடி அணியை மதமாற்றம் செய்வதற்காகக் கொண்டுவந்த பழைய கோவில் மறைந்து கிடக்கிறது. அந்தக்கோவிலிலிருந்த புரோகிதர் 'அண்மைக்காலங்களில் கோவிலுக்கு வருவோர் எண்ணிக்கை உயர்ந்திருக்கிறது. ஆனால், வெந்நீர் ஊற்றுக்கள் முதன்முறையாக வறண்டுவிட்டன' என்று என்னிடம் முணுமுணுத்தார்.

4

சபரி கும்பமேளாவுக்கான தயாரிப்புப் பணிகளில் ஈடுபட்டுக் கொண்டிருந்தபோதே மதமாற்றங்களைவிட, கடந்த 3 ஆண்டு களாக அவர்களுக்கு மிகவும் வருத்தம் தந்த ஒரு பிரச்சனை பற்றி அசீமானந்தா நீண்டகால சங் ஊழியர்கள் பலரையும் சந்தித்து விவாதித்துக் கொண்டிருந்தார். அந்தக்குழுவின் மையப் புள்ளி களாக ஏ.பி.வி.பி.யின் செயற்குழு உறுப்பினரான பிரக்யா சிங் தாகூரும், இந்தூரின் முன்னாள் ஆர்.எஸ்.எஸ் தலைவர் சுனில் ஜோஷியும் இருந்தனர்.

2003ன் துவக்கத்தில் டேங்க்ஸ்ல் அப்போதைய பொதுச் செயலாள ரான ஜெயந்திபாய்கேவட்—ன் தொலைபேசி அழைப்பை அசீமானந்தா பெற்றார். கேவட் அவரிடம் சொன்னார், ‘பிரக்யா சிங் உங்களைச் சந்திக்க விரும்புகிறார்.’ அடுத்த மாதம் கேவட், நவ்சாரில் உள்ள தனது வீட்டில் அவர்கள் சந்திப்புக்கு ஏற்பாடு செய்தார்.

அசீமானந்தா 1990ன் பிற்பகுதியில் போபாலில் ஒரு வி.ஹெச்.பி ஊழியர் வீட்டில் பிரக்யா சிங்கைச் சந்தித்த நினைவுகளில் மூழ்கினார். அவருடைய வெட்டப்பட்ட முடி, டி சர்ட், ஜீன்ஸ், கோபம்கொண்ட பேச்சுத்திறன் (2006க்குப்பின் ஒரு சமயம்

தனது இயல்பான வசைமாறிப் பேச்சில் பிரக்யா சிங், 'நாம் தீவிரவாதிகளுக்கும், காங்கிரஸ் தலைவர்களுக்கும் ஒருமுடிவு கட்டி, அவர்களைச் சாம்பலாக்குவோம்' என்றார்.) என்ற தோற்றத்தைக்கண்டு திகைத்தார். நவ்சாரியில் வ.க.ஆ. வாகாய் ஆசிரமத்தில் இன்னும் ஒருமாதத்தில் அசீமானந்தாவைச் சந்திப் பதாக பிரக்யாசிங் கூறினார்.

'இந்துக்களுக்கான வேலை' (ஹிந்து கா காம்) என்ற அசீமானந்தாவின் கனல்தெறிக்கும் போராட்டப்பாதை தன்னை அவரிடம் ஈர்த்தது' என்ற பிரக்யாசிங், 'நாட்டுக்காகப் பணி யாற்றிவரும் அவர் ஒரு மாபெரும் தியாகி,' என்று கடந்த டிசம் பரில் போபாலில் சந்தித்தபோது என்னிடம் கூறினார்.

நவ்சாரி சந்திப்புக்குப்பின் தான் உறுதியளித்தபடி பிரக்யாசிங் டேங்க்ஸ் வந்தார். அவருடன் மூன்றுபேர் இருந்தார்கள். அவர் களில் ஒருவர் சுனில் ஜோஷி.

சுனில் ஜோஷியை நன்கு அறிந்தவர்கள், 'அவன் ஓரிடத்தில் தங்காமல் அலைந்து திரிபவன்: அதீதச்செயல்களில் ஈடுபடு பவன்', என்று செய்தியாளர்களிடம் விவரித்தார்கள். அவன் ஒரு சகோதரன் போன்றவன் என்றும் ஆர்.எஸ்.எஸ் மூலம் அவனைச் சந்தித்ததாகவும் பிரக்யா சிங் என்னிடம் கூறினார். சுனில் ஜோஷிக்கு அசீமானந்தா சபரிதாம்—ல் அடைக்கலம் கொடுத்த பிந்தைய ஆண்டுகளில், அசீமானந்தா காடுகளில் சுற்றிப் பழங்குடியினரைச் சந்தித்துவந்த நேரங்களில், சுனில் ஜோஷி நாள்முழுவதும் பஜனைசெய்து பூஜைகளைச் செய்து வந்ததை அசீமானந்தா நினைவுகூர்ந்தார். அந்தச் சமயத்தில் சுனில் ஜோஷியும், பிரக்யாசிங்கும் தங்கள் நேரங்களை அசீமானந்தாவுடன் கழித்தனர். சுனில் ஜோஷி மத்தியப் பிர தேசத்தில் ஒரு பழங்குடி இனக் காங்கிரஸ் தலைவரையும், காங்கிரஸ்காரரின் மகனையும் கொலைசெய்த குற்றத்திற்காக தேடப்பட்டு வந்தவர். அந்த ஒரு குற்றத்திற்காக ஆர்.எஸ்.எஸ் அவரை நீக்கிவிட்டதாகக் கூறிக்கொண்டது.

அவர்கள் குழுவில் விரைவில் இன்னொருவரும் சேர்ந்தார். கனடாவில் ஒரு நிர்வாகத்துறை அலுவலராக பரத் ரதேஷ்வர் வேலை செய்துவந்தபோது டேங்க்ஸ்ல் அசீமானந்தா செய்து வரும் வேலைகளைக் கேட்டு அவருக்கு உதவிசெய்ய வெளி நாட்டு வாழ்க்கையை விட்டுவிட்டு இந்தியாவுக்குத் திரும்ப முடி

வெடுத்தார். வைசாத் மாவட்டத்திற்கு அருகில் ஒரு வீட்டைக் கட்டினார். அந்த வீட்டில் அசீமானந்தாவின் கூட்டாளிகள் ஆசிரமத்துக்குச் செல்லும் வழியில் தங்கிச் செல்வார்கள்.

அசீமானந்தா, பிரக்யாசிங் இருவரும் என்னிடம் கும்ப மேளாவை எதிர்நோக்கியிருந்த ஆண்டுகளில் அவர்கள் அடிக்கடி சந்தித்துக்கொண்டதாகக் கூறினார்கள். எல்லாவற்றுக்கும்மேலாக நாட்டுக்கான மிகப்பெரிய அச்சுறுத்தல் என்று அசீமானந்தா கருதிய முஸ்லீம் மக்கள் தொகை நாட்டில் பெருகி வருவது பற்றி விவாதித்தார்கள். 'கிறிஸ்தவர்களோடு நாம் எப்போதும் இணைந்து நிற்கமுடியும்; அவர்களை அச்சுறுத்தவும் முடியும்.' என்ற அசீமானந்தா என்னிடம் கூறினார்: 'ஆனால் முஸ்லீம்கள் வேகமாகப் பெருகிவருகிறார்கள். என்ற அவர், 'தலிபான்கள் மக்களை வெட்டிக்குவிக்கும் வீடியோ காட்சிகளை நீங்கள் பார்த்திருக்கிறீர்களா? ஆம். நான் இதைப் பற்றிக் கூட்டங்களில் பேசியிருக்கிறேன். முஸ்லீம்கள் இவ்வாறு பல்கிப்பெருகினால் அவர்கள் சீக்கிரமே இந்தியாவை ஒரு பாகிஸ்தானாக மாற்றிவிடுவார்கள். இங்கு உள்ள இந்துக்கள் அதேபோன்ற சித்திரவதைக்கு உள்ளாவார்கள் என்று நான் அவர்களிடம் சொன்னேன்' என்ற அவர் தொடர்ந்து, 'அதைக்கட்டுப் படுத்து வதற்கான வழியை இந்தக்குழு கண்டுபிடித்துவிட்டது' என்றார். அவர்கள் குஜராத்தில் கங்காநகரில் உள்ள அக்சர்தாம் கோவில் போன்ற இந்து வழிபாட்டுத்தலங்களில் முஸ்லீம் தீவிரவாதத் தாக்குதல்களால் ஏற்கனவே ஆத்திரம் கொண்டிருந்தார்கள். 2002ல் நடைபெற்ற இந்தத் தாக்குதல்களில் 30பேர் கொல்லப்பட்டார்கள். இந்தப்பிரச்சனைக்கான அசீமானந்தாவின் தீர்வும், அவர் அடிக்கடி வலியுறுத்திவந்ததும், 'அப்பாவி முஸ்லீம்களுக்கு எதிராகப் பதிலுக்குப் பதில் பழிவாங்கவேண்டும்' என்பதுதான். அவர் கூறுவது, குண்டுக்குப் பதில் குண்டுதான்' —(பாம் கா பத்லா பாம்)

அசீமானந்தா கும்பமேளாவுக்கான தயாரிப்பில் ஈடுபட்டிருந்தபோது, இக்குழுவினரின் கலந்துரையாடல்கள் இரண்டு ஆண்டுகளுக்கும் மேலாக நடைபெற்றன. அசீமானந்தா என்னிடம் தந்த விவரங்களின்படி இந்தச் சதித்திட்டங்களுக்கு மோகன்பகவத்தும், இந்திரேஷ்குமாரும் உடனடியாக ஒப்புதல் அளித்தார்கள். அவர்கள் கும்பமேளாவில் பிற இந்துத் தலைவர்களுடன் விழாவின் மையப்பகுதியில் இருந்தபோது அசீமானந்தா தனது ஆசிரமத்திலேயே உள்ளடங்கியிருந்தார். சங் அமைப்பில்

அவருக்கிருந்த முதன்மைக்கும், பிரபலத்திற்கும் மாறாக மோகன் பகவத், இந்திரேஷ்குமார் ஆகிய இருவரிடத்திலும் பொது இடங்களில் ஆர்.எஸ்.எஸ் அமைப்பிடமிருந்து விலகியிருக்க ஒப்புக்கொண்டார். 'அந்த நேரத்தில் நாங்கள் கையாண்ட தந்திரம் அது' என்ற அசீமானந்தா கும்பமேளாவில் பங்கெடுக் காமல் இரகசியமாக தாக்குதல் திட்டங்களை வகுப்பதில் கவனம் செலுத்தினார்.

சபரி கும்பமேளாவுக்கு அடுத்த ஒரு மாதத்திற்குள்ளாகவே வாரணாசியில் இரண்டு குண்டுகள் வெடித்தன. 38 பேர் கொல்லப்பட்டார்கள். நூற்றுக்கும் மேற்பட்டோர் காயமடைந் தனர். வெடிகுண்டுகளில் ஒன்று இந்துக்கோவிலின் நுழை வாயிலில் வைக்கப்பட்டது. அசீமானந்தா, பிரக்யாசிங், சுனில் ஜோஷி, ரத்தேஷ்வர்குமார் ஆகியோர் உடனடியாக சபரிதாம் மில்கூடி அங்கே ஒருபதிலைத் தயாரிக்கும் ஜால வித்தையில் ஈடுபட்டனர்.

அசீமானந்தா தந்த ஒப்புதல் வாக்குமூலத்தின்படி, சுனில் ஜோஷியும், ரத்தேஷ்வர்குமாரும் ஜார்கண்ட் சென்று துப்பாக்கி களையும், டெடனேட்டர்களில் பயன்படுத்த சிம்கார்டுகளையும் வாங்கிவர ஒத்துக்கொண்டனர். அசீமானந்தா அவர்களிடம் ரூ.25,000 கொடுத்தார். இந்தச் சதித்திட்டத்தில் ஆர்வம்கொண்ட சாதுக்களையும் சேர்த்துக்கொள்ள அவர்களுக்கு ஆலோசனை தந்தார். (முடிவில் அவர் நியமித்த ராமபக்தர்கள் துத்தம் அடைப்பதைத் தேர்வுசெய்தனர்.) ஜார்கண்ட்டில் சுனில்ஜோஷி தனது நண்பரும், ஜமதா மாவட்ட ஆர்.எஸ்.எஸ் தலைவருமான தேவேந்தர் குப்தாவைத் தொடர்பு கொண்டு சிம்கார்டுகளை வாங்குவதற்குப் போலிடிரைவிங் லைசென்ஸ்களைப் பெற்றார்.

ஜுன் 26ல் அந்தக்குழு ரத்தேஷ்வர் வீட்டிற்கு வந்தது. சுனில் ஜோஷியும், பிரக்யாசிங்கும் சதி ஆலோசனைக்கு நான்கு புதிய உறுப்பினர்களோடு வந்தார்கள். சந்தீப் டாங்கே, ராம்சந்திர கல்சங்கரா. லோகேஷ் சர்மா மற்றும் அமீத் என்று அறியப்பட்ட ஒருவர். சந்தீப்டாங்கே மத்தியப்பிரதேசம் சஜாபூர் மாவட்ட ஆர்.எஸ்.எஸ் அமைப்பாளர். இவரது புனைபெயர் 'ஆசிரியர்'. ராம்சந்திர கல்சங்கரா இந்தூரில் ஆர்.எஸ்.எஸ் அமைப்பாளர்.

குற்றப் பத்திரிக்கையின்படி, சுனில்ஜோஷி குண்டுகளை வெடிக்கச்செய்ய மூன்று குழுக்களை அமைத்தார். ஒரு குழு

- குண்டுகளை வைக்க அவர்களால் நியமிக்கப்படும் இளை ஞர்களுக்கு உற்சாகமூட்டுவதும், பாதுகாப்புக்கான இடம் அளிப்பதற்கு இன்னொருகுழு - வெடிகுண்டுகளுக்குத் தேவை யான பொருட்களை வாங்குவதற்கு. மூன்றாவதுகுழு - குண்டு களை ஒருங்கிணைத்துத் தயாரிப்பதற்கும், தாக்குதல்களை நடத்துவதற்கு சுனில்ஜோஷி இந்தச் சதித்திட்டத்தின் பல்வேறு பிரிவுகளையும் இணைக்கும் நபராகச் செயல்பட ஒப்புக் கொண்டார். சுனில்ஜோஷி அதிக எண்ணிக்கையிலான பாகிஸ் தானியரைக் கொல்ல சம்ஜூதா எக்ஸ்பிரஸ்-ஐத் தங்கள் தாக்குதல் இலக்காகக் கொள்ளவேண்டும் என்று ஆலோசனை தந்தார். அசீமானந்தா மாலேகான், ஹைதராபாத், அஜ்மீர் மற்றும் அலிகார் முஸ்லீம் பல்கலைக்கழகம் ஆகியவற்றைத் தேர்ந்தெடுத்தார்.

டேங்க்ஸ்ல் பலமாதங்கள் எந்தவிதச் செய்திகளும் இல்லாமல் போயின. பின் தீபாவளிப் பண்டிகையின்போது சுனில்ஜோஷி அசீமானந்தாவைச் சந்திக்க சபரிதாம் வந்தார். அசீமானந்தா அளித்த ஒப்புதல் வாக்குமூலத்தின்படி, செப்டம்பர் 8ல் மாலே கானில் 31 பேரைக்கொன்ற இரண்டு குண்டு வெடிப்புக்களுக்கு சுனில்ஜோஷி பொறுப்பேற்றுக் கொண்டார். சந்தீப்டாங்கேயும், ராம்சந்திர கல்சங்கராவும் குண்டுகள் தயாரிப்புக்குத் தேவையான பொருட்களை வாங்கவும், அவற்றை ஒருங்கிணைக்கவும், தாக்கு தல்களை நிறைவேற்றவும் சுனில் ஜோஷிக்கு உதவினர் எனக் குற்றப்பத்திரிக்கை தெரிவிக்கிறது.

2007 பிப்ரவரி 16 சிவராத்திரி அன்று சுனில்ஜோஷியும், அசீமானந்தாவும் குஜராத்தின் பல்பூரில் உள்ள கர்த்மேஷ்வர் மகாதேவ் மந்திரில் மீண்டும் சந்தித்தனர். ஒப்புதல் வாக்கு மூலத்தின்படி, சுனில்ஜோஷி அசீமானந்தாவிடம் 'அடுத்த சிலநாட்களில் ஒரு நல்ல செய்தி வரப்போகிறது' என்று கூறினார். இரண்டு நாட்களுக்குப்பின் சம்ஜூதா எக்ஸ்பிரஸ்ஸில் குண்டுகள் வெடித்தன. அதற்கு ஒருநாள் கழித்து சுனில்ஜோஷியும், அசீமானந்தாவும் அந்த மாபெரும் சதித்திட்டத்தின் சில உறுப்பினர்களும் ரத்தேஷ்வர் வீட்டில் சந்தித்தனர். அங்கு அந்தத் தாக்குதல்களுக்கு சுனில்ஜோஷி பொறுப்பேற்றுக்கொண்டார். அப்போது அவர் அசீமானந்தா விடம் சந்தீப்டாங்கேயும், அவரது உதவியாளர்களும் குண்டு வெடிப்புக்களுக்கு உதவினார்கள் என்று தெரிவித்தார். அடுத்த எட்டு மாதங்களிலும் தாக்குதல்கள் தொடர்ந்தன. மே மாதத்தில் இந்தக்கும்பல் ஹைதராபாத் மெக்கா மசூதியிலும், அக்டோபரில் அஜ்மீர் தர்காவிலும்

குண்டுகளை வெடித்தது.

2007 பிப்ரவரி 19 அன்று பிரக்யாசிங் சம்ஜுதா எக்ஸ்பிரஸ் குண்டுவெடிப்பு பற்றிய உடனடிச் செய்தியைப் பார்க்க (— நீராசிங் பின்னர் அளித்த சாட்சியத்தின்படி —) தனது சகோதரி மற்றும் தனது உதவியாளர் நீராசிங் உடன் அமர்ந்திருந்தார். நீராசிங் குண்டுவெடிப்பின் பேரழிவுக்காட்சிப் படங்களைப் பார்த்துக் கண்ணீர் வடித்தார். பிரக்யாசிங் நீராவிடம் 'இறந்தவர்கள் எல்லாம் முஸ்லீம்கள். எனவே அழவேண்டாம்' என்றார். இறந்து போனவர்களில் சில இந்துக்களும் இருப்பதை நீரா சுட்டிக்காட்டியபோது பிரக்யாசிங், 'தானியங்களோடு சில புழுக்களும் நிலத்தில் விழுந்துவிட்டன' என்றார். பின் தனது சகோதரிக்கும், நீராவுக்கும் ஐஸ்கிரீம் கொடுத்து உபசரித்தார்.

2007ன் முடிவில் சதியாலோசனைக்குழுவின் நிலை மோசமான திருப்பத்தைச் சந்தித்தது. டிசம்பர் 29 அன்று மத்தியப்பிரதேசம், தேவாசில் உள்ள தனது தாயாரின் வீட்டருகே சாலை ஓரத்தில் சுனில்ஜோஷி சுடப்பட்டு இறந்து கிடந்தார். சுனில்ஜோஷியுடன் அவரது உதவியாளர்கள் ராஜ், மெஹுல், கன்ஷியாம் மற்றும் உஸ்தாத் ஆகிய நால்வரும் எப்போதும் இருந்துவந்தனர். (ராஜ் மற்றும் மெஹுல் இருவரும் 2002 குஜராத் கலவரங்களில் 14 பேரைக்கொன்ற பெஸ்ட் பேக்கரி தீவைப்பு வழக்கில் போலீசால் தேடப்படுபவர்கள்) சுனில்ஜோஷி கொல்லப்பட்டபின் இந்த நால்வரும் மர்மமான முறையில் காணாமல் போய்விட்டனர்.

சுனில்ஜோஷியின் மரணத்தை அறிந்தபோது அசீமானந்தா, ஜோஷி கொல்லப்பட்ட தகவல்களை அறிந்துகொள்ளப் புலனாய்வு இராணுவ அதிகாரியின் தொலைபேசி எண்ணுக்குத் தொடர்பு கொண்டார். லெப்டினன்ட் கர்னல் ஸ்ரீகாந்த் புரோஹித் என்ற இந்த அலுவலரை நாசிக்கில் தீவிர ஆர்.எஸ். எஸ். போராளியான அபிநவ் பாரத் பங்கேற்ற கூட்டத்தில் அசீமானந்தா சந்தித்திருந்தார்.

ஸ்ரீகாந்த் புரோஹித் ஒரு மர்மமான நபர். கடந்த மூன்று ஆண்டுகளாக 2008ல் நிகழ்ந்த இரண்டாவது மாலேகான் குண்டுவெடிப்பைத் திட்டமிட்டதற்காக சிறையில் இருந்து வருகிறார். இராணுவ மேலதிகாரிகளின் உத்தரவுப்படி இரட்டை உளவாளியாக நடித்து வந்ததாக மீண்டும் மீண்டும் கூறிவருபவர். 'நான் எனது வேலைகளைக் கச்சிதமாகச்செய்து எனது

மேலதிகாரிகளை தப்பவைத்தேன்' என்று 2012ல் 'அவுட் லுக்' இதழில் கூறியுள்ளார். பிரக்யாசிங்கின் வழக்கறிஞர் கணேஷ் சோவானி, "இதை அறிந்துகொள்ள யார் விரும்புகிறார்களோ, அவர்களுக்கு உண்மை தெரியும்" என்றும், புரோஹித்தின் நடவடிக்கைகளில் கவனமாக இருப்பதாகவும், அவர்களின் உண்மையான நோக்கம் என்னவென்று எங்களுக்குத் தெரியாது என்றும் என்னிடம் கூறினார். அசீமானந்தாவின் ஒப்புதல் வாக்கு மூலத்தின்படி, சுனில்ஜோஷி பழங்குடியின காங்கிரஸ்காரரின் கொலையில் சம்பந்தப்பட்டிருப்பதால் அதற்கான பழிவாங்கும் நடவடிக்கையாக இது இருக்கலாம்.

ஐந்து மாதங்களுக்குப் பிறகு மகாராஷ்டிராவிலும், குஜராத் திலும் மூன்று குண்டுகள் வெடித்தன. இரண்டு மாலேகானிலும், ஒன்று மடோசாவிலும். குறைந்தபட்சம் ஏழுபேரைக்கொன்று, சுமார் 80 பேரைப் படுகாயப்படுத்தியது. அசீமானந்தா உடனடி யாக சந்தீப் டாங்கேயின் தொலைபேசி அழைப்பைப்பெற்றார். டாங்கே தனக்கு சபரிதாமில் சில நாட்களுக்கு அடைக்கலம் வேண்டினார். குஜராத்தில் உள்ள நாடியாத்துக்குச் சென்று கொண்டிருந்த அசீமானந்தா, தான் இல்லாதபோது ஆசிரமத்தில் டாங்கேயை விட்டுச் செல்வது புத்திசாலித்தனம் அல்ல என்று நினைத்தார். சபரிதாமில் இருந்து 70 கி.மீ.தொலைவில் உள்ள வியதா பஸ்டெப்போவில் தன்னை ஏற்றிக்கொண்டு பரோடாவில் இறக்கிவிடுமாறு டாங்கே அசீமானந்தாவைக் கேட்டுக்கொண்டார். அங்கு மிகவும் கவலையோடு இருந்த டாங்கேயையும், ராம்சந்திர கல்சங்கராவையும் அசீமானந்தா சந்தித்தார். அவர்கள் மகாராஷ் டிராவிலிருந்து வந்ததாகக் கூறினார்கள். பரோடாவுக்குச் சென்ற மூன்றுமணி நேரப்பயணம் முழுவதிலும் மௌனமாகவே இருந் தார்கள் எனப் பின்னர் போலீசாரிடம் அசீமானந்தா நினைவு கூர்ந்தார்.

மாலேகானில் நடைபெற்ற இரண்டாவது குண்டு வெடிப் புக்குப்பிறகு 2008 அக்டோபரில் பிடிபட்ட முக்கியச் சதி காரர்களில் முதலாமவர் பிரக்யாசிங். மும்பை தீவிர வாத எதிர்ப்புப்படை, குண்டுவெடிப்புக்கு பிரக்யாசிங் ஸ்கூட்டர் பயன்படுத்தப்பட்டதை உறுதிசெய்தது. போலீஸ் காவலில் பிரக்யாசிங் மிகவும் கடுமையாகச் சித்தரவதை செய்யப்பட்ட தாக உடனடியாகப் புகார் எழுந்தது. இந்தச் செய்தி அசீமானந்தாவை மிகவும் கவலைக்குள்ளாக்கியது. நவம்பர் முதல்வாரத்தில் மும்பை ஏ.டி.எஸ் இந்த வழக்கில் இன்னொரு

முக்கியமானவரான புரோஹித்தைக் கைது செய்தது. புரோஹித் மீது பயங்கரவாதிகளுக்குக் குண்டுகளைச் செய்யப் பயிற்சி அளித்தார் என்றும், அவர்களுக்கு இராணுவக்கிடங்கிலிருந்து ஆர்.டி.எக்ஸ் கொடுத்தார் என்றும் குற்றம் சாட்டியது. அந்த மாத இறுதியில் தயானந்த் பாண்டே என்ற சதிகாரரை ஏ.டி.எஸ் கைதுசெய்தது. இந்தப் புலனாய்வுக்குத் தலைமை தாங்கிய புகழ்பெற்ற மும்பை ஏ.டி.எஸ் தலைவரான ஹேமந்த் கர்கரே மும்பை தீவிரவாதிகளால் நவம்பர் 26 தாக்குதலில் சுட்டுக் கொல்லப்பட்டார். அதன்பின் தீவிரவாதிகளைக் கைது செய்வது திடீரென நிறுத்தப்பட்டது.

2010 ஏப்ரல் வரை எந்த மாற்றமும் இல்லை. ராஜஸ்தான் ஏ.டி.எஸ். அஜ்மீர் குண்டுவெடிப்புப் புலனாய்வின்போது சுனில்ஜோஷி, ரத்தேஷ்வர் மற்றும் இருவருக்குப் போலி அடையாள அட்டை பெற்றுத்தந்த ஜார்கண்ட் மாவட்ட ஆர்.எஸ்.எஸ் தலைவர் தேவேந்திரகுப்தாவைக் கைது செய்தது. அந்த ஆண்டு ஜூலையில் சம்ஜூதா வழக்கை தேசியப் புலனாய்வுக்குழு என்.ஐ.ஏ. எடுத்துக்கொண்டது. அந்த நேரத்தில் சி.பி.ஐ மெக்கா மசூதி வழக்கைப் புலனாய்வு செய்து, அசீமானந்தா உள்ளிட்ட சதியாலோசனைக்குழு உறுப்பினர்கள் பற்றிய விவரங்களைச் சேகரித்துக்கொண்டிருந்தது.

இந்த நேரத்தில் எல்லாம் முடிவுக்கு வருவதை அசீமானந்தா அறிந்தார். கைது செய்யப்படுவதற்கு முந்தைய மாதங்களில் அசீமானந்தா மிகவும் கவலைப்பட்டார் என பூல்சந்த்பாப்லோ என்னிடம் கூறினான். ‘அவர் மௌனமாக இருந்தார். செய்திகள் மற்றும் புலனாய்வுகள் பற்றி உறுதியான மௌனத்தைக் கடைப்பிடித்தார். நாங்கள் அவரிடம் எதையும் கேட்கவில்லை’ என்ற பாப்லோ அந்த நேரத்தில் 60 வயதை அடைந்திருந்த அசீமானந்தா கைது செய்யப்படுவதிலிருந்து தப்பிக்க சபரிதாமை விட்டு நீங்கி நாடுமுழுவதும் பயணம் செய்தார். தொடர்ந்த பயணங்கள் அவரைப் பலவீனப்படுத்தின. அவரது உடல்நலம் குறைந்தது. அதனால்,ஹரித்துவாருக்கு வெளியில் ஒரு கிராமத்தில் வேறு பெயருடன் சி.பி.ஐ. அவரைக் கண்டுபிடிக்கும்வரை தங்கி வாழ்ந்தார். ‘அவர்கள் சுனில்ஜோஷியுடன் தொடர்பு கொண்டிருந்த ஒவ்வொருவரையும் கைது செய்தார்கள். கடைசியில் பிடிபட்டவன் நான்தான்’ என்று அசீமானந்தா என்னிடம் தெரிவித்தார்.

அசீமானந்தா ஹைதராபாத் சிறையில் அடைக்கப்பட்டார். விரைவில் ஒப்புதல் வாக்குமூலம் தந்தார். 'சி.பி.ஐ.க்கு முழுக் கதையும் தெரியும்' என்றார் அவர். ஒப்புதல் அளிக்க அவர் ஏன் முடிவுசெய்தார் என்பதுபற்றி அவர் அளித்த ஒரு விளக்கம் ஆச்சரியம் தருவதாக இருந்தது. சிறையில் அடைக்கப்பட்ட சிலநாட்களுக்குப் பிறகு ஹைதராபாத் சிறையில் இருந்த கலீம் என்ற பெயர்கொண்ட ஒரு முஸ்லீம் சிறுவனை அவர் சந்தித்தார். அசீமானந்தா திட்டமிட்டுத்தந்த மெக்கா மசூதி குண்டுவெடிப் பில் அவனும் குற்றம்சாட்டப்பட்டிருந்தான். அசீமானந்தா வுக்காகச் சிறுசிறு வேலைகளை கலீம் செய்து வந்தான். அவனது அன்பு அசீமானந்தாவின் மனசாட்சியை உலுக்கியது. தவறுகளுக்காக வருத்தப்படாமல் ஒப்புதல் வாக்குமூலம் கொடுத்ததாக அவர் சொன்னார்.

இந்த நிகழ்ச்சியை எங்கள் முதல் பேட்டியில் நான் குறிப் பிட்டபோது அசீமானந்தா என்மீது ஒரு விஷமத்தனமான பார் வையை வீசினார். "அப்படியானல் கலீமைப் பற்றிய செய்தி அவ்வளவு பெரியதா?" என்று கேட்டார். அந்தக் கதை முழு வதும் போலீசால் இட்டுக்கட்டப்பட்டவை என்றார். 'கலீமுக்குத் தெரியும், நான் அந்தச் சிறையில்தான் உள்ளேன் என்று. ஆனால் நான் அவனைச் சந்திக்கவில்லை'. அசீமானந்தா சொன்னார், 'நான் எப்படி இத்தகையவற்றை ஒரு முஸ்லீம் பையனிடம் சொல்வேன்?'

தனது ஒப்புதல் வாக்குமூலத்திற்குப் பிறகு அசீமானந்தா இரண்டு கடிதங்களை எழுதினார்: — ஒன்று சம்ஜௌதா குண்டு வெடிப்புக்களுக்குப் பொறுப்பேற்றுக்கொண்டு இந்தியக் குடியரசுத் தலைவருக்கு —இன்னொன்று பாகிஸ்தான் ஜனாதி பதிக்கு. அதில், 'குற்றச்சட்ட நடைமுறைகள் என்னைத் தூக்கி லிடும்முன் பாகிஸ்தானில் உள்ள ஹபீஸ் சையத், முல்லா ஓமர், பிற ஜிகாதி தீவிரவாதத் தலைவர்கள் மற்றும் ஜிகாதி தீவிரவாதிகளைத் திருத்துவதற்கான ஒரு வாய்ப்பை எனக்குத் தரவேண்டுகிறேன். நீங்கள் அவர்களை என்னிடம் அனுப்பலாம். அல்லது என்னை உங்களிடம் அனுப்புமாறு இந்திய அரசை நீங்கள் கேட்டுக்கொள்ளலாம்'.

5

தேசியப் புலனாய்வுக் கழகத்தின் பளபளப்பான டெல்லித் தலைமையகத்தில், அடக்கமான மூன்றடுக்குக் கட்டடத்தில் காவல்துறை மேலதிகாரி சூபிரன்டன்ட் ஆஃப் போலீஸ் விஷால் கார்க் அலுவலகம் உள்ளது. அந்த அலுவலகத்தின் கண்ணாடிச் சுவரின் எதிரில் 'அஜ்மீர்குண்டு வெடிப்பு', 'சம்ஜுதா குண்டுவெடிப்பு'. 'சுனில்ஜோஷி கொலை' மற்றும் 'எழுதுபொருள்கள்' என்று தலைப்பிடப்பட்ட நான்கு இழுப் பறைகள். விஷால் கார்க்—ன் மேசையின் பின்பக்கம் உள்ள ஒரு வெண்பலகையில் கார்க் புலனாய்வு அதிகாரியாக உள்ள சம்ஜுதா மற்றும் அஜ்மீர் வழக்குகளின் நீதிமன்ற விசாரணைத் தேதிகள் இடம்பெற்றுள்ளன. இன்னொரு சுவரில் இன்றுவரை காணாமல் போயுள்ள சந்தீப்டாங்கே, ராம்சந்திர கல்சங்கரா படங்களுடன் 'வாண்டட்' சுவரொட்டி. டாங்கேயையும், கல் சங்கராவையும் கைதுசெய்யத் தகவல் தருபவர்களுக்கு தலா ரூ.10,00,000 அறிவிக்கப்பட்டுள்ளது.

நான் அவரது அலுவலகத்தில் சந்தித்தபோது கார்க் சொன் னார், 'நாங்கள் இங்கே ஆருஷி வழக்கை அடிக்கடி மேற்கோள் காட்டுவோம். குற்றம் நடந்த மூன்று நாட்களுக்குப்பின் அந்த வழக்குக் கொடுக்கப்பட்டு சி.பி.ஐ. குற்றம் நடந்த

இடத்திற்குச் சென்றது. நீங்களே கற்பனை செய்து பாருங்கள். எவ்வளவு மதிப்புமிக்க தடயங்கள் தொலைந்திருக்கும் என்று.' கண்ணில் அணிந்திருக்கும் கண்ணாடியில் மேலிருந்து கீழாகப் பார்த்தபோது, தீவிரவாதச் செயல்களை எதிர்கொண்டு ஒடுக்கும் ஐ.பி.எஸ் அதிகாரியாக, ஒவ்வொரு அசைவிலும் தெரிந்தார் கார்க். 'குற்றம் நடந்த மூன்று ஆண்டுகளுக்குப்பின் சம்ஜூதா வழக்கை எடுத்துக்கொண்டோம். இந்தப் புலனாய்வு எங்களுக்கு எவ்வளவு சிக்கலாக இருக்கும் என்பதை நீங்கள் நினைத்துப்பாருங்கள்' என்று சொன்னார்.

கார்க் தொடர்ந்தார், 'இதுவரை இதில் நடைபெற்ற பணப் பரிமாற்றத்தை எங்களால் கண்டறிய முடியவில்லை. ஏனெனில், வங்கி மூலமான பணப்பரிமாற்றங்களாகவோ அல்லது எழுத்து மூலமானதாகவோ இல்லை. புலனாய்வின் வரம்பு இது என நீங்கள் சொல்லலாம். அசீமானந்தா சுனில்ஜோஷியிடம் பணம் கொடுத்தார் என்பது எங்களுக்குத் தெரிகிறது. ஆனால் எவ்வளவு என்பது தெரியவில்லை. இந்தக்குண்டு வெடிப்புக் களில் பயன்படுத்தப்பட்ட வெடிபொருட்கள் எங்கிருந்து கிடைத்தன என்பது இன்னும் விசாரணையில் உள்ளது.' 'வாண்டட்' சுவரொட்டியைச் சுட்டிக்காட்டிய கார்க், 'ரூ.10,00,000 என அறிவிக்கப்பட்டுள்ள இந்த இளைஞர்கள் இந்தக் குற்றத்தின் மூளையாகவும், செயல்படுத்தியவர்களாகவும் இருந்திருக்கிறார் கள். இதுபற்றிய ஒரு தெளிவான சித்திரத்தைக் காண நாங்கள் அவர்களைப் பிடிக்கவேண்டியுள்ளது'.

என்.ஐ.ஏ. ஏராளமான தடைகளைச் சந்தித்துவருகிறது. 2012 ஜூலையில் சுனில்ஜோஷி கொலையில் பிரக்யாசிங்-ஐ என்.ஐ.ஏ குறுக்குவிசாரணை செய்வதை - இந்த வழக்கின் எஃப்.ஐ.ஆர். (முதல் தகவல் அறிக்கை) என்.ஐ.ஏவின் தோற்றத் திற்கு முன் தாக்கல் செய்யப்பட்டுள்ளது என்ற தொழில் நுட்பக் காரணத் தின் அடிப்படையில்-உச்ச நீதிமன்றம் தடுத்து விட்டது. குற்றம் சாட்டப்பட்ட இன்னொருவரான லெப்டினன்ட் கர்னல். ஸ்ரீராம்புரோஹித்தை விசாரணை செய்வதையும் தடை செய்துள்ளது. என்.ஐ.ஏ.வின் குற்றச்சாட்டு வழக்கறிஞரும், சட்ட ஆலோசகருமான அஹமது படேல் எல்லா வழக்கு களையும் ஒன்றாகச் சேர்த்து, ஒரே நீதிமன்றத்தில் விசாரணைக்கு உட்படுத் தலாம் என ஆலோசனை வழங்கினார். ஆனால், இது பற்றிய அடுத்தகட்ட நடவடிக்கை எதுவும் எடுக்கப்படவில்லை.

என்.ஐ.ஏ மேலும்பல சதியாளர்களின் பெயர்களைச் சேர்த்துத் துணைக் குற்றப்பத்திரிக்கையை விரைவில் தாக்கல் செய்வோம் என்கிறது. கார்க் மிகவும் கடுமையாக வேலை செய்து வருவ தாகச் சொன்னார். ‘சென்றவாரம் எனது உதவியாளர்களில் ஒருவர் லிஃப்டில் என்னைச் சந்தித்து, ‘சார், இன்று நீங்கள் மிகவும் அறிவுக்கூர்மையுடனும், சுறுசுறுப்பாகவும் இருக்கிறீர்கள்’ என்றார்; ‘நான் அவரிடம் நீங்களும்கூடத் தூக்கத்தை விட்டு விட்டால் ஸ்மார்ட் ஆகத் தோன்றுவீர்கள் என்றேன்’ எனப் பலமாகச் சிரித்தார். பிறகு அவர், ஒருமுறை தனது மேலதிகாரி தான் தூங்கினால் தன்னால் சந்தேகிக்கப்படுபவர்களைக் கனவில் கண்டு தேடிப்பிடிக்க நல்லநேரத்தைக் காணமுடியும் என்று அடிக்கடி சொல்வதை வழக்கமாகக் கொண்டிருந்தார் என்றார்.

இந்திரேஷ்குமாரை இதுவரை என்.ஐ.ஏ ஏன் கேள்விக்குட் படுத்தவில்லை? என்று நான் கேட்டபோது, ‘அது உள்விஷயம். அதைப்பற்றி விவாதிக்கக்கூடாது’ என்றார் கார்க்.

2008ல் பிரக்யாசிங் கைது செய்யப்பட்டதும் ப.சிதம்பரம், திக்விஜயசிங் போன்ற காங்கிரஸ் தலைவர்கள் ‘காவி பயங்கரம்’ என்று குற்றம்சாட்டத் துவங்கினார்கள். ஆர்.எஸ்.எஸ் மற்றும் பி.ஜே.பி தலைவர்கள் இந்தக்கறையிலிருந்து தங்கள் அமைப்புக் களைப் பாதுகாத்துக்கொள்ள முதலில் குற்றவாளிகளைக் கண்டிக்கவும், பிறகு அவர்களுக்குப் பாதுகாப்பு அளிக்கவும் விரைந்தார்கள்.

பிரக்யாசிங் கைதைத் தொடர்ந்து பி.ஜே.பி.யின் மூத்த தலைவர் உமாபாரதி, ‘நான் அதிர்ச்சி அடைந்தேன். பிரக்யாசிங்குக்கும் தங்களுக்கும் சம்பந்தம் இல்லை என்று பி.ஜே.பியும், அதனு டைய பிற எல்லா அமைப்புக்களும் விலகிச்செல்வது வெட்கக் கேடானது. அவர்களுக்குத் தேவைப்பட்டபோது பிரக் யாசிங்கைப் பயன்படுத்திக் கொண்டார்கள்’ என்றார். இதை மறுத்த பி.ஜே.பியின் பேச்சாளர் ரவிசங்கர் பிரசாத், ‘அவரைச் சொந்தம் கொண்டாடுவது அல்லது விலக்குவது என்ற பேச்சுக்கே இடமில்லை ஏனெனில் பிரக்யாசிங் ஏ.பி.வி.பியைவிட்டு 1995—96லேயே விலகிவிட்டார்’ என்றார். ஆனால், பிரக்யாசிங், பி.ஜே.பி. தலைவர் ராஜ்நாத்சிங் மற்றும் சிவராஜ்சிங் சௌகான் ஆகியோருடன் இருந்த சமீபத்திய புகைப்படங்கள் வெளியிடப் பட்டபோது அந்தக்கட்சி தர்மசங்கடத்துக்குள்ளானது.

இன்னொரு படம் குஜராத் கலவரங்களுக்குப்பின் நடைபெற்ற தேர்தல் பிரச்சாரக் கூட்டத்தில் நரேந்திர மோடியுடன் பிரக்யா சிங் மேடையில் வீற்றிருந்ததைக் காட்டியது.

பிரக்யாசிங் சித்திரவதை செய்யப்பட்டார் என்ற புகார் எழுந்ததும் பி.ஜே.பி தனது நிலையை மாற்றிக்கொண்டது. எல்.கே.அத்வானி, பிரக்யாசிங் மீது நடைபெற்றது 'காட்டு மிராண்டித்தனமான நடவடிக்கை' என்று கண்டனம் செய்தார். அரசியலால் ஏவிவிடப்பட்ட புலனாய்வு அமைப்பு தொழில் நெறி சாராதவகையில் செயல்படுவது தெளிவாகிவிட்டது என்றும் கூறினார். (அரசியல் அறிஞர் பானுபிரதாப் மேத்தா, 'எல்.கே.அத்வானி கடந்த தேர்தலுக்கு முன்பு மேற்கொண்ட கலைநயமற்ற, உணர்ச்சிவசப்பட்ட போக்கில் இப்போது எதுவும் குறைந்துவிடவில்லை: பிரக்யாசிங்கைப் பாதுகாப்பதிலும் அது இருந்தது' என்று பின்னர் விமர்சனம் செய்தார்.)

2010 நவம்பரில் அசீமானந்தா கைது செய்யப்படுவதற்கு ஒன்றரை வாரத்திற்கு முன் இந்தப் புலனாய்வில் இந்திரேஷ்குமார் பெயர் அடிபட்டுப் பத்திரிக்கைகளில் இடம்பெற்றபோது ஆர்.எஸ்.எஸ் தனது கடுமையான எதிர்ப்பைப் பொது இடத்தில் (அதன் வரலாற்றில் மிகவும் பெரிய ஒன்றாக) காட்டியது. சங்அமைப்பின் மூத்த தலைவர்கள் நாடுதழுவிய அளவில் எதிர்ப்பைத் தலைமைதாங்கி நடத்தினார்கள். 'ஆர்கனைசர்' இதழின்படி நாடுமுழுவதும் 700 இடங்களில் நடைபெற்ற தர்ணாக்களில் 10 இலட்சத்துக்கும் மேற்பட்டவர்கள் கலந்து கொண்டார்கள். பேரணிமேடைகளில் ஆர்.எஸ்.எஸ் வி.ஹெச். பியின் ஒட்டுமொத்தத் தலைவர்களும் காணப்பட்டனர். லக்னோவில் நடைபெற்ற ஆர்ப்பாட்டத்தில் மோகன்பகவத் இந்திரேஷ்குமாரைப் பாதுகாக்கத் தாமே நேரடியாகக் கலந்து கொள்வதன் முக்கியத்துவத்தை அழுத்திக்கூறினார். 'இந்த அமைப்பின் வரலாற்றில் முதன்முறையாக சர்சங்சாலக் தர்ணாவில் கலந்துகொண்டது மட்டுமல்ல, கூட்டங்களிலும் பேசுவது ஆர்.எஸ்.எஸ் அமைப்போடு பயங்கரவாதத்தை இணைக்கும் இரகசியத்திட்டம் உருவாகிவருவதால்தான்' என்றார். அந்த மேடை மோகன்தாஸ் காந்தியின் முகம்கொண்ட பெரிய படத்தால் அமைக்கப்பட்டிருந்தது. பகவத் மேலும் கூறினார், 'ஹிந்துசமாஜ், காவிநிறம் மற்றும் ராஷ்ட்ரிய சுயம்சேவக் சங் என்ற எல்லாச் சொற்களும் 'பயங்கரவாதம்' என்ற சொல்லுக்கு எதிரான அர்த்தம் கொண்டவை'.

குண்டுவெடிப்புக்களில் இந்திரேஷ்குமாரின் பங்கைத் தெளிவாகச் சுட்டிக்காட்டும் அரிய தகவல்களையும், சாட்சியங்களையும் சி.பி.ஐ மற்றும் ஏ.டி.எஸ் புலனாய்வுகள் முன்வைத்தன. என்.ஐ.ஏ வின் குற்றப்பத்திரிக்கை இந்திரேஷ்குமார்தான் இரகசிய சதிகளில் ஈடுபட்ட முக்கியப் பிரமுகர்கள் பலருக்கும் (குறிப்பாக சுனில்ஜோஷிக்கு) அனுபவம்மிக்க, நம்பிக்கைக்குரிய ஆலோசகராக இருந்தார் எனக்குறிப்பிட்டது. 2011 ஜூலை பிற்பகுதியில் சி.பி.ஐ அவரைக் குறுக்கு விசாரணை செய்தது. என்.ஐ.ஏவும் கூட இந்திரேஷ்குமாரை விசாரிக்கப்போவதாகப் பெருமளவுக்குப் பேசப்பட்டது. ஆனால், இந்திரேஷ்குமார் ஏற்கனவே புலனாய்வுக் குழுக்களின் மீது பத்திரிக்கைகளில் வசைமாரி பொழிந்து கொண்டிருந்தார். 'பயங்கரவாதச் செயல்களில் எனக்கு எதிரான வலுவான ஆதாரங்கள் என்.ஐ.ஏவிடம் இருக்குமானால் அது ஏன் என்னைக் கைது செய்யவில்லை?' என்ற அவர், பிரக்யாசிங், அசீமானந்தா ஆகியோருடன் தாமும் தவறாகத் தொடர்பு படுத்தப்பட்டுள்ளதாகக் கூறிக்கொண்டார். என்.ஐ.ஏ இன்னும் அவரை விசாரிக்கவில்லை.

ஆர்.எஸ்.எஸ்-ம், பி.ஜே.பியும் கிடைக்கும் ஒவ்வொரு வாய்ப்பையும் நடைபெற்றுவரும் புலனாய்வுகள் எல்லாம் காங்கிரஸ் தலைமையிலான அரசால் நடத்தப்படும் சூனியக் காரவேலை என்று வர்ணிக்கப் பயன்படுத்திக்கொண்டன. இது உண்மை என்றால், இந்தவழக்குகள் அரைமனதாகக் கையாளப் படுவதைப் பார்க்கும்போது, அரசுக்கு இந்தக்குழுக்களின்மீது என்ன செல்வாக்கு இருக்கிறது என்ற ஆச்சரியத்தை எழுப்புகிறது.

சென்ற ஆண்டு நான் இந்திரேஷ்குமாரைப் பேட்டி கண்ட போது, பத்திரிக்கையாளர்கள் ஆர்.எஸ்.எஸ்.—ன் அரசியல்பற்றி மட்டுமே கேள்விகள் கேட்கிறார்கள். அவர்கள், இந்த அமைப்பின் சமுதாயத்திற்கான முன்னெடுப்புக்களின்மீது ஆர்வம் காட்டுவதில்லை என்று முறையிட்டார். 'பிறகு அவர்கள் அந்தக்கேள்விகளை மட்டும் அச்சிட்டு எங்கள் பணிகளைப் பற்றிய செய்திகளைக் கொலை செய்துவிடுகிறார்கள்' என்றார். இப்போது ஊடகங்கள் சங் போன்ற பன்முகப்பட்ட அமைப்புக்களைப் புறக்கணித்தது தவறு என்று மெதுவாக உணரத் துவங்கியிருக்கின்றன என்றும் கூறினார். குண்டுவெடிப்பில் அவரது பங்குபற்றி எங்களது உரையாடல் மாறியபோது, 'என்னைப்பற்றி அவர்கள் எழுதும்போது, அவர்கள் ஜாக்கிரதையாக இருக்க

வேண்டும் என்று நான் எச்சரிக்கிறேன்’ என்றார் அவர். அவரது குரல் சண்டைக்குரலாக ஒலித்தது. பின்னர் நான் அவரைத் தொலைபேசியில் தொடர்புகொண்டு பயங்கரவாதத் தாக்குதல்களுக்கு மோகன்பகவத்தும், அவரும் வாழ்த்துக்கள் சொன்ன கூட்டத்தைப்பற்றிக் கேட்டபோது அவர் முற்றிலும் மௌனமாகிப் போனார். மோகன்பகவத் அலுவலகம் அவர்கள் கருத்தைத் தெரிவிக்க மின்னஞ்சல் அனுப்புமாறு என்னிடம் சொன்னது. ஆனால் இந்தக்கட்டுரை அச்சுக்குச் செல்லும்வரை அவர்களிடமிருந்து எந்தப் பதிலுமில்லை.

ஜனவரி 24 வெள்ளியன்று ஹரியானா மாநிலம், பஞ்ச்குளாவில் உள்ள என்.ஐ.ஏ சிறப்பு நீதிமன்றத்தில் சம்ஜௌதா வெடிகுண்டு வழக்கில் அசீமானந்தா மீது குற்றச்சாட்டுக்கள் தொகுக்கப்பட்டன. அம்பாலா சிறையில் மூன்று ஆண்டுகள் கழித்தபிறகு, 31 மாதங்கள் சட்ட விசாரணைக்குப்பின் இறுதியாக அவர் மீதான விசாரணை ஜெய்பூரில் உள்ள என்.ஐ.ஏ நீதிமன்றத்திற்குச் செல்கிறது. அவர் 2013 செப்டம்பர் முதல் அஜ்மீர் வழக்கில் விசாரணையில் இருந்து வருகிறார். மெக்கா மசூதி வழக்கில் அவர் மீதான விசாரணை இன்னும் தொடங்கவில்லை. கடந்த நவம்பரில் இரண்டு ஆண்டுகளில் முதன் முறையாக அசீமானந்தா விசாரணை செய்யப்பட ஹைதராபாத் நீதிமன்றத்திற்கு அழைத்துவரப்பட்டார்.

2008 மாலேகான் குண்டுவெடிப்பில் முதல் குற்றவாளியாக உள்ள பிரக்யாசிங் பம்பாய் உயர்நீதி மன்றத்தை - என்.ஐ.ஏ உருவாக்கப்பட்டவிதம் பற்றி ஆட்சேபிப்பதற்காக - அணுகியுள்ளார். அவர் தான் புற்றுநோயால் அவதிப்படுவதாகவும், போபாலில் உள்ள ஆயுர்வேத மருத்துவமனையில் சிகிச்சை பெற்றுவருவதாகவும் தெரிவித்துள்ளார். அவர் தாக்கல் செய்த பல்வேறு ஜாமீன் மனுக்களையும் என்.ஐ.ஏ எதிர்த்து வருகிறது.

இந்தத்தருணத்தில் மேலும் பல ஆண்டுகளுக்கு விசாரணை இழுத்தடிக்கப்படும் என்று தோன்றுகிறது. நீதிமன்ற நடவடிக்கைகள் தாமதமாகி வருவதற்கு இருதரப்பு வழக்கறிஞர்களும் ஒருவர்மீது ஒருவர் குறைகூறி வருகிறார்கள். ஒன்றரை ஆண்டுக்கும் மேலாக பஞ்ச்குளா நீதிமன்றத்திற்குச் சென்றுவந்த போதிலும் குற்றச்சாட்டுக்கள் பதிவுசெய்யப்படும்வரை குறிப்பிடத்தக்க செய்திகள் ஏதுமில்லை.

அம்பாலாவில் அசீமனந்தா சிறப்பு 'பி' வகுப்பு அறையில் ராம்குமார் சௌத்திரி என்ற காங்கிரஸ் பாராளுமன்ற உறுப்பின ருடன் (இவர் 2012 நவம்பரில் ஹரியானாவில் 24 வயதுப் பெண்ணைக் கொலை செய்ததாகக் குற்றம் சாட்டப்பட்டவர்) இருந்து வருகிறார். இவர்கள் இருவரும் ஒரு சமையல்காரரைத் தங்களுக்கு உணவு தயாரித்துக் கொடுக்க ஏற்பாடு செய்துள் ளார்கள். அவர்கள் இருவரும் இரவு நேரத்தில் மட்டுமே பூட்டிய அறையில் வைக்கப்படுகிறார்கள்.

2014 ஜனவரியில், எங்களது கடைசிப் பேட்டியின்போது, அசீமானந்தா என்னிடம் கொஞ்சம் டீ குடிக்கிறீர்களா? என்று கேட்டார். அதற்கு நான் பதில் சொல்வதற்கு முன்பே ஒரு ஒல்லி யான பதின்வயதுச்சிறுவன் —சில்லறைக் குற்றங்களுக்காகச் சிறைக்காவலில் உள்ளவன்— எனது கைகளில் இனிப்பான டீ நிறைந்த பிளாஸ்டிக் கப்பைத் திணித்தான். அசீமானந்தா அவனைத் தன் அருகில் இழுத்து, 'இவன் எனது சிறுவன். விரைவில் விடுதலையாகி விடுவான்' என்றார். அந்தப் பதின் வயதுச் சிறுவனின் முகத்தைப் பார்த்துச் சிரித்துக்கொண்டே சொன்னார்; 'இந்த டீக்காரன் நரேந்திரமோடி அளவுக்கு வளர்ச்சி பெறுவான்'.

எங்கள் நேர்காணல்களின்போது சிறை அதிகாரிகள் அசீமானந்தா எப்படி இருக்கிறார் என்று கேட்டுச்செல்ல அடிக்கடி வந்து நின்று செல்வார்கள். 'அவர்கள் எல்லாரும் என்னிடம் 'எப்படி இருக்கிறீர்கள்? நன்றாக இருங்கள்' என்று சொல்வார்கள்' என்றார் அசீமானந்தா. நடந்தது எதுவானாலும் நல்லதே. 'இதை நான் செய்தேனா? இல்லையா? என்பது அவர் களுக்குத் தெரியாது. ஆனால், யார் அதைச் செய்திருந்தாலும், சரியானதைத்தான் செய்திருக்கிறார்கள் என்று அவர்கள் நம்பு கிறார்கள்' என்றார்.

மேற்குவங்கத்தில் உள்ள அசீமானந்தாவின் காமர்பூர் கிராமத்திற்கு நான் சென்றபோது அவரது குடும்பத்தினர் என்னிடம் பேசவே மறுத்தார்கள். ஆனால், நான் அங்கிருந்து திரும்பும் போது அசீமானந்தாவின் இளைய சகோதரர் சுசாந்த் என்னிடம், 'இன்னும் சிலமாதங்கள் பொறுத்திருங்கள். மோடிஜீ ஆட்சிக்கு வந்ததும், எங்கள் கிராமத்தின் நடுவில் ஒரு மேடையை அமைத்து, ஒலிபெருக்கியில் 'இவை எல்லாம் அசீமானந்தாவால் நடந்தவை' என்று சத்தமிட்டுச் சொல்வேன்' என்றார்.

எங்கள் சந்திப்புக்களில் ஒன்றில் அசீமானந்தா, நாதுராம் கோட்சேவின் கடைசி வார்த்தைகளைச் சுட்டிக்காட்டினார்; 'எனது எலும்புகள் கடலில் கரைக்கப்படாமல் இருக்கட்டும், மீண்டும் சிந்துநதி இந்தியாவின் வழியாகப் பாயும் வரை'. அசீமானந்தா, தன் மீதான விசாரணைகள் நீண்டகாலம் எடுத்துக் கொண்டாலும் 'உறுதியாக விடுதலை ஆவேன்' என்று பூல்சந்த் பாப்லோவிடம் உறுதியளித்துள்ளார். அதை என்னிடமும் சொன்னார்: தன்னைப் போன்ற பிரக்யாசிங், சுனில்ஜோஷி போன்றோரின் வேலைகள் மீண்டும் தொடரும். "அது நடக்கும்! சரியான நேரத்தில் அது நடந்தே தீரும்!!"

ஆர்.எஸ்.எஸ் - மூன்றாவது பரிமாணம்

திமிறிய பி.ஜே.பி.க்குக் கடிவாளமிட்ட மோகன்பகவத் தினேஷ் நாராயணன்

1

கடந்த ஆண்டு ஆகஸ்ட் துவக்கத்தில் உலகின் மிகப்பெரிய அரசியல் சார்பற்ற தன்னார்வத் தொண்டு நிறுவனம் என்று சொல்லிக்கொண்டு இந்தியாவில் இந்து தேசியவாதத்தின் அடித்தளமாக விளங்கும் ராஷ்ட்ரிய சுயம்சேவக்சங் கொல்கத்தாவில் நடத்திய "இஸ்லாமிய அடிப்படை வாதம்' என்ற இரண்டு நாட்கள் கருத்தரங்கில் பத்திரிக்கையாளர் படை திரண்டிருந்தது. பத்திரிக்கையாளர்களைக் குறிவைத்து அந்த அமைப்பு ஜம்மு—காஷ்மீர் அரசியல் உள்ளிட்ட தாழ்த்தப் பட்ட சாதியினர், வளர்ச்சி ஆகிய பிரச்சனைகள்மீது நடத்திய நான்கு தொடர் கருத்தரங்குகளில் முதலாவது இது. சங் அமைப்பின் கொள்கைகளால் ஈர்க்கப்பட்டுத் தங்களை அர்ப்பணித்துக் கொண்டவர்களை மட்டுமே கருத்தரங்கில் அனுமதித்தார்கள். மற்ற மூன்றும் புதுடெல்லி, பெங்களூரு, அஹமதாபாத் ஆகிய இடங்களில் நடைபெற்றன. இவற்றில் நாடு முழுவதிலுமிருந்து 220பேர் கலந்து கொண்டார்கள்.

கொல்கத்தாவில் பிரச்சார் பிரமுக் அல்லது உயர் நிலைப் படுத்தும் தலைவரும் நிகழ்ச்சியின் தலைமை ஒருங்கிணை பாளருமான மோகன்வைத்தியா பத்திரிக்கையாளர்களுக்கு ஆர்.எஸ்.எஸ். நிலைபற்றிய உணர்வுகளைப் புரிந்துகொள்ளவும்,

அதன்மூலம் இந்துதேசியத்தின் பார்வையை நன்கு உயர்த்திப் பிடிக்கவும் ஆர்.எஸ்.எஸ்.ன் அடிப்படை நோக்கங்களை முன் வைத்தார். கருத்தரங்கில் பங்கேற்பவர்கள் 'இக்கருத்தரங்கம் பற்றி ஆர்.எஸ்.எஸ்.வட்டத்துக்கு வெளியே எடுத்துரைக்கவோ, பேசவோ கூடாது' என அறிவுறுத்தப்பட்டார்கள். உள்ளூர் நாளேட்டில் பணியாற்றும் பத்திரிக்கையாளரும், சுயம்சேவக் அல்லது ஆர்.எஸ். எஸ். தொண்டருமான ஒருவர் என்னிடம், "நாங்கள் ஒரு காதில் வாங்கியதை மறுகாதில் விட்டுவிட வேண்டுமென்று அறிவிக்கப் பட்டோம்" என்றார்.

ஒரு கட்டத்தில் மஹாராஷ்ட்ராவிலிருந்து வந்த ஹோமியோ பதி மருத்துவரும், சங்அமைப்பில் இஸ்லாமிய இந்து அறிஞராகச் செயல்படுபவருமான ஸ்ரீரங் காட்போலே, முஸ்லீம் சமுதாயம் உறுதியான ஒரே கட்டமைப்பை உடையதல்ல. இந்துக்கள் சாதி அடிப்படையில் பிளவுபட்டுக் கிடப்பதைப்போல அவர்களும் பல்வேறு பிரிவுகளாகப் பிரிந்து இருக்கிறார்கள் என்று விளக்கினார். மேலும் அவர் 'சாந்தசொரூபிகள்' எனக்கருதப்படும் சூபியிசம் போன்ற பிரிவினர் கடந்த காலங்களில் வன்முறையாளர்களாக இருந்தார்கள் என வர்ணித்தார். நமது தலைவர்களில் சிலர் வரலாற்றை நன்கு புரிந்துகொள்ளாமல் சூபி துறவிகளுக்குப் புகழாஞ்சலி செலுத்துகிறார்கள் என்றார். அப்போது ராஜஸ் தானில் உள்ள அஜ்மீர் தர்ஹாவில் பி.ஜே.பி. தலைவர் எல்.கே. அத்வானி இருந்தபடம் திரையில் காட்டப்பட்டது. அது கருத்தரங்கம் முழுவதும் உடனிருந்த ஆர்.எஸ்.எஸ். சர்சங்சாலக் அல்லது உயர் அதிகாரம் கொண்ட தலைவர் மோகன்பகவத் உள்ளிட்ட அனைவரிடமும் ஒரு பெருத்த சிரிப்பலையை ஏற்படுத்தியது. பிரச்சனை என்னவென்றால், இந்துக்கள் தங்களைச் சிறுபான்மையினர் என்று நினைக்கத் துவங்கியது தான் என்றும், இந்துக்கள் மிகவும் உறுதியான தேசிய நிலைப் பாட்டை எடுக்கவேண்டும்' என்றும் மோகன்பகவத் பின்னர் அக்குழுவினரிடம் கூறினார்.

தேநீர் இடைவேளையின்போது பத்திரிக்கையாளர்கள் பகவத் துடன் உரையாடினார்கள். தவிர்க்கமுடியாமல் பாரதிய ஜனதா கட்சி பற்றியும், இரண்டு மாதங்களுக்குமுன் ஆர்.எஸ். எஸ். பின்பலத்தோடு பி.ஜே.பி.யின் தேர்தல் பிரச்சாரக்குழுவின் தலைவராகத் தேர்ந்தெடுக்கப்பட்ட நரேந்திரமோடி பற்றியும் அந்த விவாதம் திரும்பியது. அந்தக்குழுவிடம், 'ஆர்.எஸ்.எஸ்.

கொள்கைகளில் உறுதியாக வேரூன்றி நிற்கும் ஒரே நபர் நரேந்திரமோடி தான்' என்றார் பகவத். ஆர்.எஸ்.எஸ். பி.ஜே.பி. தலைவர்களிடம், "நீங்கள் நல்ல வேட்பாளர்களைக் கண்டுபிடி யுங்கள். மற்றவற்றை நாங்கள் பார்த்துக்கொள்கிறோம்" என்று கூறியதாகவும் அவர் தெரிவித்தார்.

கட்சி, 'பொதுவாழ்வில் தூய்மை மற்றும் இந்து சமுதாயத் துக்குச் சேவைபுரிதல்' ஆகிய மையமான மதிப்பீடுகளைத் தழுவி நிற்கவேண்டும். இல்லாவிட்டால் கட்சி விரைவில் பொருத்தமற்ற ஒன்றாக ஆகிவிடும். நாம் 2014ல் வெற்றிபெற்றுவிட்டால் அடுத்த 25 ஆண்டுகளும் அதிகாரத்தில் இருப்போம். இல்லா விட்டால் "நாம் அனைவரும் முயற்சித்தாலும் அடுத்த நூறு ஆண்டுகளில் கட்சியைக்கூடப் பாதுகாக்க முடியாது" என்று பி.ஜே.பி. தலைவர் களிடம் கூறுமாறு மோகன்பகவத் பத்திரிக்கையாளர்களைக் கேட்டுக்கொண்டார். "அவர் சொன்னவிதம், அநேகமாக பி.ஜே.பி.க்கு ஒருகடைசி வாய்ப்பை அளித்ததைப்போல நாங்கள் உணர்ந்தோம்" என்றார் என்னிடம் அந்தப் பத்திரிக்கையாளர்.

இன்றைய இந்திய அரசியலில் மிகவும் சக்திவாய்ந்த வெளிநபர் — ஒரு விவாதத்துக்கு எடுத்துக்கொண்டால், மோகன் பகவத் தான். பொதுவில் ஆர்.எஸ்.எஸ். அரசியலிலிருந்து விலகி நிற்பதாகக் கூறிக்கொண்டாலும், பகவத்தின் அமைப்பு தத்து வார்த்த மற்றும் நடைமுறைத் தந்திர வழிகாட்டுதல்களைப் பெருமளவுக்கு அளிப்பதோடு தோராயமாக இந்தியா நெடுகிலும் 36 இணை அமைப்புக்களிலிருந்து பல தலைவர்களையும் அளித்துவருகிறது. இந்தியாவின் மிகப்பெரிய தொழிற்சங்கம் என்று கூறிக்கொள்ளும் ஒருகோடி உறுப்பினர்களைக் கொண்ட "பாரதிய மஜ்தூர் சங்", நாட்டின் மிகப்பெரிய மாணவர் அமைப்பான 'அகில பாரதிய வித்யார்த்தி பரிஷத்', நாட்டின் மிகமுக்கிய எதிர்க்கட்சியான பி.ஜே.பி. ஆகியவை இதனுள் அடங்கும். ஒட்டு மொத்தமாக சங் பரிவார், சங் குடும்பம் என அழைக்கப்படும் இதன் பல்வேறு கிளைகளும் நாடு முழுவதும் கல்வி, பழங்குடியினர் நலம், இந்து சமய நிகழ்வுகள் என 1,50,000 க்கும் மேற்பட்ட செயல்திட்டங்களை நடத்தி வருகின்றன. இந்த ஒட்டுமொத்த இயக்கத்தின் வழிகாட்டியாகவும், தத்துவ போதகராகவும் சர்சங்சாலக் கருதப்படுகிறார். 2009ல் இந்தப் பொறுப்புக்கு உயர்த்தப்பட்ட காலத்திலிருந்து, இந்திராகாந்தி, காங்கிரஸை மகத்தான வெற்றிபெற வைத்துத் தனது அதி காரத்தை நிலைநாட்டிய 1971 தேர்தலைப்போல பி.ஜே.பி.யை

வெற்றிபெற வைக்கவும், அதற்கான தயாரிப்புக்களை மேற் கொள்ளவும், போராடவும் ஆர்.எஸ்.எஸ்.ஐயும், அதன் துணை அமைப்புக்களையும் பி.ஜெ.பி.க்கு ஆதரவாக பகவத் அணி திரளச் செய்தார்.

கொல்கத்தாவில் பகவத் தெரிவித்த 'இந்தியாவை இந்து தேசமாக்கும் தொலைநோக்குப் பார்வை சங் பரிவாரங்களைக் கௌவிப்பிடித்து பி.ஜே.பி.யையும், அதன் பிரதமர் வேட்பாளர் நரேந்திர மோடியையும் மிகப்பெரிய ஆற்றல்மிக்க சக்திகளாக வெற்றிபெற வைத்துள்ளது இப்போது தெரிகிறது. அதேசமயம் ஆர்.எஸ்.எஸ்.க்கும், பி.ஜே.பி.க்குமிடையே நீண்டகாலமாக நிலவிவந்த முரண்பாடுகளையும் அது எதிரொலித்தது. உச்ச கட்டமான அயோத்தியில் பாபர் மசூதி இடிப்பு—அதைத் தொடர்ந்து அமைந்த பி.ஜே.பியின் முதல் அரசு என இருபது ஆண்டுகாலமாக ஆர்.எஸ். எஸ்.க்கும், கட்சிக்குமிடையிலான பிளவு விரிவடைந்தே வந்தது. ஆர்.எஸ்.எஸ்.ன் முழுநேர உறுப்பினர்கள் தங்களது அமைப்பின் இலட்சியங்கள் நிறைவேற்றப்பட வேண்டுமென்ற ஒற்றைநோக்கத்தில் நிலை கொண்டிருந்தார்கள். ஆனால், தொடர்ந்து முரண்பட்ட பி.ஜே.பி. தலைவர்கள் நவீனவசதிகளிலும், அதிகாரங்களிலும் ஆர்வம் கொண்டவர்களாக இருந்தார்கள். கட்சியில் இருந்த பலரும் ஆர்.எஸ்.எஸ். அரசியலைப் புரிந்து கொள்ளவில்லை என்றே நம்பினார்கள். மூத்த பி.ஜே.பி. தலைவரும், தே.ஜ.கூ அரசின் முன்னாள் அமைச்சருமான ஒருவர் என்னிடம். "கடந்த சில ஆண்டுகளாகக் கட்சியில் இந்துத்துவாவாதிகள் அதிகரித்து விட்டார்கள். போதுமான அரசியல் புரிதல் இல்லாதவர்கள் கட்சிக்குள் நுழைக்கப்பட்டுவிட்டார்கள்" என்றார். ஆனால், ஆர்.எஸ்.எஸ். தலைவர்களோ தங்கள் பங்குக்கு "கட்சி தனது கொள்கைகளில் சமரசம் செய்துகொண்டுவிட்டது. ஆர்.எஸ். எஸ்.ன் செல்வாக்கிலிருந்து நெடுந்தூரம் விலகிச்சென்றுவிட்டது" என்றார்கள்.

ஆர்.எஸ்.எஸ்.ம், கட்சியும் வளர்ச்சி பெறவேண்டும் அல்லது ஜீவித்திருக்கவேண்டும் என்றால்கூட ஒன்றையொன்று சார்ந் திருக்க வேண்டும் என்பதே எதார்த்த நிலையாக இருந்தது. பி.ஜே.பி.யின் வெற்றிக்கான வாய்ப்பாக—குவிமையமாக மோடி ஊடகங்களால் உயர்த்திப் பிடிக்கப்பட்டாலும், வேறு எவரையும் விட பகவத்தான் அக்கட்சியின் எதிர்காலத்தை நிர்வகிப்பார். நாட்டிலுள்ள ஒவ்வொரு கட்சியும் பொறாமைப்படும் அளவுக்கு மிகவும் கட்டுப்பாடு கொண்ட தொண்டர்படையை ஆர்.எஸ்.

எஸ்.கொண்டுள்ளது. பி.ஜே.பி.யும் இந்தப்படையின் ஆதரவு இல்லாவிட்டால் மிகக் கடுமையாகப் பாதிக்கப்படுவோம் என்பதை உணர்ந்திருந்தது. அதேநேரத்தில் ஆர்.எஸ்.எஸ்.ன் நோக்கங்களை நிறைவேற்றிக்கொள்ள — இந்தியசமுதாயத்தை ஒரு குறிப்பிட்ட இந்துத்துவா வழிகளுக்குள் ஈர்த்துக்கொள்ள, பரம் வைபவ் அல்லது இறுதிப்புகழைப் பாரதம் (இவ்வாறுதான் இந்தியாவை அழைக்க அந்த அமைப்பு விரும்புகிறது) எய்திட— விஸ்வ குரு அல்லது உலகின் வழிகாட்டியாக ஆக்க மிகவும் வலிமையான, தன்பால் அனுதாபம் கொண்ட ஓர்அரசு இருந்தாக வேண்டும் என்பதை பகவத்தும் உணர்ந்திருந்தார். இந்தியாவில் எந்தஒரு கட்சியாலும் 40% வாக்குகளைப் பெறவோ, மூன்றில் இரண்டுபங்கு பெரும்பான்மை பெறவோ முடியாத நிலையில் நீங்கள் எதையும் செய்துவிட முடியாது என ஆர்.எஸ்.எஸ்.ன் துணைப்பொதுச்செயலாளர் ஒருவர் கூறினார்.

கொல்கத்தாவில் பகவத் பி.ஜே.பி.க்கு ஒரு இறுதி வாய்ப் பளிப்பதில் உறுதியாக இருப்பதுபோல் தோன்றினாலும், ஆர்.எஸ்.எஸ்.ம் தான் தொடர்ந்து நிலைத்திருப்பதற்கான மையப் பிரச்சனைகளில் போராடிக் கொண்டிருந்தது. 1925முதல் ஆர்.எஸ்.எஸ்.ன் தொடக்ககாலத்திலிருந்து அதன் மையத்தூணாக விளங்கிவருவது அதன் உள்ளூர்க்கிளைகளின் 'சாகா'க்கள்தான். தன்னார்வத் தொண்டர்கள் பயிற்றுவிக்கப்பட்டார்கள். ஆற்றல் மிக்க முழுநேரப் பணியாளர்கள் அல்லது பிரச்சாரக்குகள் நியமிக்கப்பட்டார்கள். சில இளம் சேவக்குகள் தாங்கள் நடக்கப்பழகியபின் சாகாக்களில் பங்குபெறத் துவங்கினார்கள். நாடுதழுவிய அளவில் இத்தகைய ஆற்றல்மிக்க 45,000 கிளை களை ஆர்.எஸ்.எஸ். கொண்டிருந்தது. அவற்றில் 2,000 இந்த ஆண்டின் முதல் காலாண்டில் உருவாகியுள்ளன. ஆனால், சங் குடும்பத்தில் உள்ள மத்தியப்பிரதேச முன்னாள் அமைச்சர், சுயம்சேவக் உட்படப் பலர், "சமீபகாலங்களில் இந்தக்கிளைகளில் பெரும்பாலானவற்றில் வருகை மிகவும் குறைவாக உள்ளது. குழந்தைத் தன்னார்வத் தொண்டர்களையும், முழுநேர ஊழியர்களையும் கவர்வதில் அமைப்பு திணறுகிறது. தங்கள் வாழ்வின் இளமைக் காலத்தை அர்ப்பணித்துக்கொள்ளும் இவர்களுக்கு, சங்அமைப்பில், ஆர்.எஸ்.எஸ். அலுவலகத்தில் படுத்துறங்க ஒரு கட்டிலைத்தவிர வேறு எதையும் — குறிப்பாகப் பணிவாய்ப்பில் முன்னேறிச் செல்லவும், வாழ்க்கையை, வசதி வாய்ப்புக்களை அளிப்பதிலும் எந்த உத்தரவாதமும் இல்லை.

பரவலாகச் சொல்லப்படும் எடுத்துக்காட்டுகளாக எல்லா ஆர்.எஸ்.எஸ் ஆண்களும், பெண்களுக்கு எதிரான பாகுபாடு உள்ளவர்களாகவும், தன்னினச்சேர்க்கை கொண்டவர்களாகவும் உள்ளனர். மத உணர்வில் பொறுமையற்றவர்களாகவும், மக்கள் பகுதியிலிருந்து தனிமைப்பட்டவர்களாகவும், தீவிரவாதம் கொண்டவர்களாகவும் உள்ளார்கள் என்று கவலையுடன் கூறு கின்றனர்.

இந்த அமைப்புக்கு அதிக அச்சுறுத்தலாக உள்ளவை அதன் உறுப்பினர்களிடையே சகிப்புத் தன்மை இல்லாமையும், வன் முறையை வளர்த்தெடுப்பதும்தான். அவர்களின் நடவடிக் கைகள் பலமுறை ஆர்.எஸ்.எஸ்-ஐத் தடைசெய்ய வைத்தன. அண்மையில் சங் தலைவர் சுவாமி அசீமானந்தா 'தி கேரவன்' இதழுக்கு அளித்த பேட்டியில், '2006 முதல் 2008வரை தாம்வகுத்த சதித்திட்டங்களுக்கும், 119 பேரைக் கொன்ற தொடர்குண்டு வெடிப்புக்களுக்கும் பகவத் உள்ளிட்ட மூத்த ஆர்.எஸ்.எஸ். தலைவர்கள் அனுமதி அளித்தனர் என்று தெரிவித்தது ஒரு பரந்துபட்ட விவாதத்தை உருவாக்கியது. இந்த அமைப்பு இனித் தொடர்ந்து செயல்பட வழி இல்லையா? என்ற கேள்வியை எழுப்பியது. (இது பற்றி மோகன்பகவத் பேட்டிக்குப் பலமுறை முயன்றும் மோகன்வைத்யா அது சாத்தியமில்லை 'தி கேரவன்' இதழில் வந்த பேட்டியால் அல்ல. தேர்தல் முடியும்வரை அவர் பத்திரிக்கையாளர்களிடம் பேசுவதில்லை என்பதால்" என்று என்னிடம் கூறினார்.

அரசியல் ஆய்வாளரும், 'யதாவத்' என்ற இந்தி வார இதழின் ஆசிரியருமான ராம்பஹதூர் நாயக் (இவர் கே.என்.கோவிந்தாச் சார்யாவுடன் ஆர்.எஸ்.எஸ்.ஆதரவில் நடைபெற்ற 'பீகார் சத்ர அந்தோலன்' போராட்டத்தில் ஒரு பிரதிநிதியாக இருந்தவர். (இந்திராகாந்திக்கு எதிராக ஜெயப்பிரகாஷ் நாராயண் தலைமை யில் லஞ்சஊழலுக்கு எதிராக நடைபெற்ற இந்தப் போராட்டம் அவசர நிலையைப் பிரகடனம் செய்யவைத்தது.) "பகவத்தின் முன் இரண்டு இலக்குகள் இருந்தன. ஒன்று பி.ஜே.பி.யைச் சீர் திருத்துவது, மற்றது சங்அமைப்பைச் சீர்திருத்துவது" என்றார்.

சங் குடும்பத்திலுள்ள வேறுபாடுகளைக் களைவதை பகவத் மிகப்பெரிய அளவில் துவங்கியிருந்தார். ஆர்.எஸ்.எஸ். அமைப்புக்குத் தலைமையேற்ற ஐந்து ஆண்டுகளில் அதிகார மையத்தையும், மதநம்பிக்கையையும் இணைத்துநிர்வகிப்பதில்

குறிப்பிடத்தக்க வழிமுறையைக் கையாண்டார். பல்வேறு துணை அமைப்புக்களை மீண்டும் ஒருங்கிணைத்து அவற்றைக் கட்டுப்படுத்தினார். விஸ்வ ஹிந்து பரிஷத், பஜ்ரங்தள் போன்ற தீவிரஅமைப்புக்களுக்குக் கடிவாளமிட்டார். 'சாகா'க்கள் நவீன மயமாக்கப்பட்டுப் பயிற்சி வகுப்புக்கள் அதிக வசதிகளோடு அதிக எண்ணிக்கையில் நடைபெறத் துவங்கின. வெளிநாடுகளில் உள்ள ஆர்.எஸ்.எஸ். உறுப்பினர்களுக்கு இணையதளம் வழியாகப் பயிற்சிவகுப்புக்கள் நடைபெற்றன. அந்த அமைப்பின் 'பிரசார விபாக்' எனும் விளம்பரத்துறை சமூக ஊடகங்களில் சக்திமிக்க வகையில் செய்திகளை இடம்பெறச்செய்ய அரும்பாடு பட்டது. பி.ஜே.பி.யின் தலைமையைத் தேர்ந்தெடுப்பதிலும், தேர்தல்களில் சங் ஊழியர்களையும், தன்னார்வத் தொண்டர்களையும் பங்கேற்க வைப்பதிலும், மோடியை முன்னுக்குக் கொண்டு வருவதிலும் பகவத் பல உதவிகளைச் செய்து பி.ஜே.பி.க்குள் ஆர்.எஸ்.எஸ். செல்வாக்கை ஆழப்படுத்தினார்.

தனது எட்டாம் வயதில் ஆர்.எஸ்.எஸ்.ல் சேர்ந்த மோடி, அந்த அமைப்பின் தகவல் தொடர்பாளராக பி.ஜே.பி.யில் பணி யாற்றினார். இரு அமைப்புக்களிலும் குஜராத் முதல்வர் என்ற தகுதியில் செல்லப்பிள்ளையாகவும், துருவநட்சத்திரமாகவும் ஆனார். மக்களுக்குத் தேவையானவற்றை நிறைவேற்றித்தரும் பொருளாதாரத் திட்டங்களோடு மோவட்டோ கடிகாரம், பல்காரி கண்ணாடி, மாண்ட்டோ பேனா ஆகியவற்றை அணிந்து இந்து ஆண்மையின் பெருமையாக விளங்கினார். அவருள் சமகால இந்தியவாழ்வின் அடிநாதமாக உள்ள தேவைகளுக்கும், இந்திய மனப்பான்மைக்கும் இடையே உள்ள பதட்டத்தைத் தணிக்கும் அல்லது மறையவைக்கும் வழியை ஆர்.எஸ்.எஸ். கண்டது. அவரும் சங்தொண்டர்களை உற்சாகப்படுத்தி உதவி னார்.

சங்அமைப்பின் அதிகாரபூர்வமற்ற ஓய்வுபெறும் வயதான 75ஐ அடைய பகவத்துக்கு இன்னும் ஒரு பத்து ஆண்டுகள் மட்டும் உள்ளன. 2025ல் அது சமகால நிகழ்வாக ஆர்.எஸ்.எஸ். நூற்றாண் டாகவும் அமைகிறது. அதற்காக சங்அமைப்பு இப்போது முதல் தனது பணிகளைவிரிவுபடுத்த மூன்றுகட்டச்செயல்திட்டங் களை வகுத்து வருகிறது. அதன் விவரங்கள் என்னவென்று தெரியாவிட்டாலும், அந்தக்கட்டங்கள் ஆர்.எஸ்.எஸ்.ன் முதலாம் சர்சங் சாலக் எம்.டி.பாலாசாஹேப் தேவ்ரஸ் வகுத்த "அமைப்பு, அணிதிரட்டல், செயல்" என்பதை நினைவூட்டுகிறது ஆர்.எஸ்.

எஸ். தனது முதலாம் கட்டத்தின் முடிவை நெருங்கிவிட்டது. இப்போது அடுத்த கட்டத்தை நோக்குகிறது. அதற்கான தளமாக அரசியல் அதிகாரத்தை வெல்வதற்கு பகவத் வழிய மைத்துள்ளார். அடுத்த ஆண்டில் அமையும் அரசில் ஆதிக்கம் செலுத்தும் சக்தியாக பி.ஜே.பி. வருமானால் சங் என்ற பிரம்மாண்டமான வாகனம் சுற்றிச்சுழன்று தனது பரந்துபட்ட சமுதாய இலக்குகளைப் பூர்த்தி செய்யும். முன்னெப்போதும் இல்லாத செயல்வேகத்துடன் புறப்பட்டுவிடும். தேவ்ரஸ் ஒரு முறை குறிப்பிட்டதுபோல "சங்" வெறும் ஒரு அமைப்பாக மட்டும் முடிவில்லாத காலத்துக்கு நீடிக்கமுடியாது.

2

செப்டம்பர் 13 வெள்ளியன்று கொல்கத்தா கருத்தரங்கு முடிவடைந்த ஒரு மாதத்திற்குப் பின் பி.ஜே.பியின் அதிகாரப்பூர்வ பிரதமர் வேட்பாளராக மோடியின் பெயர் அறிவிக்கப்பட்டது. அக்டோபர் துவக்கத்தில் 'திஹிந்து'வில் வித்யாசுப்பிரமணியம் ஒரு கருத்துப்பதிவை '1949ன் மறக்கப்பட்ட உறுதிமொழி' என்ற தலைப்பில் எழுதினார். இதில் அவர் "மோடியின் நியமனம் அரசியலைவிட்டு விலகி நிற்பதாகத் தனது அமைப்புவிதிகளில் அளித்திருந்த உத்தரவாதத்துக்கு ஆர்.எஸ்.எஸ். துரோகம் இழைத்து விட்டதைக் காட்டுகிறது" என்று தெரிவித்தார். சில வாரங்களுக்குப்பின் காங்கிரஸ் அமைச்சர் ப.சிதம்பரம் தமிழ் நாட்டில் ஒரு தேர்தல் பொதுக்கூட்டத்தில், '2014 பொதுத் தேர்தல் ஒரு மஹாபாரத யுத்தம். காங்கிரசுக்கும், இதுவரை அரசியல் சார்பற்ற அமைப்பு என்று கூறிவந்த — ஆனால் இப்போது தனது அரசியல் முகமான பி.ஜே.பி.யைத் தனது முழுக்கட்டுப்பாட்டில் கொண்டு வந்துள்ள ஆர்.எஸ்.எஸ்.க்கும் நடைபெறப்போகும் ஒரு இதிகாசப்போர்' என்று கூறினார்.

தே ஜ கூ. அரசின் முன்னாள் மத்திய அமைச்சர் ஒருவருடன் நான் பேசியபோது அவர் என்னிடம் "ஆர்.எஸ்.எஸ்.ஸிடமிருந்து வழிகாட்டுதல் வந்துவிட்டது. இனி யோசிப்பதை நிறுத்திவிடு

(சூச்சனா ஆய்: சொச்னா பந்த்) என்று பி.ஜே.பிக்குள் ஒரு பொதுவான பேச்சு உள்ளது" என்றார். ஆனால், ஆர்.எஸ்.எஸ் எப்போதும் அரசியலும், அரசியல் வேலைகளும் தனது முறை யான வேலை அல்ல என்ற நிலைபாட்டையே கூறிவந்தது. ஆனால் அது பி.ஜே.பியின் கொள்கைகளை வகுத்துத்தருவது, தேவைப் படும் நேரங்களில் அறிவுரை வழங்குவது, தனது ஊழியர்களை பி.ஜே.பிக்குப் பணிசெய்யவைப்பது என்ற எதார்த்தங்களை மனமின்றி எரிச்சலுடன் ஒப்புக்கொண்டது. தேசிய செயற்குழு உறுப்பினரும், சங் அமைப்பின் பி.ஜே.பி.யுடனான செய்தித் தொடர்பாளருமான மதன்தாஸ் தேவி உட்படப் பலமூத்த ஆர்.எஸ்.எஸ். தலைவர்கள் என்னிடம் 'பி.ஜே.பியின் உள் விவ காரங்களில் ஆர்.எஸ்.எஸ்.க்கு எந்தப்பங்கும் இல்லை. பி.ஜே.பி.யின் முடிவுகள் பி.ஜே.பி.யால் மட்டுமே தீர்மானிக்கப் படுகின்றன' என்றார்கள். முன்பு ஆர்.எஸ்.எஸ் முழுநேர ஊழியராக இருந்த எல்.கே.அத்வானி ஆர்.எஸ்.எஸ் — பி.ஜே.பி உறவை மகாத்மா காந்திக்கும், காங்கிரசுக்கும் இடையேயான உறவைப்போன்றது என்று குறிப்பிட்டார்.

இவை எல்லாம் பி.ஜே.பியின் தற்போதைய தேர்தல் பிரச்சாரங் களில் ஆர்.எஸ்.எஸ்ன் நேரடிப்பங்கேற்பை உறுதிசெய்த மிக முக்கியமான ஆதாரங்களாகவும், ஆர்.எஸ்.எஸ்-ன் வழி மாறிய செயல்களாகவும் அமைந்தன.

சிதம்பரத்தின் பொதுக்கூட்டம் நடைபெற்றபோது, மஹா ராஷ்ட்ராவின் அமராவதியில் 300 ஆர்.எஸ்.எஸ் பிரச்சாரகர்கள் திரண்டனர். அந்தக்கூட்டத்தில் விவாதத்திற்கான முக்கியப் பொருள் 2014 பொதுத்தேர்தல்தான். சங்குடும்பம் ஆட்சி அதி காரத்துக்கு வரவேண்டும் என்பது தெளிவாகக் குறிப்பிடப் பட்டதுடன் ஒருமனதாகவும் ஏற்றுக்கொள்ளப்பட்டது.

சிலநாட்களுக்குப்பின் டெல்லி ஐந்தன்வாலனில் கேசவ் கஞ்ச்சில் உள்ள மாநிலத்தலைமை அலுவலகத்தில் (இதுபோல 12க்கும் மேற்பட்ட மாநில அமைப்புக்களில் உடற்பயிற்சி, ஸ்தாபனம், பதவி நிலை உயர்த்துதல் ஆகியவை உள்ளிட்ட பல பிரிவுகள் ஆர்.எஸ்.எஸ் வேலைகளைச் செய்து வருகின்றன.) ஆர்.எஸ்.எஸ்-ன் தேசியத்தலைவர்களில் துணைத்தலைவர் ஒருவரைச் சந்தித்தேன். அவர் வித்யா சுப்பிரமணியம் எழுதிய கட்டுரையைக் கிண்டல் செய்தார். "ஆர்.எஸ்.எஸ்.ன் அமைப்பு விதிகள் என்ன? ஆர்.எஸ்.எஸ்.ல் உள்ளவர்களில் பெரும்

பாலானவர்கள் அதைப் பார்த்ததே இல்லை. பெரும்பாலான சுயம்சேவக்குகளுக்கு அப்படி ஒரு அமைப்புவிதி உள்ளது என்பதே தெரியாது என நான் உறுதியாகக் கூறுகிறேன்" என்றார். அதுமட்டுமல்ல: சிதம்பரத்தின் பேச்சை அப்படியே ஏற்றுக் கொண்டு 'இந்தத் தேர்தல் காங்கிரசுக்கும் ஆர்.எஸ்.எஸ்.க்கும் இடையேயான ஒருகொள்கைப் போராட்டம்தான்' என்றார். அத்துடன் இன்றைய அரசியல் சூழலை நெருக்கடிநிலைக் காலத்திற்கு முன் இருந்த நிலையோடு ஒப்பிட்டார். 'நாட்டில் நிலவும் சூழ்நிலை அந்த நாட்களை மிகவும் ஒத்திருக்கிறது. நாங்கள் அதை எதிர்த்துப்போராட ஆயத்தமாகி வருகிறோம்' என்றார்.

அப்போது முதல் ஆர்.எஸ்.எஸ் தனது தொண்டர்களைப் பெரு மளவில் அணிதிரட்டியது. அது நெருக்கடிநிலைக்குப் பிறகான அணிதிரட்டலில் மிகவும் பெரியது என்றார் அந்தத் துணைத் தலைவர். பல ஆயிரக்கணக்கான ஊழியர்கள் களத்தில் இறங்கி வாக்காளர்களைப் பதிவு செய்வது, வாக்காளர் பட்டியலைப் புதுப்பிப்பது, நூறுசதவீத ஓட்டுப்பதிவை உறுதிசெய்வது போன்ற வேலைகளைச் செய்தார்கள். 'சங் தொண்டர்கள் எந்த ஒரு குறிப்பிட்ட கட்சிக்கும் வாக்கு சேகரிக்கக்கூடாது' என்று தெரிவிக்கப்பட்டது. ஆனால் இந்தக்கட்டளை பெரும்பாலும் மீறப்பட்டே செயல்கள் நடந்தன. டெல்லி சரோஜினி நகர் பகுதியில் நான் சந்தித்த ஒரு சுயம் சேவக் தாம் அந்தப்பகுதியில் கிட்டத்தட்ட நானூறு வீடுகளுக்குச் சென்று முக்கியமான பிரச்சனைகள் பற்றிய துண்டுப் பிரசுரங்களை அளித்ததாகவும், அதன் ஒரு பக்கத்தில் நகர்ப்புறப் பொருளாதாரப் பிரச்சனைகள், சாலை வசதிகள், கட்டமைப்பு வசதிகள் போன்றவை இடம் பெற்றிருந்தன. மறுபக்கத்தில், ஆர்.எஸ்.எஸ்க்குப் பிடித்த அரசியலான தீவிரவாதம், பாகிஸ்தான், ஸ்ரீநகரில் மூவர்ணக் கொடி ஏற்றுதல் உள்ளிட்டவை இருந்தன. அத்துடன் "இதை எல்லாம் சாதிக்கப்போவது யார் என்று உங்களுக்குத் தெரியுமா? குஜராத்தில் உள்ள ஒரு சாதாரண மனிதன்" என்ற வாசகமும் இடம் பெற்றிருந்தது என்றார். அந்தப் பிரசுரத்தைக் கொடுத்தபின் நாங்கள் மோடிக்கு வாய்ப்பளியுங்கள் என்று கேட்டுக்கொண்டோம் என்றார் அந்த சுயம்சேவக்.

1977ல் நெருக்கடிநிலை முடிந்தபின் நான்கு பொதுத் தேர்தல்களிலும், 1990களில் பி.ஜே.பி ஆட்சிக்கு வந்தபின் மூன்று பொதுத்தேர்தல்களிலும் ஆர்.எஸ்.எஸ். நேரடியாகப் பங்கேற்றது

என்றார் பகவத். அத்துடன் ஆர்.எஸ்.எஸ்ன் திட்டங்களுக்கு அரசியலின் முக்கியத்துவத்தை அவர் ஒப்புக்கொண்டார். 1990களில் ஒரு வெளியிடப்படாத பேட்டியில் (ஒருவேளை இதுதான் அவரது முதல் பேட்டியாகவும் இருந்திருக்கலாம்) ஆவணப்படத் தயாரிப்பாளர் லலித் வச்சானியிடம், “தேசத்தின் எதிர்காலத்தைப் பாதிக்கும் வகையில் அரசியல் போக்குகள் பாதகமாக அமையும்போதெல்லாம் சங் அமைப்பு அரசியலில் குதிக்கிறது என்றார். அதுவும் அரசியல் நிகழ்வுகளுக்கு ஒரு சரியான திசைவழியைக் காட்டவே. அதன்பின் அரசியலிலிருந்து விலகிக்கொள்கிறது” என்றார் பகவத்.

1980ல் பி.ஜே.பி துவக்கப்பட்டதற்கு முன்பிருந்தே நீண்ட பல ஆண்டுகளாக அது தனது விதையை ஆர்.எஸ்.எஸ்-ல் கொண்டிருந்தது. ஆர்.எஸ்.எஸ்-ன் நீட்சியாக, அதன் ஒரு பிரிவாகவே பி.ஜே.பி என்ற கட்சி உருவானது. இது ஆர்.எஸ்.எஸ்.ன் அரசியலோடுகூடிய இரட்டைநிலை ஆகும். டாக்டர். கேசவ் பாலிராம் ஹெட்கேவர் “இந்து சமுதாயத்துக்கு வழிகாட்டுவதற்காகக் கட்டுப்பாடுமிக்க, உடல்ரீதியாகத் திடகாத்திரமான, பலமான தலைவர்களை உருவாக்க 1925ல் ஆர்.எஸ்.எஸ்ஐத் துவக்கினார். ஹெட்கேவர் தமது அமைப்பைப் பிரிட்டிஷ் இராணுவத்தை மாதிரியாகக்கொண்டு அதேபோன்ற சீருடை, ஆயுதமேந்திய, ஆயுதமேந்தாத போராட்டங்களில் பயிற்சி தந்தார்”.

ஆர்.எஸ்.எஸ்.ன் இந்திப்பத்திரிக்கையான ‘பாஞ்சஜன்யா’வின் முன்னாள் ஆசிரியர் தேவேந்திர சொரூப் என்னிடம், ‘ஆர்.எஸ்.எஸ் அமைப்பு இரட்டைகுணம் கொண்டிருப்பது ஹெட்கேவரிலிருந்து துவங்குகிறது. அவர் முழுக்கமுழுக்க ஓர் அரசியல் மனிதர். ஆர்.எஸ்.எஸ்ஐ ஒரு குறிப்பிட்ட கால வரையறை கொண்ட இயக்கமாக உருவாக்கினார். அது தனது இலட்சியங்களை அடைந்தபின் நீடித்திருக்கவேண்டிய அவசியமில்லை’ எனக்கருதினார். சொரூப் மேலும், ‘நாட்டின் சுதந்திரம் என்ற இலக்கு ஆர்.எஸ்.எஸ் இல்லாமலேயே அடையப் பட்டுவிட்டதால், சுதந்திரத்துக்குப்பின் ஆர்.எஸ்.எஸ்ன் இலக்கு பற்றிய சர்ச்சை தொடர்ந்தது. இந்தக்கால கட்டத்தில் செல்வாக்கு மிக்க தலைமையும், வரலாற்றின் வெள்ளம் போன்ற பிரளயமும் இணைந்து நேரடி அரசியலில் ஈடுபடுவதிலிருந்து விலக்கிவைத்தது. மிகவும் மதிக்கப்பட்ட எம்.எஸ்.கோல்வாக்கர் 1940ல் இரண்டாம் சர்சங் சாலக் ஆகப் பதவி ஏற்றார். அதைத் தொடர்ந்து “குருஜீ” எனப்பக்தியுடன் போற்றப்பட்டார்.

(ஹெட்கேவர் 1930ல் ஆர்.எஸ்.எஸ்-ஐ எல்.வி.பரஞ்பேயிடம் ஒப்படைத்தார். ஆனால், பரஞ்பே அதன் தலைவர்களில் ஒருவராகக் கணக்கில் கொள்ளப்படுவதில்லை) கோல்வாக்கர் ஆர்.எஸ்.எஸ்ஐ முதன்மையாக ஒரு சமுதாய, கலாச்சார இன்னும் சொல்லப்போனால் ஆன்மீக அமைப்பாகவே பார்த்தார். அதனால் அது அரசியலைத் தவிர்க்க வேண்டிய தாயிற்று. அவர் காலனியாதிக்கத்துக்கு எதிரான 'வெள்ளையனே, வெளியேறு' இயக்கத்தில் பங்கேற்காமல் விலகிநிற்க வைத்தார். இந்த அரசியலற்றநிலை 1948ல் அரசு இதன்மீது விதித்திருந்த தடையை நீக்கியபோது உறுதிப்பட்டது. (1948ல் சங் அமைப்பில் இணைந்திருந்த உறுப்பினர்களால் மகாத்மா காந்தி கொலை செய்யப்பட்டபோது இந்தத் தடை விதிக்கப்பட்டிருந்தது.) தடை நீக்கப்பட்டதற்குப் பிரதிபலனாக ஆர்.எஸ்.எஸ் அரசியலிலிருந்து விலகி நிற்பதைத் தனது அமைப்பு விதிகளில் சேர்த்து அவ்வாறே நடந்து கொள்வதாக உறுதியளித்தது.

அப்போது முதல் ஆர்.எஸ்.எஸ்-ன் அரசியல் ஈடுபாடு கைக் கெட்டாத தூரத்தில் இருப்பதுபோல — ஆனால், உள்ளூரத் திரைமறைவில் இணக்கமானதாகவும், இதன்பல அமைப்புக்கள் மூலம் ஈடுபாடு கொண்டதாகவும் இருந்து வந்தது. ஏனெனில், 1951ல் துவக்கப்பட்டு இப்போது செயலற்றுப் போன 'பாரதிய ஜனசங்' கட்சியின் பின்னர் துவக்கப்பட்டுள்ள பி.ஜே.பி கட்சியின் முக்கியமான உயர்மட்டத்தலைவர்கள் பலரும் ஆர்.எஸ்.எஸ். அமைப்புக்கு முதன்மை விசுவாசம் கொண்டவர்களாக இருந் ததுதான்.

கோல்வாக்கரைப்போல் இல்லாமல் அதன்பின் வந்த சர்சங்சாலக்குகள் — குறிப்பாக 1973ல் இருந்து தொடர்ந்து 30 ஆண்டுகள் கோல்வாக்கரின் வாரிசாகத் தலைவராக இருந்த தேவ்ரஸ், ஆர்.எஸ்.எஸ்-ன் நோக்கங்களை நிறைவேற்றிக்கொள்ள அவசியமான கருவி என அரசியலை ஏற்றுக்கொண்டார். தேவ்ரஸ் உண்மையில் ஓர் அரசியல்வாதியாக, ஆர்.எஸ்.எஸ்-ன் உயர் கட்டுப்பாடுமிக்க தொண்டர்படையின் செயலாற்றலைப் புரிந்துகொண்டவராக, அதனை நாட்டின் அரசியலில் செல் வாக்கு செலுத்திடப் பயன்படுத்த விரும்பினார். "அமைப்பு குறிப்பிடத்தக்க வலிமையை அல்லது மக்கள் ஆதரவைப் பெறும்போது அந்தமனித சக்தியைத் தேசிய வாழ்வின் பல்வேறு தளங்களில் செயல்பட வைத்தால், நாம் விரும்பும் மாறுதலை உருவாக்கும்" என்று ஒருமுறை அவர் தத்துவ விளக்கம்

அளித்தார்.

கோல்வாக்கர் தலைவராக இருந்தபோது, அமைப்பின் வழிமுறைகள்மீது, சர்சங் சாலக்குடன் ஏற்பட்ட பிரச்சனை காரணமாகக் குறைந்தபட்சம் ஆறு ஆண்டுகள் தேவ்ரஸ் ஆர்.எஸ்.எஸ் அமைப்பை விட்டு விலகியிருந்தார். அவர் அதன் பொறுப்பை ஏற்றதும், சங் குடும்பத்தைப் பல்வேறு அரசியல் போராட்டங்களில் ஈடுபடவைத்தார். அதில் ஒன்று நெருக்கடி நிலைக்கு வழிவகுத்தது. அதன்பின் அரசியல் விஞ் ஞானியான பிரளய்கணுங்கோ தனது *"RSS'S Tryst with Politics"* என்ற புத்தகத்தில் எழுதுகிறார், "தேசிய அரசியலின் மைய நீரோட்டத்தில் நிலைத்திருக்க ஆர்.எஸ்.எஸ் வெளிப்படையாக அரசியலில் இடம்பெறுவதைத் தேர்வு செய்யவேண்டும் என தேவ்ரஸ் அறிந்திருந்தார். சங் அமைப்பின் இந்த உண்மையான அரசியல் நிலைபாடுதான் தனது அரசியல் பிரிவான ஜனசங் கட்சியைக் கொள்கைகளால் வேறுபட்டிருந்த 'ஜனதா' கட்சி யுடன் 1977ல் இணையவைத்தது."

முதலில் அதிகாரம் நிறைந்த ஆர்.எஸ்.எஸ் பொதுச்செயலாளர் பதவியிலும், அதன்பின் தலைவராகவும் கடந்த 15 ஆண்டுகளில் மோகன்பகவத் ஆர்.எஸ்.எஸ் அமைப்பை அரசியல் அரங்கில் உறுதிப்படுத்தவும், அதற்கும் பி.ஜே.பிக்கும் இடையிலான பிளவுகளைச் சரிப்படுத்தவும் மிகவும் கடுமையாக உழைத்தார். இப்போது பி.ஜே.பி கட்சி வெளிப்படையாக ஆர்.எஸ்.எஸ்ஐச் சார்ந்து நிற்பது பகவத்தின் செல்வாக்கின் அடையாளமாக விளங்குகிறது. சங் அமைப்பின் பல்வேறு அனுபவசாலிகள் என்னிடம், "ஆர்.எஸ்.எஸ் உறுப்பினராக இருந்த பகவத்தந்தை மற்றும் பாட்டனாரைப்போல பகவத்தின் அடர்ந்த மீசை ஆச்சரியப்படும் வகையில் ஹெட்கேவரை நினைவுபடுத்துகிறது. அவர் தேவ்ரஸ் விட்டுச்சென்ற இடத்தைக் கைப்பற்றிக் கொண் டார்" என்றனர்.

ஆர்.எஸ்.எஸ் சுயம்சேவக்கான அடல்பிகாரி வாஜ்பேயி தலைமையிலான பி.ஜே.பி ஆட்சிக்கு வந்தபோது, "தேர்தல் அரசியல் ஆர்.எஸ்.எஸ்க்குத் தேசத்தை மாற்றியமைக்கும் ஒரு வாய்ப்பாக அமையும்" என்ற தேவ்ரஸ்—ன் நம்பிக்கை 1990களின் பிற்பகுதியில் முதற்கட்டமாகப் பெருத்த சோதனையைச் சந்தித் தது. துரதிர்ஷ்டவசமாக ஆட்சியதிகாரத்தில் பி.ஜே.பி இருந்த ஆண்டுகள் ஆர்.எஸ்.எஸ்க்குச் சிரமமான காலங்கள் என

நிரூபணமாயின. ஏனெனில் பி.ஜே.பி தனது பொருளாதார மற்றும் வெளியுறவுக் கொள்கைகள் மூலம் பாகிஸ்தானைவிட மேன்மைபெற்றதும்,அமெரிக்காவுடன் உறவுகளை மறுசீரமைப்பு செய்துகொண்டதும் கட்சியைத் தாய் அமைப்பான ஆர்.எஸ்.எஸ்ஐவிட மேலாக உயரச்செய்தது.

அதன் தோற்றம் முதலே ஆர்.எஸ்.எஸ். கொண்டிருந்த வழக்கத்துக்குமாறான இந்துத்துவா அழுத்தம் அப்போது தனிச் செல்வாக்கோடு விளங்கிய காங்கிரஸ் உயர்த்திப்பிடித்த மத சார்பின்மையோடு முரண்பாடு கொள்ளவைத்தது. ஜனசங்கம் 1980ல் பி.ஜே.பி.யாக உயிர்த்தெழுந்தபோது மதவாதக்கட்சி என்ற குற்றச்சாட்டுகளிலிருந்து தன்னைப் பாதுகாத்துக்கொள்ள 'இந்திய சோசலிசமே தனது வழிகாட்டும் கொள்கை' என வெளிப்படையாக அறிவித்தது. 1984 பாராளுமன்றத் தேர்தலில் இரண்டே இடம் என்ற அளவுக்கு பி.ஜே.பி. பலம் குறைந் திருந்தது. ஆர்.எஸ்.எஸ் பி.ஜே.பிக்காகத் தேர்தல்வேலை செய்ய மறுத்துவிட்டது. அத்துடன் காங்கிரஸ் கட்சிக்கு வாக்குகளைப் போட்டது என்றும் சிலர் நம்பினார்கள்.

அயோத்தியில் இராமர்கோவிலைக் கட்டுவதற்கான இயக்கம் நடைபெற்றபோது, ஆர்.எஸ்.எஸ்-ம். விஸ்வஹிந்து பரிஷத்தும் மக்களிடம் பெற்றிருந்த ஆதரவைக் கண்ட பி.ஜே.பி அடுத்துவந்த ஆண்டுகளில் இந்துத்துவாவைத் தழுவிக்கொண்டது. 1989 ஜூன் மாதத்தில் பி.ஜே.பியின் தேசியச்செயற்குழு இமாச்சலப் பிரதேசத்தில் பாலம்பூரில் கூடியது. அத்வானியால் எழுதப்பட்ட தீர்மானமான, "இராமர்கோவில் கட்டும் இயக்கத்தின் முன் னணிப் படையாகக் கட்சியை முன்னிறுத்துவது" என்பதை நிறை வேற்றியது. இதன்மூலம் தேசப்பிரிவினைக்குப் பிந்தைய இந்திய வரலாற்றில் உச்சகட்டமாக மத உணர்வுகளால் பிளவு பட்ட ஒருகாலத்தை உருவாக்க வழிவகுத்தது. அன்றுமுதல் பி.ஜே.பி. சங் அமைப்பின் பல்வேறு போர்க்கப்பல்களில் ஒன்றாக, அதன் கொடியாக மக்கள் சிந்தனையில் உருவானது.

இராமர்கோவில் இயக்கத்தின்மீது ஆளுமைசெலுத்தி சங் ஊழியர்களை அணிதிரட்டியது. 1996ல் ஆட்சிக்கு வந்து 13 நாட்கள் நீடித்தது. 1998ல் அது ஒரு கூட்டணி அரசை உருவாக்கி 13 மாதங்கள் ஆட்சிபுரிந்தது. அணுஆயுதப் பரிசோதனையை நடத்தியது. 1999ல் ஜூன் மாதத்தில் பி.ஜே.பியின் தே.ஜ.கூட்டணி ஐந்து ஆண்டுகால அரசை அமைத்தது. அந்தக்காலகட்டத்தில்

பாகிஸ்தானோடு ஒரு போரை நடத்தியது. இந்தியாவின் பொருளாதார மற்றும் அயலுறவுக் கொள்கைகளை மாற்றிய மைத்தது. இந்த எல்லா அரசுகளிலும் பிரதமராக இருந்த வாஜ்பேயி சங் அமைப்பின் நிகழ்ச்சி நிரலில் உள்ள இராமர் கோவில் கட்டுவது, ஒரேவிதமான குடியுரிமைச்சட்டம், 370ஆவது சட்டப்பிரிவின்படி காஷ்மீர் தன்னாட்சி அந்தஸ்தை மாற்றுவது ஆகியவற்றைப் புறக்கணித்தார். பிரதமர் ஆர்.எஸ். எஸ் தலைவர்களுக்கு உரிய மரியாதையை அளித்தார். ஆனால், ஆட்சியின் செயல்பாடுகளைத் தன்னுடையதாக அமைத்துக் கொண்டார் என்று தே.ஜ.கூ.அரசின் முன்னாள் மத்திய அமைச்சர் என்னிடம் சொன்னார்.

வாஜ்பேயி தனது பிரதமர் பதவிக்காலத்தின் துவக்கத்திலிருந்தே ஆர்.எஸ்.ஸ்ன் பிடியில் சிக்காமல் தனது சுதந்திரத்தன்மையை நடைமுறைப்படுத்தினார். 1996 ஆகஸ்ட் 6ல் திரிபுராவில் சங் அமைப்பால் நடத்தப்பட்ட மாணவர் விடுதியிலிருந்து நான்கு பிரச்சாரக்குகள் கடத்தப்பட்டு வங்கதேசத்திலுள்ள சிட்டகாங் முகாமுக்குக் கொண்டு செல்லப்பட்டார்கள். திரிபுரா தேசிய முன்னணி (NLFT)யின் பிரிவினைவாதப் போராளிகளும், கிறிஸ்தவ சர்ச்சுகளும் இதற்குக் காரணம் என்றது ஆர்.எஸ்.எஸ். வாஜ்பேயி அரசை எல்லைதாண்டி இராணுவத்தை அனுப்ப வலியுறுத்தியது. ஆனால், வாஜ்பேயியோ, உள்துறை அமைச்சர் அத்வானியோ இதன்மூலம் ஓர் உலகச்சூழலை உருவாக்க விரும்பவில்லை.

தொடர்ந்து நான்கு பிரச்சாரக்குகளும் கொலை செய்யப் பட்டார்கள். அந்தச்சமயத்தில் ஆர்.எஸ்.எஸ். பொதுச் செயலாள ராக நியமிக்கப்பட்ட பகவத்,“அவர்கள் கடத்தப்பட்ட நாளிலிருந்து அவர்களை விடுவிக்க ஆர்.எஸ்.எஸ் மிகவும் கடுமையாக முயற்சித்தது. ஆனால், மத்திய, மாநில அரசுகளின் செயலற்றதன்மை இத்தகைய துயரத்தை ஏற்படுத்தியுள்ளது” என்று கடுமையாகச் சாடினார்.

இராமர்கோவில் இயக்கம் தொடர்ந்து மெல்ல மெல்ல எரிந்து மிகவும் உச்சகட்டத்தில் தீப்பற்றுவதுபோன்ற முரண்பாடு எழுந்தது. தே.ஜ.கூ ஆட்சிக்காலத்தில் வாஜ்பேயி இல்லத்தில் நடைபெற்ற ஒருகூட்டத்தில் மதன்தாஸ் தேவி, வாஜ்பேயி, அத்வானி, ஆர்.எஸ்.எஸ் சர்சங்சாலக் ராஜேந்திர சிங் (1944ல் தேவ்ரஸ் இடமிருந்து இப்பொறுப்புக்கு வந்தவர்) ஆர்.எஸ். எஸ் துணைப்பொதுச்செயலாளர் கே.எஸ்.சுதர்சன் (இவர் 2000ல்

ராஜேந்திர சிங்கிடமிருந்து இப்பொறுப்புக்கு வந்தவர்) விஸ்வ ஹிந்து பரிஷத் தலைவர் அசோக்சிங்கால் ஆகியோர் கலந்து கொண்டனர். சிங்கால் உண்மையிலேயே அத்வானி மீது ஆத்திரம்கொண்டு சாடினார் என்று என்னிடம் மதன்தாஸ் தேவி சொன்னார். “அயோத்தியில் உள்ளநிலம் வி.ஹெச்.பி.க்குக் கொடுக்கப்பட்டிருக்க வேண்டும் என்ற உணர்வாக அது இருந்தது” என்றார். தே.ஜ.கூ அரசு தங்களுடையது என்றும் என்றும் ஆனால் அவர்கள் தங்கள் நோக்கத்தைக் கைவிட்டுவிட்டனர் என்றும் அரசுப்பொறுப்பில் உள்ள சுயம்சேவக்குகளும், பிரச்சாரக்கு களும் தங்கள் கொள்கைகளையும், நோக்கங்களையும் குழி தோண்டிப் புதைத்து விட்டனர் என்று வி.ஹெச்.பி தலைவர்கள் கருதினார்கள். அரசுப்பொறுப்பிலிருந்த ஒருவர், “நாம் ஏன் நம்மை ஒரு வித்தியாசமான கட்சி என்று சொல்லிக்கொள்கிறோம்? நாம் காவி வண்ணம் பூசிய காங்கிரஸ்காரர்கள்” என்று கூறியதாகக் கட்சியின் பொதுச்செயலாளராக இருந்த கே.என்.கோவிந்தாச் சார்யா என்னிடம் கூறினார்.

“சர்சங்சாலக் ஆக சுதர்சன் வந்தபிறகு ஆர்.எஸ்.எஸ்இல் உள்ளவர்கள் பி.ஜே.பி தலைவர்கள் தங்களை விடப் பெரியவர் களாக உருவாகி விட்டார்கள் என்று தங்களுக்குள்ளேயே நம்பத்தொடங்கி விட்டார்கள்” என்று மராத்தி நாளேடான ‘தருண் பாரத்’ன் முன்னாள் ஆசிரியரும், மென்மையாகப் பேசக்கூடிய வருமான சுதிர் பகவத் என்னிடம் கூறினார். பத்தாண்டுகளுக்குமுன் இராமர் கோவில் இயக்கம் அதன் உச்சகட்டத்தில் இருந்தபோது ஆர்.எஸ்.எஸ் தலைமை முன்னுரிமை கொண்ட மூத்ததாகவும், பி.ஜே.பியின் மீது அதிகாரம் செலுத்தக்கூடியதாகவும் இருந்தது. ஆனால் 2000ல் அந்தநிலை நீடிக்கவில்லை. கட்சியில் மிக உயர்ந்த அதிகாரம் கொண்ட இரண்டாவது தலைவராக அத்வானி விளங்கினார். அப்போதைய ஆர்.எஸ்.எஸ்-ன் புதிய தலைவர் ஆர்.எஸ்.எஸ் முழு நேர ஊழியர் ஆவதற்கு நீண்டகாலம் முன்பே அத்வானி முழு நேர ஊழியர் ஆனவர். முதன் முறையாக அங்கு யாருக்கு யார் வழிகாட்டுவது என்பதுபற்றிய சண்டை எழுந்தது.

பி.ஜே.பிக்குள்ளேயே சுதர்சன் ஒரு சர்வாதிகாரியாகவும், சலனசித்தம் உள்ளவராகவும், சங் அமைபை வழிநடத்துவதில் செல்வாக்கு இல்லாதவராகவும் கருதப்பட்டார். ஆர்.எஸ்.எஸ்-ன் தேசியத்தலைமையகமான நாக்பூரில் ஆர்.எஸ்.எஸ் குடும்பத்தில் வளர்ந்த, நீண்டகாலமாக சுயம்சேவக்காக விளங்கிய, ஆர்.எஸ்.

எஸ் மூத்த தலைவர்களுடன் நெருங்கிப்பழகிய வர்த்தகர் திலீப் தியோதர் சொன்னார்: "ராஜேந்திர சிங் 1998ல் நோய்வாய்ப் பட்டிருந்தபோது சுதர்சனைத் தமக்கு அடுத்தபடியாகத் தலைவர் ஆக்குவதாக முதலில் குறிப்பாகத் தெரிவித்தார். வாஜ்பேயி உள்ளிட்ட பி.ஜே.பி தலைவர்கள் அந்த முடிவை ஒத்திவைக்குமாறு ராஜேந்திர சிங்கைக் கேட்டுக் கொண்டனர். அப்போதைய பொதுச்செயலாளரான ஹெச்.வி.காமத்திடம் அவர்கள், 'சுதர்சன் ஆர்.எஸ்.எஸ். தலைவராக வந்துவிட்டால் அரசை ஒருநாள் நடத்து வது கூடச் சிரமமானதாகிவிடும்' என்று கூறியதாக தியோதர் கூறினார்.

சுதர்சன் ஆர்.எஸ்.எஸ் பொறுப்பை ஏற்றவுடன் பி.ஜே.பி. உள்ளிட்ட அனைத்து சங் அமைப்புகள் மீதும் தனது அதிகாரத்தைச் செலுத்த முயன்றார். உதாரணமாக டெல்லியில் ஆர்.எஸ்.எஸ் நிகழ்ச்சி ஒரு மைதானத்தில் நடந்தது. அது துவங்குமுன் முழங்கைவரை மடிக்கப்பட்ட வெள்ளைச் சட்டை, காக்கி அரைக்கால் சட்டை, கறுப்பு காந்திகுள்ளாய் உள்ளிட்ட ஆர்.எஸ்.எஸ் சீருடை அணியாத எவரும்—பத்திரிக்கையாளர்கள் தே.ஜ.கூ. அமைச்சர்கள் உட்பட— அனுமதிக்கப்பட மாட்டார்கள் எனக் குறிப்புரை வழங்கினார். பல பத்தாண்டுகளாக சுயம்சேவக்குகளாக விளங்கிய வாஜ்பேயி, அத்வானி, கல்விஅமைச்சர் முரளிமனோகர் ஜோஷி உள்ளிட்ட எந்த ஒரு அமைச்சரும் அந்நிகழ்ச்சிக்கு வரவில்லை. பி.ஜே.பி யின் அப்போதைய தலைவரும், மத்தியப் பிரதேசத்தில் சங் அமைப்பைக் கட்டி வளர்த்தவர் என்ற பெருமைக்குரிய வரு மான குஷாபாவ் தாக்கரே சீருடையில் வந்திருந்தார். ஆனால், சீருடையின் ஓர்அங்கமான மூங்கில் கம்பை எடுத்துவர மறந்து விட்டார். தியோதர் தெரிவித்த தகவலின்படி தாக்கரே திரும்பிச் செல்லுமாறு தெரிவிக்கப்பட்டார்.

தே.ஜ,கூ ஆட்சியிலிருந்த பெரும்பாலான காலங்களில் டெல்லி தான் சுதர்சனின் மையமாக இருந்தது. அவர் அடிக்கடி பொது இடங்களில் அரசை விமர்சித்துவந்தார். அமைச்சகங்களில் குறுக் கீடு செய்துவந்தார். அவரது குணாதிசயங்களில் ஒரு சுவை யான நிகழ்ச்சி வருமாறு: சங் அமைப்புக்களின் சக்தியையும், அரசு அதிகாரத்தையும் இணைத்து ஒரு கலாச்சாரத் தணிக்கை அதிகாரம் கொண்டவராகச் செயல்பட்டார். "திரைப்பட இயக்குநர் தீபாமேத்தா வாரணாசியில் தனது 'வாட்டர்' திரைப் படத்துக்கான படப்பிடிப்பை நடத்தியபோது, ஆர்.எஸ்.எஸ்—வி.ஹெச்.பி. ஆட்கள் குறுக்கிட்டுப் படப்பிடிப்பு

அரங்கைத் தீயிட்டு எரித்தனர். தீபாமேத்தாவுக்கு எதிராகக் கோஷங்களை எழுப்பினர்." என தீபாமேத்தாவின் மகள் தேவயாணி சால்ட்ஸ்மன் தனது 'ஷூட்டிங் வாட்டர்' என்ற புத்தகத்தில் எழுதியுள்ளார். தீபாமேத்தா தனது படப்பிடிப்பைத் தொடர வேண்டுமானால், ஆர்.எஸ்.எஸ் தலைவரிடம் அனுமதி பெறவேண்டும் என்று தெரிவிக்கப்பட்டது. டெல்லியில் உள்ள ஆர்.எஸ்.எஸ். தலைமையிடத்துக்கு ஒரு குளிர்கால காலை நேரத்தில் தீபாமேத்தா சென்றபோது கனமான சால்வையுடன் தனது முகத்தில் காவி பாலக்வாலா அணிந்து சுதர்சன் அவரைச் சந்தித்தார். தீபாமேத்தாவை நோக்கி நடந்துவந்த அவர் தாந்தே வின் 'இன்ஃபெர்னோவிலிருந்து ஒருபகுதியை மிகச் சரியான இத்தாலி மொழியில் குறிப்பிட்டு அவர் அருகில் வந்து அமர்ந்தார். "ஆர்.எஸ்.எஸ்ஐத் தவறாக மதிப்பிட்டுவிட வேண்டாம்" என்று கூறினார். "கங்கை எங்களுடையது; புனிதமானது" என்றார்.

"நீங்கள் வாட்டர் திரைக்கதையைப் படித்தீர்களா?" என்று தீபாமேத்தா அவரிடம் கேட்டார். சுதர்சன் அதன் பிரதியை மேஜைமீது வைத்தார். "இதை நீங்கள் எங்கிருந்து பெற்றீர்கள்?" என்று தீபா அவரிடம் கேட்டார். ஏனெனில், தயாரிப்புக்குழுவுக்கு வெளியே செய்தி மற்றும் ஒலிபரப்புத்துறைக்கு மட்டும் ஒரேஒரு பிரதிதான் கொடுக்கப்பட்டிருந்தது. சுதர்சன் சொன்னார்: "அவ்வளவுதானே? எப்படி இருந்தாலும் யாருடைய அமைச்சகம் அது?" அவர் தீபாமேத்தாவை ஆர்.எஸ்.எஸ்-ன் வாரஇதழான 'ஆர்கனைசர்' ஆசிரியர் சேஷாத்திரிசாரியைச் சந்தித்துத் திரைக் கதையைத் திருத்திக்கொள்ளுமாறு கூறினார்.

வீராப்புமிக்க சுதர்சன் ஆர்.எஸ்.எஸ்—ன் தலைமையிலும், தன்னம்பிக்கைமிக்க பி.ஜே.பி மத்திய ஆட்சியிலும் இருந்த தால் அமைப்புக்கும், கட்சிக்கும் இடையிலான உறவு மேலும்மேலும் மிக இறுக்கமடைந்தது. 2004 கோடையில் நடைபெற்ற தேர்தலில் அதிர்ச்சிமிக்க தோல்வியை பி.ஜே.பி அடைந்திருந்தபோது ஆர்.எஸ்.எஸ் தனது பிரச்சாரக்குகளை அதிக அளவில் கட்சிக்குள் நுழைத்து வேலைசெய்ய வைத்தது. இக்கசப்புணர்வு இந்தியன் எக்ஸ்பிரஸ் ஆசிரியர் சேகர்குப்தா வின் தொலைக்காட்சி நேர்காணலில் வெளிப்பட்டது. சுதர்சன் வாஜ்பேயியையும், அத்வானியையும் "அவர்கள் நாட்டுக்காக என்ன செய்தார்கள்?" என்றுகேட்டார். அவர் இந்திராகாந்தியை 'இந்தியாவின் சிறந்த பிரதமர்' என்று குறிப்பிட்டார்.

பி.ஜே.பியின் மீதான அதிருப்தி மிகவும் கூர்மை அடைந்த போது, ஆர்.எஸ்.எஸ். ஒட்டு மொத்தமாக அந்தக்கட்சியைக் கைகழுவி விடுவதைப்பற்றிச் சிந்தித்தது. மற்ற எல்லாவற்றையும்விட பி.ஜே.பி அரசியல்வாதிகளின் அதிகாரப்பசி, ஆடம்பரமான வாழ்க்கை முறைகள், சுயம் சேவக்குகளையும் ஊழல்களில் ஈடுபடவைத்தது அவர்களில் பலரை சங்வேலைகளைச் செய் வதில் ஆர்வத்தை இழக்கவைத்தது ஆகியவை ஆர்.எஸ்.எஸ்-ன் தலைமையைக் கவலைக்குள்ளாக்கியது. *2004* தேர்தலைத் தொடர்ந்து டெல்லியின் வெளிப்பகுதியான ஜின்ஜோலியில் உள்ள ஒரு பண்ணை வீட்டில் சுதர்சன், மதன்தாஸ் தேவி, எம்.ஜி.வைத்யா, அவரது மகன் மன்மோகன் ஆகியோர் அந்த அமைப்பு அரசியலில் பங்கேற்றதன் சாதக பாதகங்களை ஆய்வு செய்யக்கூடினர். சுதர்சன் உள்ளிட்ட பலதலைவர்கள் ஆர்.எஸ். எஸ் அரசியலில் மேற்கொண்ட சோதனை முயற்சிகள் ஒரு முடிவுக்கு வரவேண்டும் என உணர்ந்தனர்.

2005 ஜூனில் அத்வானி பாகிஸ்தானில் உள்ள முகமதுஅலி ஜின்னா நினைவிடத்திற்குச் சென்று பார்வையிட்டு, அவரது மதசார்பற்ற தன்மையைப் புகழ்ந்து பேசியபோது, நிலைமை மேலும் மோசமடைந்தது. நடைமுறையில் ஒட்டுமொத்த ஆர்.எஸ். எஸ்ம் அத்வானியின் தலைக்குக்குறிவைத்தன. கட்சியின் அன்றைய பொதுச்செயலாளரான சஞ்சய் ஜோஷி கட்சியின் தலைமைப் பொறுப்பிலிருந்து அத்வானி விலக வேண்டும் எனக்கோரினார். அத்வானி டெல்லி ஆர்.எஸ்.எஸ். தலைமையகத்திற்கு வரு மாறும், அதன்பின் செய்தியாளர் கூட்டத்தில் தனது பதவி விலகலை அறிவிக்குமாறும் கோரப்பட்டார். ஆனால், அதற்குப் பதிலாக அத்வானி டெல்லி விமான நிலையத்தில் இறங்கியதும், அங்கிருந்த செய்தியாளர்களிடம் தனது பதவி விலகலை அறிவித்தார். பின்னர் அந்த ஆண்டில் சென்னையில் நடை பெற்ற தேசியசெயற்குழுவில், "அரசியல்தொடர்பாகவோ, கட்சி அமைப்பு தொடர்பாகவோ ஆர்.எஸ்.எஸ் ஒப்புதலின்றி எந்தத் தீர்மானமும் நிறைவேற்றப்படக்கூடாது என்ற கருத்து வலுப்பட்டு வருகிறது. நாம் கொண்டிருக்கும் இந்தக்கருத்து கட்சிக்கோ, ஆர்.எஸ்.எஸ்க்கோ எந்தவித நன்மையையும் செய் யாது" எனச் சீற்றத்துடன்கூறி அத்வானி வெளியேறினார்.

நடைமுறையில் எல்லாத்தலைவர்களும் அத்வானிக்கு எதிராக அணிவகுத்தபோது, பகவத், "ஆர்.எஸ்.எஸ் இந்தியாவின் அண்டை நாடுகளுடன் நல்ல உறவுகளை மேற்கொள்ளவேண்டும்.

பி.ஜே.பியை உருவாக்கியவர் என்ற முறையில் அத்வானி பி.ஜே. பியில் நீடிக்கவேண்டும்” என விவாதித்து ஒரு சமரசப் போக்கைக் கையாண்டார். அதேநேரத்தில் அமைதியாகக் கட்சிப்பொறுப்பு களை ஏற்க இளைஞர்களை உள்ளே அனுப்பியவண்ணம் இருந் தார். இதை ஆர்.எஸ்.எஸ் சார்பான பதிப்பகத்தின் முன்னாள் ஆசிரியர் தெரிவித்தார்.

அந்த நேரத்தில் ஹரித்துவாரில் நடைபெற்ற ஆர்.எஸ். எஸ்-ன் தந்திரோபாயங்களை வகுக்கும் உயர்நிலைக்கூட்டத்தில் எம்.ஜி.வைத்யாவும், மற்றவர்களும் பி.ஜே.பியை ஒரேயடியாக உப்புக் கண்டம் போட்டுவிட்டு ஒரு புதிய அரசியல் கட்சியைத் துவக்கவேண்டும் என்றனர். வைத்யா, “நாம் இந்துத்துவா வாதிகள். நமது கட்சி இதைப்பின்பற்ற வேண்டும். இந்துத்துவா வை அடிப்படையாகக்கொண்ட ஒரு கட்சியை நான் உருவாக்கு கிறேன்” என்று பிரகடனம் செய்தார். ஆனால், அதை ஒருவரும் ஏற்கவில்லை என்றார் சுதிர்பாதக். கடைசியில் உள்ளார்ந்த விவாதங்களை முடித்துக்கொள்வதெனவும், பி.ஜே.பியுடன் இணைந்திருப்பதெனவும் முடிவு செய்யப்பட்டதாக மதன் தாஸ்தேவி தெரிவித்தார்.

இந்த முடிவு புதிதாகக் கண்டுபிடிக்கப்பட்ட பி.ஜே.பியின் தலைவர் ராஜ்நாத் சிங்கிடம் எளிதாகச் செயல்படுத்தப்பட்டது. ராஜ்நாத்சிங் 1964ல் தனது 13ஆம் வயதில் ஆர்.எஸ்.எஸ்ல் சேர்ந்து தனது 24ஆம் வயதில் ஜனசங்கத்தின் மாவட்டத் தலைவரானவர். அவர் கட்சியின் தலைவரானதும் ஆர்.எஸ்.எஸ்ன்பால் மிகவும் நேசப்பூர்வமான சமிக்கைகளைக் காட்டத் துவங்கினார். 2006ல் பி.ஜே.பி தனது அமைப்புவிதிகளைத் திருத்தம் செய்து ஆர்.எஸ். எஸ் ஊழியர்களை மாவட்ட அளவில் பொறுப்பாளர்களாகப் பதவி வகிக்க அனுமதித்தது. சங் அமைப்புக்குக் கட்சியில் தாராளமாக இடமளித்த கட்சி, மீண்டும் சங் அமைப்புக்குத் திரும்பத் தொடங்கியது.

3

*கா*ங்கிரஸ் தலைமையிலான ஐக்கிய முற்போக்குக் கூட்டணி யிடமிருந்து அதிகாரத்தை மீண்டும் கைப்பற்றிவிடலாம் என்று பி.ஜே.பி நம்பிக்கை கொண்டிருந்த பொதுத்தேர்தலுக்கு இரண்டு மாதங்களுக்குமுன் 2009 மார்ச்—ல் சுதர்சன் தனது பின்தோன்றலாக அப்போதைய பொதுச்செயலாளராக இருந்த மோகன்பகவத்—ஐத் தேர்வுசெய்தபோது ஆர்.எஸ்.எஸ் ஒரு தலைமுறை மாற்றத்தை நடைமுறைக்குக் கொண்டுவந்தது.

நாட்டின் புவியியல்ரீதியான மையமாகக் கருதப்பட்ட நாக்பூரின் ரெஸிம்பாக் வளாகத்தில் மைய அறையில் பாதக் உலவிக்கொண்டிருந்த ஒருநாளில் தலைமை மாற்றம் நிகழ்ந்தது. அப்போது அந்த அறையில் பின்னல் தட்டிகளால் ஆன கதவுகள் இருந்ததால் பாதக் அதன் வழியாக ஆர்.எஸ்.எஸ்—ன் உயர்மட்ட முடிவுகள் எடுக்கும் அமைப்பான அகில பாரத வித்யார்த்தி சபாவின் நடவடிக்கைகளைப் பார்க்க முடிந்தது. பொதுவாக குர்தா, பைஜாமா அணிந்துகொள்ளும் மோகன்பகவத் அன்று வேட்டி அணிந்திருந்தார் என்று நினைவுகூர்ந்தார் பாதக். ஆர்.எஸ். எஸ்—ன் பண்பாட்டு வழிமுறைப்படி பட்டம் சூட்டும் நிகழ்ச்சி ஆரவாரமின்றி இருந்தது. அதன்பிறகு பகவத் அறையிலிருந்து வெளியே வந்தார். 'சில நிமிடங்கள் அவர் தன்னை இழந்த

வராகக் காணப்பட்டார்' என்று பாதக் சொன்னார். "அவர் தனது காலணிகளைக்கூடக் கண்டுபிடிக்க முடியவில்லை. பின்னர் அவர் மன அமைதியைத் திரும்பப்பெற்றார்".

அதைப்பற்றிப் பின்னர் பாதக் கேட்டபோது பகவத் தான் ஏற்றுக்கொண்ட பொறுப்பின் பாரத்தைச் சிலகணங்கள் சிந்தித்த போது தான் பிரமித்து நின்று விட்டதாக ஒத்துக்கொண்டார். "அந்தச் சில நிமிடங்கள் நான் வெறும் மோகன்பகவத் ஆக இருந்தேன். எனக்கு அளிக்கப்பட்ட பொறுப்பை என்னால் நிறைவேற்ற முடியுமா? என்று நான் சிந்தித்தேன்."

அந்த அறிவிப்பு திடீரென இருந்தாலும் மொத்தத்தில் எதிர் பாராத ஒன்று அல்ல. 1990களிலிருந்தே வயதுமுதிர்ந்த தலைவர்களின் இடத்திற்கு மிகவும் இளையவர்களைக் கொண்டுவருவதை ஆர்.எஸ்.எஸ் துவக்கிவிட்டது. இது ஒரு குறுகிய காலத்துக்குச் சிரமமானதாக இருக்குமென்றாலும், பி.ஜே.பியுடனான உறவுக்கு நீண்டகால ஆற்றல்மிக்க தலைமையை உருவாக்குவதற்கான முக்கியத்துவத்தை ஆர்.எஸ்.எஸ் உணர்ந்திருந்தது. 66 வயதான சுதர்சன் சர்சங்சாலக் ஆக்கப்பட்டபோது அப்போதைய பொதுச்செயலாளர் ஹெச்.வி.சேஷாத்திரி அவரிடம் 'பொதுச் செயலாளர் பதவிக்குத் தகுதியானவர்கள் இரண்டு பேர்: ஒருவர் மதன்தாஸ்தேவி இன்னொருவர் மோகன் பகவத்' என்றார்.

சேஷாத்திரியும், சுதர்சனும் மதன்தாஸ்தேவியின் பக்கம் சாய்ந்தனர். அவர் அரசியலை நன்குபுரிந்து கொண்டுள்ளவர் என்பதோடு பி.ஜே.பியை மேற்பார்வைசெய்யும் அதிகாரபூர்வ ஆர்.எஸ்.எஸ்.காரராகவும் இருந்தவர். ஆனால் எம்.ஜி.வைத்யா, சுதர்சன் தனது பொறுப்பைப் பகவத்துடன் இணைந்து நிறைவேற்றுவதில் கவனம் செலுத்துமாறு ஆலோசனை கூறினார். ஆர்.எஸ்.எஸ்—ன் அனைத்து முடிவெடுப்புக்களையும்போல் இந்தத் தேர்வு நடைமுறையும் மிகவும் உயர்மட்டக் கலந்தாலோசனையோடு தனிப்பட்ட முறையில் செய்து முடிக்கப்பட்டது.

'அவர் தலைவராக ஆகும்வரை எங்களில் ஒருவர்கூட அவர் பெயரை அறிந்திருக்கவில்லை' என்று ஆங்கிலப்பத்திரிக்கை ஒன்றின் மூத்த ஆசிரியர் ஒருவர் என்னிடம் கூறினார். அப்போது பகவத்துக்கு வயது 55.

மோகன் மதுக்கர்ராவ் பகவத் ஆர்.எஸ்.எஸ்—உடன் நெருக்கமான தொடர்புகொண்டிருந்த அவரது தாய்வழிப்பாட்டனார்

அண்ணாஜியின் பிராமணக்குடும்பத்தில், மகாராஷ்ட்ராவில் உள்ள சாங்க்லியில் 1950 செப்டம்பர் 11ல் பிறந்தவர். பகவத்தின் தந்தைவழிப் பாட்டனார் சதாராவில் வழக்கறிஞராக இருந்த நாராயண் பகவத். தனது பெற்றோர் மறைவுக்குப்பின் சந்திரா பூருக்குக் குடியேறினார். நாராயண்பகவத் (அல்லது நாணா சாஹேப்) மாநிலக் காங்கிரசில் ஒரு உறுப்பினர். நாக்பூரில் உள்ள நீல்சிடி பள்ளியில் ஹெட்கேவரின் பள்ளித்தோழராக இருந்தவர். இந்தப்பள்ளி பிற்காலத்தில் ஆர்.எஸ்.எஸ் அமைப்பைத் தோற்று வித்தவரான ஹெட்கேவரை பிரிட்டிஷ் சட்ட திட்டங்களுக்கு உட்பட மறுத்ததாலும், வந்தேமாதரம் பாடலைப் பாடியதாலும் பள்ளியைவிட்டு வெளியேற்றியது.

பகவத்தின் தந்தை மதுக்கர்ராவ் 1940ல் ஆர்.எஸ்.எஸ் பிரச் சாரகராகி குஜராத்தில் அமைப்பின் பணியில் தீவிரமாக ஈடு பட்டவர். அவர் திருமணம் செய்துகொள்ள ஒத்துக் கொண் டாலும், பகவத் பிறக்கும் வரை ஆர்.எஸ்.எஸ் வேலைகளிலேயே நீடித்துவந்தார். அதன்பின், நாக்பூர் சட்டக் கல்லூரியில் சேர்ந் தார். மதுக்கர்ராவுக்கும் அவரது மனைவி மாலதிபாய்க்கும் பிறந்த மூன்று மகன்கள், ஒருமகள் ஆகியோரில் பகவத்தான் மூத்தவர்.

இந்தக் குடும்பம் சங் அமைப்பின் நெறிமுறைகளில் ஆழ்ந்த பற்று கொண்டது. பகவத் குடும்பத்தின் மூன்று தலைமுறைகள் ஆர்.எஸ்.எஸ்.ல் அதிகாரம் மிகுந்த பொறுப்புக்களில் இருந்தன. குஜராத்தில் ஆர்.எஸ்.எஸ் அமைப்புக்குத் தலைமையேற்றுச் செயல்பட்ட பின் மதுக்கர் ராவ் தனது தந்தை தனக்குமுன் ஏற்றிருந்த சந்திராபூர் மாவட்டத்தலைமைப் பொறுப்புக்கு வந்தார். அவரது மனைவி மாலதிபாய் ஆர்.எஸ்.எஸ்-ன் மகளிர்பிரிவான ‘ராஷ்ட்ர சேவிகா சமிதி’யின் உறுப்பினராக இருந்து ‘ஜனசங்’கட்சியின் மாவட்டப் பெண்கள் அமைப்பின் பொறுப்பாளர் ஆனார்.

2014 ஜனவரியில் பகவத்தின் இளைய சகோதரரான ரவீந்திர பகவத்தை நான் சந்திராபூரில் சந்தித்தேன். சந்திராபூர் மிக வேகமாக விரிவடைந்துவரும் மகாராஷ்ட்ராவின் நகரங்களில் ஒன்று. அதன் வானம் எப்போதும் அந்த மாநிலத்தின் 2340 மெகாவாட் சூபர்தெர்மல் பவர்ஸ்டேஷனில் இருந்து வெளி யாகும் அடர்த்தியான புகைமூட்டங்களால் சூழப்பட்ட தாகவே இருந்தது. இன்று ரவீந்திரபகவத்—ன் அலுவலகத்தில்— கடைகளை முன்பக்கத்தில் கொண்டுள்ள, ஓடுவேயப்பட்ட நவீன இரண்டுமாடி வீட்டின் வசிக்கும் அறையில் — ஓவியம்

ஒன்று இருந்தது. சுவரில் இருந்த அலமாரியில் பாட்டு மற்றும் நடிப்புப்போட்டிகளில் பகவத் வென்றிருந்த நினைவுப் பரிசு களும், கோப்பைகளும், வெற்றிச்சின்னங்களும் காட்சிக்கு வைக்கப்பட்டிருந்தன. பல்கலைக்கழகத்தில் பட்டம் பெற்றுத் திரும்பியபோது பகவத் ஒரு சாக்குப்பை நிறையப் பதக்கங் களையும், வெற்றிச் சின்னங்களையும் கொண்டு வந்தார் என ரவீந்திர பகவத் கூறினார்.

சந்திராபூரில் இன்றும் வாழ்ந்துவரும் முன்னாள் ஆயுள் காப்பீட்டுக் கழக அலுவலரும், பகவத்தின் குழந்தைப்பருவ நண்பருமான ராஜாபாஹு¬பொஜாவர் 'மராத்தியின் வீரசாகசக் கதைகளில்—குறிப்பாக, 'அக்ரவ அவதார்' (பதினொன்றாவது அவதாரம்') 'சிங்ககர்ஜனா', 'விஸ்வாமித்ரி பேச்ஜ்' முதலான நாவல்களை எழுதிய பாபுராவ் அர்ணால்வீன் எழுத்துக் களில் பகவத் தீராத மோகம் கொண்டிருந்தார்' என நினைவு கூர்ந்தார்.

அகோலாவில் இருந்த 'டாக்டர்.பஞ்சாப்ராவ் தேஷ்முக் க்ருஷிவித்யாபீட'த்தில் விலங்கியல் பாடப்பிரிவில் சேர்ந்த பகவத், தனது பல்வேறு பாடங்கள் நாக்பூர் பல்கலைக்கழகத்தில் நடைபெற்றதால், பட்டமுன்வகுப்பு படித்த ஆண்டுகளை நாக்பூரி லேயே கழித்தார். நோய்க்கூறு இயலில் தங்கப் பதக்கத்துடன் பட்டம் பெற்றார். விலங்கியல்பாட மாணவர்கள் தாங்கள் பட்டம் பெற்றபின் இரண்டு ஆண்டுகள் அரசு சேவையில் ஈடுபட வேண்டும். பகவத் சந்திராபூர் விலங்குகள் மருத்துவமனையில் சில மாதங்கள் பணியாற்றியபின் 90 கி.மீ.கிழக்கில் உள்ள சமோஷிக்கு விலங்கியல் அலுவலராக மாறுதல் செய்யப்பட்டார்.

சுதிர் பகவத் 1970ல் மஹாராஷ்ட்ர அரசால் கொண்டாடப் பட்ட'அனைத்துலகக்கல்வி ஆண்டுவிழாவுக்காகஏற்பாடுசெய்யப் பட்டிருந்த' பல்கலைக்கழகங்களுக்கு இடையேயான இளைஞர் முகாமை நினைவு கூர்ந்தார். 14 பல்கலைக்கழகங்களிலிருந்து 30 மாணவர்கள்வீதம் 420பேர் அந்த மூன்று நாட்கள் நிகழ்வில் பங்கேற்றனர். பகவத் இரண்டாம் நாளிலேயே ஒரு 'சாகா'வைத் துவக்கினார். அன்றுமுதல் அவர் 'பாரதக்கலாச்சாரம் மற்றும் மரபுகளுக்கான தலைவராக'விளங்கினார். அங்கே ஆர்.எஸ்.எஸ் கொடி மட்டுமே இல்லை. ஆனால் ஒவ்வொன்றும் 'சாகா'வில் நடப்பதுபோலவே நடைபெற்றன. 100 மாணவர்கள் இரண்டு நாட்கள் கலந்து கொண்டனர். இந்தக்கூட்டம் பிரச்சனைக் குரியதாக மாறியது. "அரசு ஏற்பாடுசெய்த நிகழ்ச்சியில் எப்படி

ஒரு ‘சாகா’ இடம்பெற்றது?” என மஹாராஷ்ட்ரா சட்ட மன்றத்தில் கேள்விகள் எழுப்பப்பட்டன. ஆனால் அரசோ, ‘சாகா’ நடைபெற்றதை மறுத்தது.

உல்லன் ஆடைபோர்த்த ஆர்.எஸ்.எஸ் தொண்டரான சுதிர்பகவத், மற்ற எல்லா மாணவர்களையும் போலவே பகவத் நவீன உடைகளிலும், பாலிவுட்டின் புதிய பாடல்களிலும் பேரார்வம் கொண்டிருந்தார். ஒருமுறை பேருந்தில் ஒரு பெண், ‘அரே மோகன், நாங்கள் பாட்டுக்கேட்க விரும்புகிறோம்,’ என்றவுடன், அப்போது மிகவும் பிரபலமான ‘படோசான்’ திரைப்படத்தில் வரும், “மேரே சாம்னே வாலி கிட்கி மே” என்ற பாடலைப் பாடினார். பகவத் நாடகங்களிலும், கவிதைகளிலும் ஆர்வம் கொண்டிருந்தார். ஒருமுறை கள்ளிக்கோட்டையில் நடைபெற்ற விழாவில் நாக்பூர் பல்கலைக்கழகத்தின் சார்பில் கலந்துகொண்டு மராத்தி நாடோடிக்கலையான ‘பாரூத்’ என்ற பாட்டும், கதையும் இணைந்த கதாகாலட்சேபத்தை நடத்தினார். அவர் நாடகங்களை இயக்கி நடித்தார். இத்தகைய நிகழ்வுகளில் பகவத் முற்றிலும் மாறுபட்ட ஒரு மனிதனாகத் தோன்றினார்’ என்றார்..

நெருக்கடி நிலை அறிவிக்கப்படுவதற்குச் சற்றுமுன் அகோலாவில் ஆர்.எஸ்.எஸ்—ன் முழுநேர ஊழியர் ஆவதற்காக பகவத் தனது முதுகலைப் பட்டப்படிப்பிலிருந்து இடைவிலகினார். இந்திராகாந்தியின் சர்வாதிகாரத்தின்போது தலைமறைவானார். அவரது பெற்றோர் இருவரும் சிறையில் அடைக்கப்பட்டனர். மீண்டும் ஜனநாயகம் நிலைநாட்டப்பட்டதும் சங்அமைப்பில் விரைவாகப் பலபடிகள்முன்னேறினார். நாக்பூரில் ஆர்.எஸ்.எஸ் நடவடிக்கைகளுக்குத் தலைமை தாங்கினார். பின்னர் விதர்ப்பா முழுவதும் பொறுப்பேற்றார். 1980ல் பீகாரில் ஆர்.எஸ்.எஸ் செயல்பாடுகளின் பொறுப்பு அவரிடம் ஒப்படைக்கப்பட்டது. 1991ல் அகில இந்திய உடற்பயிற்சிக்கான தலைவராகப் பதவி உயர்வு அளிக்கப்பட்டார். அதன்பின் ஆர்.எஸ்.எஸ் ஊழியர்கள் அனைவரையும் மேற்பார்வையிடும் ‘பிரச்சார் பிரமுக்’ஆக உயர்ந்தார்.

1992ஆம் ஆண்டு இந்தியாவுக்கு ஒரு கலவரம்மிக்க ஆண்டாக விளங்கியது. தந்திரம் நிறைந்த பி.வி.நரசிம்மராவ் (இவர்தான் நேருகுடும்பத்திற்கு வெளியே பிரதமரான மூன்றாமவர்.) தலைமையிலான காங்கிரஸ் அரசால் 1991ல்தான் ‘புதிய பொருளாதாரக் கொள்கை’ என்ற (பெரஸ்த் ரோய்கா) பொருளாதார சீர்

திருத்தத்தை நாடு அனுபவிக்கத் துவங்கியிருந்தது. அந்த ஆண்டு ஏப்ரலில் அம்பலமான ரூ.4,000/ கோடி பங்குமார்க்கெட் ஊழல், நாடு முதலாளித்துவப் பாதைக்குத் திரும்பியதன் அறிகுறியாக இருந்தது. இதை எதிர்த்துக் கடுமையான சுனாமியைப் போலக் கண்டனங்கள் எழுந்தன. குளிர்காலம் துவங்கியபோது, சங் குடும்பம் அயோத்தியில் கரசேவைக்குத் தயாராகி இராமர் பிறந்த இடம் என்று கருதப்பட்ட சரயூ நதிக்கரையில் இராமர் கோவிலைக் கட்டுவதற்கு மிகப்பெருமளவில் தொண்டர்களைத் திரட்டியது.

அந்தநேரத்தில் திரைப்படத் தயாரிப்பாளர் லலித்வச்சானி ஆர்.எஸ்.எஸ் பற்றிய ஒரு குறும்படம் தயாரிக்க நாக்பூர் வந்தார். 1990ல் சுதர்சன் துணைப்பொதுச்செயலாளராக இருந்தபோது அவரை வச்சானி அணுகித் தனது குறும்படம் பற்றிக் கூறினார். இதனால் மகிழ்ச்சி அடைந்த சுதர்சன் 10 சாகாக்களை கொண்ட கூட்டத்தைக் கூட்டினார். ‘அங்கே டெலிவிஷன் கேமராக்கள் இல்லை. அது வானொலி ஆவணம்தான் என்று தெரிந்தபோது சுதர்சன் ஏமாற்றம் அடைந்தார்’, என்று வச்சானி தெரிவித்தார். இரண்டு ஆண்டுகளுக்குப்பிறகு படம் தயாரிக்க வச்சானி மீண்டும் வந்தபோது சுதர்சன் மிகவும் உற்சாகம் அடைந்தார். அவரது நடத்தை, ‘இத்தனை ஆண்டுகளாக எங்கே இருந்தீர்கள், இளைஞர்களே?’ என்பதுபோல் இருந்தது.

இரண்டு மாதங்கள் படப்பிடிப்பின்போது வச்சானியும், அவரது படப்பிடிப்புக் குழுவினரும் ஆர்.எஸ்.எஸ் தன்னார்வத் தொண்டர்கள் தங்குவதற்கான விடுதியாகவும், ஆர்.எஸ். எஸ் அலுவலகமாகவும் இருந்த ஒரு மாளிகையான ‘ஆஷா சதன்’—ல் பெரும்பகுதி நேரத்தைக் கழித்தனர். வச்சானி சந்தித்த தலைவர்களில் ஒருவர் பகவத். 1990களில் ஆர்.எஸ்.எஸ்—ன் உடற்பயிற்சிக்கான அகில இந்தியத்தலைவராக சங் அமைப்பின் ஒழுக்க நடைமுறைகளை உருவாக்கிக் கவனித்துவந்தவர்.

‘ஆஷா சதன்—ல் இருந்த பையன்கள் பக்தியுடன் அவரை வணங்கினார்கள்’ என்று வச்சானி ஜெர்மனியிலிருந்து ஸ்கைப் மூலம் என்னிடம் தெரிவித்தார். ‘அவர் அவர்களுக்குக் கடவுளைப்போன்றவராக இருந்தார். ஒருநாள் அந்தப்பையன்கள் பகவத்தைப் புல்லாங்குழல் வாசிக்குமாறு கேட்டனர். அவர் வாசித்தது இசையோடு கொஞ்சமும் பொருந்திவரவில்லை. என்றாலும் எல்லாப் பையன்களும் அவர் ஒரு மாபெரும் நிகழ்ச்சியை நடத்தியதைப்போலப் புகழ்ந்தனர்!’ என வச்சானி நினைவுகூர்ந்தார்.

வச்சானியின் 27 நிமிட "பாய்ஸ் இன் த பிராஞ்ச்" திரைப்படத்தின் இடையே ஆர்.எஸ்.எஸ் சாகாக்களில் நடைபெறும் "காஷ்மீர் ஹமாரா ஹை" என்ற விளையாட்டின் தர்க்க நியாயங்களை பகவத் விளக்குகிறார். இந்த விளையாட்டில் சில குழந்தைகள் ஒரு வட்டத்தின் மையப்பகுதியில் நின்று கொண்டு அதைக்கைப்பற்ற முயற்சிக்கும் மற்றவர்களை வட்டத்திற்கு வெளியே தள்ளுவார்கள். 'சாகா'தான் ராஷ்ட்ரிய சுயம்சேவக்குகளின் வாழ்க்கை' என்று படத்தில் பகவத் கூறுகிறார். 'இப்போது அவர்களுக்குக் காஷ்மீர் பிரச்சனை பற்றியோ, 370ஆவது சட்டப் பிரிவுபற்றியோ அதிகமான விவரங்கள் தெரியாது. ஆனால், 'காஷ்மீர் நம்முடையது: அது பாரதத்திற்குச் சொந்தமானது' என்ற விழிப்புணர்வு அவர்களுக்கு ஏற்படுத்தப்படுகிறது'.

வச்சானி எட்டு ஆண்டுகளுக்குப்பிறகு, இந்தப் படத்தின் தொடர்ச்சியைத் தயாரிக்க அதே இடங்கள், அதே நபர்களை மீண்டும் சந்தித்தார். "த மென் இன் த ட்ரீ" என்ற அந்தப்படத்தில் சுதர்சன் இளம்வயதிலேயே சுயம்சேவக்குகளைச் சேர்ப்பதன் முக்கியத்துவத்தை மிகவிரிவாகக் கூறுகிறார். "குழந்தைகள் தங்கள் பழக்கவழக்கங்கள் உருவாகும் நிலையில் இருப்பவர்கள். அவர்கள் குழந்தை பருவத்தில் தங்கள் சூழல்களால் ஈர்க்கப்படுகிறார்கள். அவர்கள் சுற்றுச் சூழல்களால் வடிவமைக்கப்படுகிறார்கள். குழந்தை நிலையில் இருந்து சிறுவர் நிலைவரை நீட்டி வளைக்க கூடிய தகடுபோல அவர்களது மனம் நம்வசப்படக்கூடிய பருவம் அது. பழக்கங்கள் பதிவாகும் அந்தப் பருவத்தில் நீங்கள் என்ன கற்றுக்கொடுக்கிறீர்களோ அது அவர்கள் மனங்களில் நீடித்த தாக்கங்களை ஏற்படுத்தும். அதனால்தான் நாங்கள் சிறுவர் களை அவர்களின் குழந்தைப் பருவத்திலிருந்தே 'சாகா'க்களில் சேர்த்துவிடுகிறோம்'.

1990—ல் துவக்கத்தில் 'த மென் இன் த ட்ரீ'யில் வரும் மூன்று முக்கியக் கதாபாத்திரங்களின் பிரதிபலிப்பாக சந்திப் பாதே, புருஷோத்தம், ஸ்ரீபாத் பொரிக்கர் ஆகிய மூவரும் 1992 டிசம்பர் 6ல் அயோத்தியில் பாபர் மசூதியை இடித்ததில் தங்கள் பங்கு பற்றிப் பெருமைபொங்கப் பேசுகிறார்கள். "நான் பாபர்மசூதியின் கூம்பின்மேல் இருந்தேன். அது ஒரு வாழ்நாள் சாதனை. நாங்கள் வரலாற்றை உருவாக்கினோம்" என்கிறார் பொரிக்கர்.

அவர்கள் சொன்னதுபோல் ஆர்.எஸ்.எஸ் திட்டமிட்ட கரசேவை பாபர் மசூதியை அதன் முழு அமைப்பையும்

இடித்துத்தகர்க்க வழிவகுத்தது. சந்தீப் பாதே கூறுகிறான்: "கர சேவையின் தயாரிப்புப்பணிகள் முழுவதும் ஆழ்ந்து சிந்தித்து ஒவ்வொரு பையனின் வயது, அவன் எந்தப் புகைவண்டியில் பயணிக்கவேண்டும்? அவன் எந்தக்குழுவின் தலைவரிடம் வந்துசேர வேண்டும்? என அதன் கட்டங்கள் ஒவ்வொன்றும் பதிவுசெய்யப்பட்டன. தாங்களாகவே அயோத்தியில் புகுந்து கொள்பவர்கள்கூட ஆர்.எஸ்.எஸ் ஊழியர்களிடம் பதிவு செய்தாக வேண்டும். ஆர்.எஸ்.எஸ் அனுமதியின்றி எந்த ஒருவரும் கோவிலின் தன்னார்வத் தொண்டராக உள்ளே நுழைந்துவிட முடியாது".

இதோ பொரிக்கர் கூறுகிறான்: "நாக்பூர் எதையும் சந்திக்கக் கூடிய பத்துப் பேரைத் தேர்ந்தெடுத்தது. அவர்களில் நானும் ஒருவன். எங்கள் கைகளில் இருந்த இரும்புக்கம்பிகள், குச்சிகள், சில நேரங்களில் பாறாங்கற்கள் ஆகியவற்றைக்கொண்டு அந்தக்கூம்பில் இடிக்கும் வேலையைச் செய்தோம். எங்கள் சிந்தனையில் ஒன்றே ஒன்றுதான் இருந்தது. அது, அந்தக் கட்டு மானத்தை முற்றிலும் தகர்த்து வீழ்த்துவது". அவன் மேலும் கூறினான்:" "முஸ்லீம்கள் நாங்கள் சிந்திக்கும் வகையிலேயே வந்துசேர்வார்கள். அயோத்தி, காசி, மதுரா ஆகியவற்றை இந்துக்களிடம் ஒப்படைக்கவேண்டும் என்பதை முஸ்லீம்கள் உணரும் சூழ்நிலை மெல்ல மெல்ல உருவாகும். முஸ்லீம்கள் இந்த நாட்டில் வாழவேண்டும் என்று விரும்பினால் அவர்கள் மூத்த அண்ணாக்கள் (இந்துக்கள்) சொல்வதைக் கேட்டேதீர வேண்டும்".

பாதே மேலும் சொன்னான்: "அவர்கள் தாங்களாகவே முன் வந்து ஒப்படைக்காவிட்டால், இந்துக்கள் எந்தெந்த வழிகளில் நடந்துகொள்வார்களோ அவற்றை எல்லாம் அவர்கள் சந்தித்தே தீரவேண்டும்".

4

பகவத் சர்சங்சாலக் ஆனதும் அவரது முதல் வேலையே பி.ஜே.பியுடன் பாதிக்கப்பட்டிருந்த உறவுகளைச் சீரமைக்கும் பணியாகத் தொடர்ந்தது. அவர் சிலமரபுகளை மாற்றத்துவங்கினார். "சுதர்சன் அத்வானியைச் சந்திக்க அவரது வீட்டுக்குச் செல்ல விரும்பமாட்டார். ஏனெனில், மரியாதை நிமித்தமாக அத்வானி தான் ஜந்தன்வாலனுக்கு வரவேண்டும் என்று கருதினார்" என்று சுதிர்பாதக் என்னிடம் கூறினார். ஆனால் மோகன் பகவத், "அதைப்பற்றி நான் கவலைப்படவில்லை. நான் அவரது வீட்டுக்குப் போவேன். என்ன இருந்தாலும் அவர் எனக்கு மூத்தவர், நாங்கள் பிரச்சனைகளைப் பேசித்தீர்வு காண்போம்" என்றார். மோகன்பகவத்தின் பால்யகால நண்பரான பொஜாவர் பகலுணவுக்கு ஒருமுறை மோகன்பகவத் தனது வீட்டுக்கு வந்தபோது அவர் அத்வானியை எப்படிக் கையாண்டார் எனக்கேட்டதாக என்னிடம் கூறினார். அதற்கு பகவத் "நான் அவருடைய அந்தஸ்தை அறிந்தவன். அவரது வயதுக்கு நான் மரியாதை செலுத்துகிறேன். அதற்கேற்ப நடந்துகொள்கிறேன். ஆனால், அவரிடம் விவாதிப்பதற்காக எடுத்துக்கொண்ட பிரச்சனைகளில் பின்வாங்க மாட்டேன்" என்று கூறினாராம்.

பி.ஜே.பியின் அந்த மூத்த தலைவரிடம் பகவத் கொண்டிருந்த

அணுகுமுறை சுதர்சன் தலைவராவதற்கு முன்பிருந்த நிலை போல ஆர்.எஸ்.எஸ்-ன் குணாம்சத்தோடு கூடியதாக—உள்ளூரக் கட்சிக்கு மதிப்பு அளிக்கக்கூடியதாகவும், பலவகைகளில் மரியாதை அளிப்பதாகவும் இருந்தது. கட்சிக்கும் ஆர்.எஸ்.எஸ் உயர்மட்டத் தலைவர்களுக்கும் இடையே தீவிரமான கருத்து வேறுபாடுகள் இருந்தாலும் அவை தனிப்பட்ட கலந்தாலோசனைகள் மூலம் தீர்வு காணப்பட்டன.(ஆர்.எஸ்.எஸ்ல் ஆண்டுக்கு ஒருமுறை மட்டும் கொள்கை வகுக்கும் கூட்டம் நடைபெறும்) சர்சங்சாலக் என்ற முறையில் பகவத் மிகப்பெரிய செல்வாக்கு மிக்கவராக இருந்தாலும் பி.ஜே.பி யின் மீதோ அல்லது தனது சொந்த அமைப்பின் மீதோ ஒரு தலைப்பட்சமாகத் தனது விருப்பத்தைத் திணித்ததில்லை. ஒருமுறை முடிவுகள் எடுக்கப்பட்டு அவை சர்சங்சாலக் —ஆல் அறிவிக்கப்பட்டுவிட்டால் அவைதான் இறுதியானவை என்று ஆர்.எஸ்.எஸ் உறுப்பினர்களால் கருதப்பட்டது. அதன்பின் எந்த ஒரு கருத்துவேறுபாடும் பொறுத்துக்கொள்ள முடியாதவை ஆகும். (சங் அமைப்பில் ஒரு சொல்வழக்கு உண்டு. 'ஆட்டுக்கு மூன்று கால்கள்தான் என்று அதிகாரபூர்வமாக அறிவிக்கப்பட்டு விட்டால், அது அப்படித்தான் என்று நாங்கள் நிரூபிப்போம்' என்றார் அண்மையில். பி.ஜே.பியின் தேர்தல் பிரச்சாரத்தில் ஈடுபட்ட சுயம்சேவக்கும், பத்திரிக்கையாளருமான ஒருவர்.)

பி.ஜேபியின் செயல்பாடுகள் தொடர்பான ஆர்.எஸ்.எஸ்-ன் அண்மைக்கால முடிவுகள் எல்லாம் குறிப்பாகப் பகவத்தின் முத்திரை பதிந்தவைகளாகவே அமைந்திருந்தன. 2009 ஜனவரி 2 அன்று பொதுத்தேர்தல் நெருங்கியபோது, பகவத் (இவர் 2 மாதங்களுக்குப்பின் சர்சங்சாலக் ஆக நியமிக்கப்பட்டார்.) மதன்தாஸ்தேவி மற்றும் சுரேஷ்சோனி ஆகியோர் பி.ஜே.பி தலைமையுடன் பேச்சுவார்த்தை நடத்த அத்வானியின் இல்லத் திற்குச் சென்றனர். "அது தே.ஜ.கூ அரசாகத்தான் இருக்கும்: பி.ஜே.பி அரசு அல்ல என்பதை நாங்கள் நன்கு புரிந்து கொண்டுள்ளோம். எனவே நமது இந்துத்துவா நிகழ்ச்சி நிரலின் மையமான அம்சங்களில் உங்களால் எதைச் செய்யமுடியும் என்பதை நீங்களே முடிவு செய்துகொள்ளுங்கள். ஒட்டுமொத்த சங்பரிவாரங்களும் உங்களுக்குப்பின் உறுதியாக நிற்கிறோம். ஆனால் நம்மிடையே அதிக அளவில் தொடர்புகள் இருக்க வேண்டும்" என்று அந்தச்சந்திப்பில் பகவத் கூறினார். பி.ஜே.பி தேர்தலில் தோல்வி அடைந்தபின் பகவத் தனது பிடியை இறுக்கினார். இந்தியன் எக்ஸ்பிரஸ் செய்தியின்படி ஆகஸ்ட்

மாதத்தில் பகவத் அத்வானியிடம், "உங்கள் கட்சியைப் பல்வேறு நிலைகளிலும் பலப்படுத்த நாங்கள் 500முதல் 700 தன்னார்வத் தொண்டர்களை அனுப்ப விரும்புகிறோம். ஆனால் இதற்கான வேண்டுகோளை முதலில் நீங்கள்தான் தரவேண்டும். எல்லா வற்றுக்கும் மேலாக ஆர்.எஸ்.எஸ் உடன் எந்த வகையான உறவை வைத்துக்கொள்ள விரும்புகிறீர்கள் என்பதை நீங்கள்தான் முடிவு செய்ய வேண்டும்" என்று கூறினார்.

ஆகஸ்ட் 18 அன்று சர்சங்சாலக் என்ற முறையில் முதன் முறையாக பகவத் 'டைம்ஸ் நவ்' தொலைகாட்சியில் தோன்றி பி.ஜே.பி.யில் உள்ள தனது சுயம்சேவக் தொண்டர்களுக்கு ஐந்து கடமைகளை முன் வைத்தார். 'சங்அமைப்பின் கொள்கைகளை உயர்த்திப்பிடிக்க வேண்டும். ஆர்.எஸ். எஸ்—ன் ஒழுக்க நெறி களைப் பின்பற்றவேண்டும். சுயம் சேவக்குகள் வேலைசெய்கின்ற பிற அமைப்புக்களோடும், பி.ஜே.பியை ஏற்றுக்கொள்கிற மற்றவர்களோடும் தொடர்ந்த பேச்சு வார்த்தைகளை நடத்தி பி.ஜே.பி குணாம்சத்தில் ஒரு வித்தியாசமான கட்சி என்பதை உறுதிப்படுத்த வேண்டும். இளைய தலைமுறையை இணைத்துக் கொண்டுவர வேண்டும்"

"பி.ஜே.பி ஒரு கட்சி என்ற முறையில் இதைச் செய்யவேண்டும்" என்று தொடர்ந்து சொன்ன பகவத், "பி.ஜே.பி ஆர்.எஸ்.எஸ்—ஆல் நடத்தப்படும் கட்சியல்ல. அவர்கள்தான் ஒரு வழியைக் கண்டு பிடிக்க வேண்டும். இதை அவர்கள் ஏற்றுக்கொள்கிறார்களா? இல்லையா? அவர்கள் சுயமாக முடிவு எடுக்கட்டும். ஆனால் எங்கள் சுயம்சேவக்குகள் எப்போதும் எங்களுடையவர்களே. நாங்கள் இதை அவர்களுக்குச் சொல்லியிருக்கிறோம். மேலும் பி.ஜே.பியின் அடுத்த தலைமை டெல்லியில் இல்லாத ஒரு தலைவராக இருக்கவேண்டும்" என்பதையும் குறிப்பிட்டார்.

சில மாதங்களுக்குப்பின் பி.ஜே.பியின் புதியதலைவர் நியமனம் அக்கட்சியின்மீது ஆர்.எஸ்.எஸ் தனது பிடியைப் பலப்படுத்து கிறது என்ற தெளிவான அறிகுறிகளைக் கொண்டிருந்தது. சங் குடும்பத்திலுள்ள திலீப் தியோதர் உள்ளிட்ட பலரும், டெல்லியில் தேர்தல் பணியாற்றிய சுயம்சேவக்குகளும் தெரி வித்தபடி, அவர்களின் முதல் தேர்வு நரேந்திரமோடிதான். ஆனால், மோடி 2012 குஜராத் தேர்தல் முடியும்வரை தேசிய அளவில் தனக்குப் பொறுப்பு வேண்டாம் என்றார். ஆர்.எஸ். எஸ்—ன் இளைய கோவா பகுதித்தலைவரான மோகன்பரிக்கர்

கோவா முதல்வர் ஆகவேண்டியவர் என்றும், தேசிய அளவில் ஒரு கட்சிக்குத் தலைமையேற்க அவர் மிகவும் இளையவர் என்றும் விரிவான விவாதங்கள் நடைபெற்றன. இறுதியாக மஹாராஷ்ட்ரா மாநிலத்தில் கட்சித்தலைவராக இருந்தவரும், தனது இளம் வயது முதல் சுயம்சேவக் ஆக உள்ள வருமான நாக்பூரைச் சார்ந்த பிராமணரான நிதின் கட்காரியின் பெயரை அத்வானி குறிப்பிட்டார்.

கட்காரியின் தொடர்புகள் பற்றிய பிரச்சனைகள் இருந்தாலும் இந்த ஆலோசனை ஆர்.எஸ்.எஸ்ஆல் உடனடியாக ஏற்றுக் கொள்ளப்பட்டது. 'பாஞ்சஜன்யா'வின் முன்னாள் ஆசிரியர் தேவேந்திர சொரூப். 'கட்காரிக்கு இரண்டு பிரச்சனைகள் இருந்தன. பத்திரிக்கைகளுக்கு அவரைப்பற்றியும், அவரது பேசும் பாணி பற்றியும் எதுவும் தெரியாது. அவருக்கு இந்தி மிகவும் குறைவாகவே தெரியும். அது அவரது தேசிய அந்தஸ்துக்குப் பொருந்திவராது' என்றார். ஆனால் பகவத் அகில இந்தியத் தலைமைப் பாத்திரத்தை கட்காரியால் வகிக்கமுடியும் என்று நினைத்தார்.

கட்காரியின் தலைமையில் பி.ஜே.பியின் முக்கிய முடிவுகள் எல்லாவற்றின் மீதும் ஆர்.எஸ்.எஸ் முத்திரை பதிந்திருந்தது. அவர் நியமிக்கப்பட்ட ஒருவாரத்தில் 2009 டிசம்பரில் ஜார்கண்ட் மாநிலத் தேர்தல் முடிவுகள் வெளிவந்தன. அது தெளிவற்ற முடிவாக இருந்தது. பி.ஜே.பியும், ஜார்கண்ட் முக்தி மோர்ச்சாவும் தலா 18 இடங்களையும், காங்கிரஸும் அதன் கூட்டணியும் 25 இடங்களையும் பெற்றிருந்தன. ஒருநாள் கழித்து ஆர்.எஸ்.எஸ்.ன் ஆதிவாசிகள் பிரிவான வன்வாசி கல்யாண் ஆசிரமத்தின் தலைவர்கள் அந்த மாநிலத்தில் நடைபெற்ற மதமாற்றங் கள்பற்றி எடுத்துரைக்க டெல்லிக்கு அழைக்கப்பட்டார்கள். காங்கிரஸ் ஆட்சியமைந்தால் அது கிறிஸ்தவ மதமாற்றங் களுக்கு ஊக்கமளிப்பதாக அமைந்துவிடும் என்று ஆர்.எஸ்.எஸ் கருதியது. காங்கிரஸை அதிகாரத்துக்கு வரவிடாமல் தடுக்க ஜே.எம்.எம் தலைவர் சிபுசோரனுக்கு எதிரான ஏராளமான ஊழல் குற்றச் சாட்டுக்கள் காரணமாகப் பல பி.ஜே.பி தலைவர்கள் எதிர்த்தபோதும், பி.ஜே.பி ஜார்கண்ட் முக்தி மோர்ச்சா வுடன் தொடர்பு வைத்துக்கொள்ள முடிவெடுத்தது. பி.ஜே.பி அப்போதுதான் பாராளுமன்றத் தேர்தலில் கறுப்புப்பணப் பிரச்சனையை முக்கியமாக முன்வைத்துப் போட்டியிட்டிருந்தது. நீண்டகால ஆர்.எஸ்.எஸ் உறுப்பினரும், ஜார்கண்ட் வன்வாசி

கல்யாண் ஆசிரமத்தின் தலைமையோடு நேரடித் தொடர்பு கொண்டிருந்தவருமான சுதிர்பாதக், 'இந்தக் கூட்டணிக்கு முயற்சிசெய்த முக்கியமானவர் பகவத்தான்' என்று என்னிடம் தெரிவித்தார்.

கட்காரி தலைவராக இருந்த மூன்று ஆண்டுகளில் கட்சி மற்றும் சங் அமைப்பின் பலரிடமிருந்தும் தனிமைப்பட்டிருந்தார். குறிப்பாக 2012ன் துவக்கத்தில் நடைபெற்ற உத்திரப்பிரதேசத் தேர்தலைத் தவறாகக் கையாண்டதற்காக மிகவும் கடுமையான விமர்சனத்துக்குள்ளானார். பூர்த்தி என்ற அவரது வர்த்தகக்குழும மோசடிக் குற்றச்சாட்டின்பேரில் சந்தேகத்திற்குள்ளானார். அதே ஆண்டில் கட்காரி தனது மகன் திருமணத்திற்காகப் பெரும் செல்வம் வெளிப்படையாகச் செலவிட்டதை ஆர்.எஸ்.எஸ். உறுப்பினர்கள் ஆட்சேபித்தார்கள். 'அந்தத் திருமணத்திற்காக 90 விமானங்கள் நாக்பூருக்கு வந்து இறங்கியதை நீங்கள் ஏன் ஆட்சேபிக்கவில்லை? நீங்கள் ஒழுக்க நெறிமுறைகளை இரண்டாம் பட்சமாக ஆக்கிவிட்டீர்களா?' என்று சங் தலைவர்களிடம் பி.ஜே.பியின் முன்னாள் மத்தியப்பிரதேச அமைச்சரும், ஆர்.எஸ்.எஸ் உறுப்பினருமான ஒருவர் கேட்டதாக நான் அவரைச் சந்தித்தபோது சொன்னார்.

கட்காரியின் பதவிக்காலம் முழுவதும் பகவத் அவருக்கு ஆதரவாக இருந்தார். 2012ன் பிற்பகுதியில், அவரது பதவிக்காலம் முடிவடையும் நிலையில் பதவியில் மீண்டும் தொடர கட்காரி விரும்பினார். திலீப்தியோதர், சுதிர் பாதக் உள்ளிட்ட பலரும், 'கட்காரி இரண்டாம் முறையாகத் தொடரவேண்டும் என்றும், கட்காரியை அவரது தொழில் நிறுவனங்களுக்கு எதிரான குற்றச்சாட்டுக்களுக்கு நேரடிப் பொறுப்பாக்கக்கூடாது என்றும் பகவத் உணர்ந்தார்' எனத் தெரிவித்தார்கள்.

ஆர்.எஸ்.எஸ்ஸிலும், கட்சியிலும் மிகக்குறைந்த ஆதரவாளர்களே இருந்ததால் கட்காரியின் தலைமை முடிவுக்கு வந்தது. எஞ்சியிருந்த அவரது ஆதரவாளர்கள் எம்.ஜி.வைத்யாவும், அவரது மகன் மோகன் வைத்யாவும் மட்டுமே. வைத்யாவும் அவரது மகனும் பகவத்திடம் ஆதரவு கேட்டார்கள். அவர்களிடம் பகவத் 'கட்காரியைத் தக்கவைக்க அவர் முயற்சி செய்ததாகவும் ஆனால் மீதியுள்ள ஆர்.எஸ்.எஸ் பி.ஜே.பி தலைமை அவரை உறுதியாக எதிர்த்ததாகவும்' கூறினார். இருந்தாலும் வைத்யாவை மீண்டும் முயற்சிக்குமாறு பகவத் ஊக்குவித்தார். வைத்யாவும்

அவரது மகனும் பகவத் மற்றும் பொதுச்செயலாளர் சுரேஷ் பையாஜி ஜோஷி இல்லாமல் நாக்பூரிலிருந்த மூத்த சுயம்சேவக் பாபுபகவத் வீட்டில் மூத்த ஆர்.எஸ்.எஸ் தலைவர்களைச் சந்தித்தனர். தலைவர்கள் அவர்கள் சொன்னதைக் கேட்டுக் கொண்டனர். ஆனால், ஒன்றும் சொல்லவில்லை. (மகன் மோகன் வைத்யா இந்தச் சந்திப்பு நடைபெறவில்லை என மறுத்தார்)

இறுதியாக 2013 ஜனவரி 22 அன்று வருமானவரித்துறை அதிகாரிகள் மும்பையில் பூர்த்திகுழும நிறுவனங்களின் 8 இடங் களைத் திடீரென்று சோதனையிட்டனர். அந்த முகவரிகள் போலியானவை என்று நிரூபணமாயின. அன்று பையாஜி ஜோஷியும், அத்வானியும் மும்பையில் கட்காரியைச் சந்தித்துப் பதவி விலகுமாறு ஆலோசனை கூறினர். அன்று இரவே அவர் பதவி விலகினார். அத்வானி மற்றும் ஆர்.எஸ்.எஸ்-ன் ஆசிகளோடு ராஜ்நாத்சிங்கை கட்காரி நியமனம் செய்தார். அடுத்தநாள் ராஜ்நாத்சிங் பதவியேற்றார். ராஜ்நாத்சிங் 2005ல் அத்வானியின் இரண்டாம் பதவிக்காலப் பதவி விலகலின்பின் ஆர்.எஸ்.எஸ்ஸுடன் கட்சியைச் சமரசப்படுத்தும் முயற்சிகளில் ஈடுபட்டவர்.

ஆர்.எஸ்.எஸ்ஸுக்கு ஒப்புக்கொள்ளக்கூடிய மூன்றாவது தேர்வாக ராஜ்நாத்சிங் இருந்தாலும் பகவத் தான் மிகவும் விரும்பும் ஒருவரையே பி.ஜே.பியின் தலைவராகக் கொண்டுவர விரும்பினார். 2009ல் வாஜ்பேயி—அத்வானி தலைமையின்கீழ் இரண்டாவது தொடர் தோல்வியை பொதுத்தேர்தலில் அடைவதற்கு முன்பேகூட பகவத் எதிர்காலப் பிரதமர் வேட்பாளராக யாரைக் கொண்டுவர வேண்டுமென்று குறி வைத்திருந்தார். அவர்தான் மாநிலங்களவை உறுப்பினர் பிரமோத் மகாஜன். மராத்திபிராமணரும், 1974ல் முழுநேர ஆர்.எஸ்.எஸ் ஊழியராகவந்து, பின்னர் அத்வானியின் ரதயாத் திரையை ஏற்பாடு செய்ய உதவியாக இருந்தவருமான இவரையே பகவத் விரும்பினார். 2000—2006 ஆண்டுகளுக்கிடையில் நாக் பூரில் புகழ்பெற்ற ஹோமியோபதி மருத்துவரான டாக்டர். விலாஸ்டாங்க்ரே வீட்டில் பிரமோத்மகாஜனை இரகசியமாகச் சந்திப்பதை பகவத் வழக்கமாகக் கொண்டிருந்தார். அங்கு அவர் கள் பின்னிரவு வரையிலும் நீண்ட ஆலோசனைகளை நடத்தி வந்தனர். "பிரமோத்மகாஜன் நாக்பூர் விமானநிலையத்தில் வந்து இறங்கியதும் பின்வாசல் வழியாக டாங்க்ரேயின் வீட்டுக்கு

வந்து பகவத்தைச் சந்திப்பார்” என்ற தியோதர், “பிரமோத் மகாஜனை அடுத்த பிரதமராக பகவத் பார்த்தார்” என்றார். (மகாஜனின் குடும்ப உறுப்பினர்களில் ஒருவர் அவர்கள் இரு வரும் மிக நெருக்கமாக இருந்ததை உறுதிப்படுத்தினார்.)

“ஆர்.எஸ்.எஸ்— மறுமதிப்பீடு” என்ற தனது புத்தகத்திற்கான வேலையைத் துவங்கியிருந்த துப்காரி, 2007 குஜராத் தேர்தலில் நரேந்திரமோடி மிகப்பெரிய வெற்றியைப் பெற்றபின் தலைவர் களின் போக்கில் மாற்றம் ஏற்பட்டது. அவர்கள் மோடியைத் தேசிய அளவில் கொண்டுவர மிகத் தீவிரம் காட்டினர். தேர்தலில் வெற்றியைப் புதுப்பித்த மோடி, தனக்கு எதிராகக் கடுமையான கருத்துக்களைக் கொண்டிருந்த மூத்த பி.ஜே.பி மற்றும் ஆர்.எஸ். எஸ் உறுப்பினர்களின் சிறகுகளை வெட்டத் துவங்கினார். ஆனால், பகவத் அடையாளபூர்வமாகக்கூட அதைப்பற்றிக் கவலைப்படவில்லை. அடுத்த ஆண்டில், பெரும்பாலான சங் தலைவர்கள் குஜராத் முதல்வர் நரேந்திரமோடி மீது கொண்டிருந்த கோபங்களுக்கிடையே மோடியின் புத்தகமான “ஜோதிபஞ்ச்” என்ற நூலைவெளியிட அகமதாபாத் புறப் பட்டார்.—(இந்த நூலில் தன்னை உருவாக்கியவர்களின் விவரங் களை மோடி எழுதியிருந்தார்.)

“முதன்முறையாக மோடியின் பெயர் செயலாற்றல்மிக்க பிரதமர் பதவிக்கான வேட்பாளராக 2011ல் பரோடாவில் விவாதிக்கப்பட்டது” என ஆர்.எஸ்.எஸ் முன்னாள் மத்திய செயற்குழு உறுப்பினர்களில் ஒருவர் என்னிடம் கூறினார். “திட்டமிடப்பட்ட அந்தக்கூட்டம் முடிந்தபின் எங்களில் சிலர் சிலமணி நேரங்களுக்கு அங்கேயே தங்கியிருக்கக் கேட்டுக் கொள்ளப்பட்டோம். அந்தக்கூட்டம் நாட்டின் அரசியல் சூழல் பற்றி விவாதிக்க நடைபெற்றது. அந்த நேரத்தில் நரேந்திர மோடியை ஆதரிப்பவர்களைவிட எதிர்ப் பவர்களே அதிகம் இருந்தனர்” என்றார் அவர். “இருந்தாலும் அடுத்த இரண்டு ஆண்டுகளில் சென்னை, அமராவதி, ஜெய்பூரில் நடைபெற்ற கூட்டங்களில் விவாதங்கள் தொடர்ந்து நடை பெற்றன. இந்தக்காலம் முழுவதும் சங் தலைமை தனது பிரச்சார அமைப்புக்களிலிருந்து கருத்துக்களைத் தொகுத்துக் கொண்டி ருந்தது. அந்தப் பிரச்சாரக் அமைப்புக்கள் வெளிப்படையாக மோடிக்குத் தங்கள் ஆதரவைத் தெரிவித்தன” என மேலும் அவர் தெரிவித்தார்.

சுதிர்பாதக், “அங்கு, மதச்சார்பற்ற நிலையை எடுக்கவேண்டும்:

அல்லது கொஞ்சம் இந்துத்துவாவையும் கொண்டிருக்க வேண்டும் என இரண்டு கருத்தோட்டங்கள் நிலவின. இந்துத் துவா குழு மோடிக்கு ஆதரவாக இருந்தது. பகவத் எந்தப்பக்கமும் சாராமல் இருந்தார். "இந்துத்துவா நிலை உங்களை 180 நாடாளு மன்றத் தொகுதிகள் வரை கொண்டு செல்லும். ஆனால், ஒவ்வொருவரையும் இணைத்துக்கொண்டு செல்லவேண்டு மென்றால், வாஜ்பேயி போன்ற தீவிரமற்றமுகம் தேவை" என்றார் அத்வானி. ஆனால், 2004ல் தீவிரமற்ற முகம் எவ்வளவுதூரம் நம்மைக் கொண்டு சென்றது? என்ற விவாதம் நடைபெற்றது. எனவே, 2014ல் இந்துத்துவாதான் நோக்கமாக இருக்க வேண்டும் என்று தலைவர்கள் ஏற்றுக்கொண்டார்கள்" எனத்தெரிவித்தார். 2013 ஜூனில் பி.ஜே.பியின் தேசியத்தேர்தல் பிரச்சாரக்குழுவின் தலைவராக மோடி தேர்வுசெய்யப்பட்டபோது அத்வானியைத் தவிர, எல்லா ஆர்.எஸ்.எஸ் மற்றும் பி.ஜே.பி தலைவர்களும் மோடியின் பின் அணிவகுத்தனர்.

அவரது செயல்படும்தன்மை சர்வாதிகாரத்தனமாக இருந் தாலும், நரேந்திரமோடி ஒருபோதும் சங் அமைப்பின் அடிப் படைக் கொள்கைகளுக்குச் சவாலாக இருந்ததில்லை என்பதே பகவத்தையும், தொண்டர்களையும் கவர்ந்திருந்தது. மாறாக சங்குடும்பத்தின் மையமான மதிப்பீடுகள் கொண்டுசெல்லபட வடிவமைக்கப்பட்ட உடை, பொருளாதார வளர்ச்சி பற்றிய பேச்சு ஆகியவை தீவிர இந்துத்துவாவுக்கு மிகவும் கச்சிதமாகப் பொருந்தும் என மோடி ஆர்.எஸ்.எஸ் தலைவர்களுக்கு ஒரு கட்டமைப்பைக் காட்டினார். இந்தியாவின் நுகர்பொருள் கலாச்சார நடவடிக்கைகளை அரவணைத்துக்கொண்ட சுயம் சேவக்குகளுக்கு மோடி ஒரு உதாரணபுருஷர் ஆக விளங்கினார்.

முதலில் குஜராத்திலும், இப்போது தேசியக்கட்சிக்குள்ளும் தனது அரசியல் எதிரிகளை வெற்றிகரமாக ஓரம்கட்டிவரும் நரேந்திரமோடியிடம் சங் குடும்பத்திலுள்ள பல தலைவர்கள் எச்சரிக்கையுடனேயே இருந்து வந்தார்கள். பெரும்பாலான சங் மற்றும் கட்சி உறுப்பினர்கள் தங்கள் செல்வாக்கை மோடியின் உயர்வுக்கு வழிவகுக்கும் வகையிலேயே அமைத்துக் கொண் டார்கள். அரசியல் வீழ்ச்சியைச் சந்திக்காமல் மோடியை வெளிப்படையாகச் சோதித்த ஒரே ஒருவர் பகவத்தான். அத்வானி, கட்காரி உள்ளிட்ட அமைப்பின் உறுப்பினர்கள் எவர் ஒருவரையும் விட்டுவிட விரும்பாத இந்த ஆர்.எஸ். எஸ் தலைவர் பகவத், மோடியின் எதிராளிகளான கோர்தன்

சடாஃபியா, சஞ்சய் ஜோஷி போன்றவர்களுக்கு மறுவாழ்வு அளித்தார். 2014 மார்ச்—ல் பெங்களூருவில் அகில பாரதிய பிரதிநிதிசபாவின் நிறைவு நிகழ்ச்சியில் பகவத் தனது சொந்த நிகழ்ச்சித் திட்டத்தைத் தனது ஊழியர்களிடம் மிகவும் தெளிவாக, "நமது வேலை நமோ நமோ என்று புகழ்பாடுவதல்ல: நாம் நமது இலக்குகளை நோக்கி வேலைசெய்ய வேண்டும்" என விளக்கினார்.

எனினும், அரசியல் அதிகாரத்தை அடைய ஆர்.எஸ்.எஸ்க்குக் கிடைத்திருக்கும் மிகச்சிறந்த கருவியாக மோடி உள்ளார் எனப் பகவத் பாராட்டினார். (அதன்பொருள் மோடி பிரதமராக வந்துவிட்டால், அடுத்த தேர்தல்வரை அவருக்குச் சங் அமைப்பின் தேவை இருக்காது!) 2014 பிப்ரவரியில் பூனாவில் உள்ள தொழிற்குழுமப் பயிற்சியாளரும், மராத்தி நாவலாசிரியருமான வசந்த் லிமாயேவுடன் தொலைபேசியில் பேசினேன். நாக்பூரில் உள்ள ஆர்.எஸ்.எஸ் தலைமை அலுவலகத்தில் கடந்த ஆண்டு தசராவின்போது லிமாயே பகவத்தைச் சந்தித்தார். பகவத் அவரிடம் ஆர்.எஸ்.எஸ் மற்றும் பி.ஜே.பியின் தேர்தல் ஆயத்தப்பணிகள் பற்றிக் கூறினார். பி.ஜே.பியும், மோடியும்தான் தேசத்திற்குத் தலைமையேற்கச் சரியானவர்கள் என்றார் பகவத். அப்போது லிமாயே பகவத்திடம், "மோடியை வின்சன்ட் சர்ச்சிலைப் போலக் கருதுகிறாரா?" என்று கேட்டார்.

"நான் என்ன அர்த்தத்தில் சொன்னேன் என்றால், சர்ச்சில் போர்க்கால பிரிட்டிஷ் பிரதமராக இருந்தார். போர்முடிந்தபிறகு எந்தவித ஆரவாரமும் இல்லாமல் முடக்கப்பட்டார்" என்பதையே! "பகவத் என்னுடைய கேள்விக்குப் பதில் அளிக்கவில்லை. ஆனால், அவர் ஒரு புன்னகையைத் தவழவிட்டார்" என்று லிமாயே என்னிடம் கூறினார்.

5

நாக்பூரில் சர்சங்சாலக்கின் வருடாந்திர விஜயதசமிப்பேச்சு ஒவ்வொரு ஆண்டிலும் மிக முக்கியமான பொதுக்கூட்டச் சொற்பொழிவாகக் கருதப்படுகிறது. 2013 அக்டோபர் 13ஆம் நாள் பகவத் ஆற்றிய உரை முன்னவைகளிலிருந்து பலவகைகளில் வித்தியாசமானதாக இருந்தது. அந்த அமைப்பின் வரலாற்றில் முதன்முறையாக அதன் உச்சமட்டத் தலைவர் தேசியப்பொருளா தாரம், அரசின் கொள்கைகள், விலைவாசி உயர்வு, கடன்கள், பணக்கட்டுப்பாடு பற்றிக் குறிப்பிடத்தக்க ஆதாரங்களுடன் பேச மொத்தநேரத்தில் மூன்றில் ஒருபங்கை எடுத்துக்கொண்டார்.

"நமது சொந்த அறிவற்றலைச் சார்ந்து நின்று, நவீனத் தொழில் நுட்பங்களின் சாதக, பாதக அம்சங்களையும், இன்றைய உலகப் பொருளாதார அமைப்பு மற்றும் அதன்போக்குகளையும் கண்டறிந்து, நிலைமைகளை ஒருங்கிணைத்து நாம் கட்டாயம் வளர்ச்சியை அடையமுடியும். அதன் பயன்களைக் கடைக் கோட்டில் உள்ள மனிதனுக்கும் சுயசார்பை உறுதிப்படுத்தி, வேலை வாய்ப்புக்களை உருவாக்கி, தரத்தை உயர்த்தி, சுரண்ட லிலிருந்து நீதியையும், சுதந்திரத்தையும் கொண்டு சேர்க்கமுடியும்" என்று அங்கு திரண்டிருந்த நூற்றுக்கணக்கான ஆர்.எஸ்.எஸ் ஊழியர்களிடம் சொன்னார். உயரும் விலைவாசியைப்பற்றி,

வீழ்ச்சியடையும் ரூபாய் மதிப்பைப்பற்றி, ஆழ்ந்துவரும் கடன்கள் பற்றி — முந்தைய தலைவர்கள் தொடாத தலைப்புகளை பகவத் பேசினார். அவரது பேச்சு நேரடியாக வலைத்தளத்தில் ஒளிபரப்பப்பட்டது. நாடுதழுவிய சுயம் சேவக் குழுவினர் டிவிட்டரிலும் இடம்பெறச் செய்தனர். அதற்கு முந்தைய நாளில் 'பாய்லின் புயல்' காரணமாக நிலச்சரிவு ஏற்பட்டது. அதனால் சிறிதுசிரமம் ஏற்பட்டது. ஆனாலும், 'இந்தியாவிலிருந்து ஒளி பரப்பப்பட்ட தலைப்புக்களில் அதை முதன்மையானதாக நாங்கள் ஆக்கினோம்' என கேசவ்கஞ்ச்—ல் என்னிடம் பேசிய ஆர்.எஸ்.எஸ் துணைத்தலைவர் கூறினார்.

நீண்டகாலமாக சங்அமைப்பின் பொருளாதாரத்தளத்தில் ஆர்.எஸ்.எஸ்.—ன் துணை அமைப்பான சுதேசி ஜாக்ரண் மஞ்ச்தான் முழங்கிவந்தது. அந்த அமைப்பு முற்றிலும் உள்நாட்டைச் சார்ந்த தற்சார்புப் பொருளாதாரத்தையே முன்னெடுத்துச் சென்றது. குறிப்பாக நாட்டில் அன்னிய முதலீட்டை சுதேசி ஜாக்ரண் மஞ்ச் உறுதியாக எதிர்த்துவந்தது. ஆர்.எஸ்.எஸ்ஸும் பெரும்பாலும் சுதேசி ஜாக்ரண் மஞ்ச் போலவே இதில் எச்சரிக்கையாக இருந்து வந்தது. இது, அன்னிய முதலீடுபற்றி இருவிதக் கருத்துக்கள் கொண்டிருந்த பி.ஜே.பியுடன் ஆர்.எஸ்.எஸ்.ஐ அடிக்கடி கருத்துமாறுபாடு கொள்ளவைத்தது. பகவத்தின் பேச்சு ஆர்.எஸ்.எஸ் தனது முந்தைய பிடிவாத நிலையிலிருந்து விலகித் தாராள நிலைக்கு மாறிவருவதைக் குறிப்பிடுவதாக — பல்வேறு துறைகளில் அன்னிய முதலீட்டை வரவேற்பதாக இருந்தது. இது முரளி மனோகர் ஜோஷி தலைமையில் தயாரிக்கப்பட்ட பி.ஜே.பியின் தேர்தல் அறிக்கையில் பிரதிபலித்தது.

சுதேசி ஜாக்ரண் மஞ்ச், சங் மற்றும் பி.ஜே.பி ஆகியவை தங்கள் பொருளாதார மேடைகளில் எப்போதும் ஒன்றையொன்று ஒத்திருந்த ஒரே அம்சம் ஊழல்தான். அன்னாஹசாரேயின் ஊழல் எதிர்ப்புப்போராட்டத்தைப் பல ஆண்டுகளாக ஆர்.எஸ். எஸ் ஆதரித்து வந்தது. 2011ல் கொல்கத்தாவில் பத்திரிக்கை யாளர்களுடன் நடைபெற்ற கலந்துரையாடலில் பகவத், 'கிராமப் புறங்களுக்கான அன்னாஹசாரேவின் வளர்ச்சித் திட்டங்களை உயர்த்திப்பிடித்தது ஆர்.எஸ்.எஸ்தான். எங்கள் கிராமப்புற வளர்ச்சித்திட்டங்களுக்கு அன்னாஹசாரேவின் உதவிகளைக் கூட நாங்கள் பெற்றோம். இந்த நேரங்களில் நடைபெற்ற கலந்துரையாடல்களில் ஆர்.எஸ்.எஸ் ஊழலுக்கு எதிரான இயக்கங்களை மேற்கொள்ளுமாறு ஆலோசனை தந்தது" என்

றார். மிக அண்மைக் காலத்தில் ஹசாரேயின் முன்னாள் தளபதியான அரவிந்த் கேஜ்ரிவாலின் தேர்தல் பிரச்சார உத்தி களை பி.ஜே.பிக்கு ஒரு முன்மாதிரியாகக் கருதினார்.

ஆர்.ஹெச்.துப்காரி தனது இல்லத்தில் பகலுணவின்போது பகவத்திடம், "நமது படகை, கேஜ்ரிவாலிடம் பறிகொடுத்து விட்டோம்" என்று கூறினார். "பி.ஜே.பி அரசியல்வாதிகள் காங்கிரஸ்காரர் போலவே நடந்துகொண்டு, பணம் சம்பாதிப் பதைப்பற்றி மட்டுமே கவலைப்படுகிறார்கள்" என துப்காரி பி.ஜே.பி தலைவர்களிடம் சொன்னதை நினைவுகூர்ந்தார். "அவர்கள் கேஜ்ரிவாலைக் கவனத்தில் கொள்ளவேண்டும்" என்றும், "கறைபடிந்த எந்த ஒருவருக்கும் தேர்தலில் வாய்ப்ப ளிக்கக் கூடாது" என்றும் துப்காரி கூறினார்.

சங் அமைப்பில் ஊழலுக்கு எதிரான நடவடிக்கைகளில் தொய்வு காணப்பட்டது. பகவத்கூடத் தவறு செய்தார் என்ற இரட்டைநிலை பற்றிய பதிவுகள் இருந்தன. பெரும்பாலான சந்திப்புக்களின் முடிவில் அதிகாரபூர்வமற்ற கேள்வி—பதில் நிகழ்ச்சிகளை நடத்தும் ஒருமரபு சங் தலைமைக்கு உண்டு. 2012ன் இறுதியில் கேரளாவின் ஆழப்புலாவில் அத்தகைய ஒரு அமர்வின் முடிவில் பகவத்திடம் கூடங்குளம் அணுமின்நிலையம் பற்றியும், ஆர்.எஸ்.எஸ் ஏன் அந்தப்போராட்டத்தின் ஒரு பகுதியாக இல்லை? என்பதுபற்றியும் கேள்விகள் எழுப்பப் பட்டன. அணு உலைக்கு எதிரான போராட்டம் அந்த அணு உலையின் கட்டுமானப்பணி முழுவதும் நிறைவேறிய நிலையில் துவங்கியது என்றும், அந்தப்போராட்டத்தைக் கிறிஸ்தவர்கள் தலைமை ஏற்று நடத்துகிறார்கள் என்றும் பகவத் பதிலளித்தார். இந்தப்பதில் அந்தத்திட்டம் அறிவிக்கப்பட்ட நாள்முதல் போராட்டத்தில் ஈடுபாடு கொண்டிருந்த 'சுதேசி ஜாக்ரண் மஞ்ச்'ன் தென்னிந்திய அமைப்பாளரான கே.வி.பிஜுவை எரிச்சலடைய வைத்தது. (பிஜு இப்போது 'சுதேசி ஜாக்ரண் மஞ்ச்'ன் போட்டி அமைப் பான 'சுதேசி அந்தோலன்'—ன் அமைப்புச்செயலாளர்) அவர் பகவத்துக்குத் தவறான தகவல் அளிக்கப்பட்டுள்ளது என பகவத்திடமே கூறினார். அந்த நேரத்தில் கூட்டம் முடிக்கப் பட்டது. பகவத் பிஜுவை மேடையின் பின்புறம் தன்னைச் சந்திக்குமாறு கூறினார். பிஜு அணு உலைக்கு எதிரான போராட்டத்தின் முழு வரலாற் றையும் பகவத்துக்கு விளக்கமாக எடுத்துக்கூறியபோது பகவத் பிஜுவிடம், 'இதைப் பற்றித் தனக்குத் தெரியாது' என்று

கூறினார்.

ஆழப்புலாவில் பிஜூவின் பகவத்துடனான சந்திப்பு பிற்பகல் 3.00 மணியளவில் நடைபெற்றது. அன்று இரவு 9.00 மணியள வில்'சுதேசி ஜாக்ரண் மஞ்ச்'ன் தேசிய இணை அமைப்பாளரான பகவதி பிரகாஷ் சர்மா தொலைபேசியில் பிஜூவிடம் 'சுதேசி ஜாக்ரண் மஞ்ச்'ல் இருந்து பதவி விலகுமாறு கூறினார் என்றார் பிஜூ.

மூன்று நட்களுக்குப் பிறகு மூத்த ஆர்.எஸ்.எஸ் தலைவரான ரங்காஹரி பிஜூவிடம் அவர் மீண்டும் சர்சங்சாலக்கைச் சந்திக்க வேண்டும் என்றும், 'சுதேசி ஜாக்ரண் மஞ்ச்'ல் நடைபெற்று வரும் ஊழல்கள் பற்றிக் கூறவேண்டும் என்றும் வலியுறுத்தினார். ஓராண்டு காலத்திற்கும் மேலாக பிஜூவும், அப்பாலா பிரசாத் என்ற இன்னொரு அமைப்புச்செயலாளரும் 'சுதேசி ஜாக்ரண் மஞ்ச்'ன் மையக்குழு உறுப்பினரும், முன்னாள் தேசிய அமைப் பாளருமான பி.முரளிதரராவ்க்கு எதிரான பிரச்சாரம் செய்து வந்தனர். முரளிதரராவ் 'சுதேசி ஜாக்ரண் மஞ்ச்'ன் நிதியை அவரது மனைவி பிரதிபாவின் பெயரில் சொத்துவாங்கப் பயன்படுத்தியதற்கான குற்றச்சாட்டை நிரூபிக்க அதற்குரிய ஆவணங்களையும் கொடுத்திருந்தனர். ஆர்.எஸ்.எஸ்-ன் தேசிய செயற்குழு உறுப்பினர் மதன்தாஸ்தேவியிடம், "சொத்தை விலைக்கு வாங்குவதற்கு ஒப்புதல் அளித்தீர்களா?" என்று கேட்டதற்கு, 'முரளிதரராவ் யாரிடமும் சம்மதம் பெறவில்லை' என்பதை ஒப்புக்கொண்டார். (இதுபற்றிய முரளிதரராவின் கருத்தை அறிய நான் அவருக்கு மின்னஞ்சல் அனுப்பியபோது, 'தான் 2008 டிசம்பரில் 'சுதேசி ஜாக்ரண் மஞ்ச்'ஐ விட்டு விலகி விட்டதாக எழுதினார். ஆனால், இந்தப்பரிவர்த்தனை 2010 நடைபெற்றுள்ளது என நான் சுட்டிக்காட்டிய போது அவர் பதிலளிக்கவில்லை)

பிஜூ இந்தப் பிரச்சனையை 'சுதேசி ஜாக்ரண் மஞ்ச்'ன் தேசிய இணை அமைப்பாளரான எஸ்.குருமூர்த்தியிடம் கொண்டு சென்றபோது அவர் நடவடிக்கை எடுப்பதாக உறுதி யளித்தார். ஆனால் பிறகு அதைப் புறக்கணித்துவிட்டார். பின்னர் சென்னையில் நடைபெற்ற ஆர்.எஸ்.எஸ் தேசிய செயற் குழுவில் பிஜூ பகவத்துடன் பேசினார். அவர் இந்தக் குற்றச் சாட்டுக்கள் பற்றி விவாதிக்க மீண்டும் ஒருமுறை சந்திப்போம் என்று பிஜூவிடம் கூறினார்.

பிஜூ தங்கள் சந்திப்புக்கு நேரம் ஒதுக்கக்கோரி இரண்டு நினைவூட்டல்களை அனுப்பினார். பிஜூவுக்கு ஆர்.எஸ்.எஸ் இணை அமைப்பாளர் கே.சி.கண்ணனிடமிருந்து ஒரு தொலை பேசி அழைப்பு வந்தது. "நீங்கள் 'சுதேசி ஜாக்ரண் மஞ்ச்'ல் உள்ள பிரச்சனைகள் பற்றி எடுத்துக்கூற சர்சங்சாலக்—ஐச் சந்திக்க விரும்புகிறீர்கள். சரியா? அவர் எல்லாப் பிரச்சனைகளைப் பற்றியும் தெரிந்திருக்கிறார். 'தாம் இத்தகைய பிரச்சனைகளில் தலையிடுவதில்லை' என்று கூறிவிட்டார்." எனக் கண்ணன் தம்மிடம் தெரிவித்ததாக பிஜூ கூறினார். சிலமாதப் போராட் டங்களுக்குப் பிறகு கடைசியாக முரளிதரராவ் பணத்தைத் திரும்பச் செலுத்த வற்புறுத்தப்பட்டார்.

பகவத்தின் தலைமையின்கீழ் ஆர்.எஸ்.எஸ் தனது பொருளா தார அணுகுமுறையைத் தனது தத்துவார்த்த உயிர்ப்பைத் தக்கவைத்துக்கொண்டே, புதுப்பித்துக் கொண்டது. அதன் மூலம் பொருளாதார தாராளமயத்தின் விளைவாக அண்மைக் காலத்தில் எழுந்துள்ள கலாச்சார மாற்றங்களை எவ்வாறு அணுகுவது என்று கவலையையும் ஓரளவு எதிர்கொண்டது. 'ஊழல் வயப்பட்ட சங் ஊழியர்களின் நடவடிக்கைகளைச் சகித்துக்கொள்வது' என்ற நிலையை சர்சங்சாலக் எடுத்தார்.

ஆனால் அந்த அமைப்பு நீண்டகாலமாகவே தனது உறுப்பினர் களிடையே நிலவிவந்த மத சகிப்புத்தன்மை இன்மையிலிருந்து— குறிப்பாக முஸ்லீம்களுக்கு எதிரானதிலிருந்து விடுபட முடிய வில்லை. இந்தப்போக்கு அது கடைப்பிடிக்கும் சந்தைப் பொரு ளாதார நிலையோடும், தீவிர இந்துதேசியம் என்ற மையக் கோட்பாட்டோடும் ஒருங்கிணைந்திருந்தது.

தனது உறுப்பினர்களிடையே மதவெறுப்புணர்வையும், வன் முறையையும் ஊட்டிவளர்த்து வருகிற ஆர்.எஸ்.எஸ். தனது பொதுக்குழுவில் இதைத்தொடர்ந்து மறுத்து வந்தாலும், சங் குடும்பத்தில் தீவிரம் பெற்றிருந்த சகிப்புத்தன்மையின்மையின் பெரிய மற்றும் சிறிய எடுத்துக்காட்டுகள் மோடியின் தேர்தல் பிரச்சார மேலாளர் உத்திரப்பிரதேசத்தில் கலவரம் பாதித்த முஜாபர்நகரில் பயன்படுத்திய 'பழிவாங்குதல்' மற்றும் 'கௌரவம்' பற்றிய பேச்சுக்களும், வி.ஹெச்.பி.யின் தலைவர் 'முஸ்லீம்களை அவர்களது வீடுகளிலிருந்து வெளியேற்றுங்கள்' என்று தீவிர நடவடிக்கைக்கு அழைப்பு விடுத்ததும் தொடர்ந்து பத்திரிக்கைகளில் செய்திகளாகக் கசிந்து வருகின்றன. பகவத்கூட

அடிக்கடி, 'முஸ்லீம்கள் இந்துப் பெண்களைக் குறிவைத்து 'லவ்ஜிகாத்' நடத்திவருவதாகக் குற்றம்சாட்டி வருகிறார். இந்தப்போக்கில்தான் ஆர்.எஸ்.எஸ் உறுப்பினர்கள் வளர்க்கப் பட்டுள்ளார்கள், என முன்னாள் ஆர்.எஸ்.எஸ் உறுப்பினர்கள் கூறுகிறார்கள்.

நாக்பூரில் ஆறாவது அடுக்குமாடிக் குடியிருப்பில் வசிப்ப வரும், ஆர்.எஸ்.எஸ் குடும்பத்தில் வளர்ந்தவருமான முன்னாள் பத்திரிக்கையாளர் ஷ்யாம்பந்தாரி பாண்டேயை ஜனவரி 1ல் நான் சந்திக்கச்சென்றேன். "நான் பள்ளியில் சேர்வதற்கு முன்பே ஆர்.எஸ்.எஸ்இல் சேர்ந்துவிட்டேன். நான் கல்லூரியில் எனது பட்டப்படிப்பை முடிப்பதற்கு முன்பே எனது ஆர்.எஸ்.எஸ் பயிற்சியை முடித்துவிட்டேன்" என்றார் பந்தாரி பாண்டே. 1970ல் ஆர்.எஸ்.எஸ்இல் அலுவலர் ஆவதற்கான தனது மூன்றாவது ஆண்டுப் பயிற்சியைப் பெற்றார். ஆர்.எஸ்.எஸ்இல் முழுநேர ஊழியராவதற்கான ஒரு பயிற்சியின்போது நிகழ்ந்த ஒரு சம்பவத்தைப் பந்தாரிபாண்டே நினைவு கூர்ந்தார். கேள்வி—பதில் நிகழ்ச்சியின்போது ஒரு தொண்டர் தென்னிந்தியா முழுமைக்குமான சங் ஊழியர்களின் தலைவரான யாதவராவ் ஜோஷியிடம், "ஆர்.எஸ்.எஸ். ஓர் இந்து அமைப்பு என்று நாம் கூறு கிறோம். நம்முடையது இந்துதேசியம் என்றும் நாம் கூறுகிறோம். இந்தியா இந்துக்களுக்கு உரியது என்றும் நாம் கூறுகிறோம். அதே மூச்சில் இந்த நாட்டில் முஸ்லீம்களும், கிறிஸ்தவர்களும் இந்த நாட்டை நேசிக்கும்வரை இங்கேயே வாழலாம் என்றும் வரவேற்கிறோம். நாம் ஏன் இந்தச் சலுகையை அவர்களுக்கு அளிக்கவேண்டும்? இது ஓர் இந்துநாடு என்றால் அவர்களுக்கு இங்கே இடமில்லை என்று தெளிவாகக் கூறுவதில்லையே ஏன்?" என்று கேள்விகளை அடுக்கினார்.

"இந்தியாவில் நீங்கள் வாழவேண்டுமென்று விரும்பினால் இந்துயிசத்திற்கு மாறுங்கள்; அல்லது ஒழிந்துபோய்விடுங்கள்" என்று முஸ்லீம்களிடமும், கிறிஸ்தவர்களிடமும் தெளிவாகக் கூறுமளவுக்கு இப்போது ஆர்.எஸ்.எஸ் மற்றும் இந்துசமூகம் போதுமான வலிமையுடன் இல்லை. ஆனால், ஆர்.எஸ். எஸ்ஸும், இந்து சமூகமும் அத்தகைய வலிமை பெறும்போது நாம் அவர்களிடம், "நீங்கள் இந்தியாவில் வாழவிரும்பினால், நீங்கள் இந்த நாட்டை நேசித்தால் சில தலைமுறைகளுக்குமுன் நீங்கள் இந்துக்களாக இருந்தீர்கள் என்பதையும், நீங்கள் இந்து கட்டமைப்புக்குள் வந்தாகவேண்டும் என்பதையும் அவர்களிடம்

கூறுவோம்" என்று யாதவராவ் ஜோஷி பதிலளித்தார்" என்று பந்தாரி பாண்டே கூறினார்.

ஆர்.எஸ்.எஸ்-ன் மத உணர்வுக் கொள்கைகள் எப்போதும் இந்த அளவு எல்லை கடந்ததாக இருந்ததில்லை. தேவ்ரஸ் பொறுப்பேற்ற பின்னுள்ள பத்து ஆண்டுகளில் சங் அமைப்பு தன்மீது படிந்துள்ள மதவாத அவதூறுகளை முற்றிலும் துடைத் தெறிய நடவடிக்கை மேற்கொண்டது. ஆனால், அதன்பின் இராமர் கோவில் இயக்கமும், பாபர் மசூதி இடிப்பும் நிகழ்ந்து சங் ஒரு மதவாத அடிப்படை அமைப்பு என்ற அழிக்கமுடியாத முத்திரையை அதன்மீது பதித்துவிட்டது. அந்த இயக்கத்தின் போது, தனது வேர்களைத் தேடும்முயற்சி ஆர்.எஸ்.எஸ்-ல் நடை பெற்று அதுபற்றிய விளக்கத்தை அளித்தது. அந்த விளக்கம் ஒரு தலைமுறைப்பிளவை ஏற்படுத்தியதாகவும் என்னிடம் கூறப் பட்டது.

1950லிருந்து பிரச்சாரக் ஆக இருந்த கேரள மாநில ஆர்.எஸ். எஸ் செயற்குழு உறுப்பினர், 'முந்தைய நாட்களில் சங் அமைப்புக் களின் கூட்டங்களில் அயோத்தி பிரச்சனை என்றுமே விவாதிக் கப்பட்டதில்லை' என்றார். "குருஜீயின் தொகுப்பு நூல்களில் அயோத்தி பற்றியோ, இராமர்கோவில் பற்றியோ ஒருமுறைகூடக் குறிப்பிடவில்லை" என்றார் அவர். ஒரு மூத்த தலைவர் என்னிடம், "அயோத்தியா இயக்கத்தில் ஆஎஸ்.எஸ் பங்கேற்றது, நாயை அதன் வால் வழி நடத்தியது போன்றது" என்றார்.

அவர் மேலும் கூறினார்: "அந்த ஒரேஒரு நிகழ்ச்சி— பாபர் மசூதியை இடித்தது — சங் ஆதரவாளர்களாக இருந்த ஆயிரக் கணக்கானோரை அதனிடமிருந்து அன்னியப்படுத்திவிட்டது. கேரள உயர்நீதிமன்ற நீதிபதிகள் வெளிப்படையாகவே வி.ஹெச்.பி. மாநாடுகளில் கலந்துகொண்டதை நினைத்துப்பார்க்கிறேன். அதேபோல பல முஸ்லீம்களும், கிறிஸ்தவர்களும் ஜனசங்கில் சேரவிரும்பினார்கள். இப்போது அவர்கள் அதனுடன் இணைந் திருக்க விரும்பவில்லை."

இந்திய சமூகத்தில் மத சகிப்புத்தன்மையின்மைக்கும், மதக் கலவரங்களுக்கும் ஆர்.எஸ்.எஸ்ஸூம் அதன் கிளை அமைப்புக் களும் மட்டுமே ஒட்டுமொத்தக் குத்தகை கொண்டிருக்க வில்லை. இராமர்கோவில் போராட்டங்களிலும்கூட இது உண்மையாகவே இருந்தது. "இந்தப் போராட்டம் காங்கிரஸ்

விதைத்த விதையிலிருந்தே வளர்ந்தது" என சங் அமைப்பிலிருந்த தேவேந்திரசொரூப் மற்றும் அதன் 12 தேசியத்தலைவர்களில் ஒருவர் என இருவரும் என்னிடம் கூறினர்கள். இதை கிறிஸ் டொபர் ஜெஃப்ரால்ட் எழுதிய 'இந்து தேசிய இயக்கமும், இந்திய அரசியலும் I (The Hindu Nationalist Movement and Indian Politics) என்ற நூல் உறுதிப்படுத்தியது.

உ.பி.யின் முன்னாள் அமைச்சரும், வயதுமுதிர்ந்த காங்கிரஸ் தலைவருமான தாவ் தயாள் கன்னாதான் வி.ஹெச்.பிக்கு முன்னரே 1983ல் இராமர் பிறந்த இடம் என்று கருதப்பட்ட இடத்தைச்சுற்றிலும் ஒரு கோவில் கட்டும் திட்டத்தை முன்வைத்தார். இது, இந்திராகாந்தி நாடு முழுவதுமுள்ள புண்ணிய நதிகளுக்கும், புனிதஸ்தலங்களுக்கும், கோவில் களுக்கும் புனிதப் பயணம் சென்றபோதும், இந்தி பேசும் மையப்பகுதிகளில் "இந்துவின் மேலாதிக்கத்தை" உயர்த்திப் பேசியபோதும் தொடர்ந்தது. 1984ல் இந்திராகாந்தி மறைவுக்குச் சில ஆண்டுகளின்பின், இராமர் கோவில் இயக்கம் வலுப்பெற்ற போது ஆர்.எஸ்.எஸ்-ன் சர்சங்சாலக் தேவ்ரஸ், காங்கிரஸின் இரகசியத்தூதரும், முன்னாள் மத்திய அமைச்சருமான பானுபிரகாஷ்சிங் ஆகிய இருவரும் சந்தித்துப்பேச ஒரு இரகசியக் கூட்டத்தை ராஜிவ்காந்தி ஏற்பாடு செய்தார். அவர்களது அந்த உயர்மட்ட ஆலோசனைக் கூட்டத்தில், "1989 நாடாளுமன்றத் தேர்தலில் ஆர்.எஸ்.எஸ். காங்கிரஸுக்கு ஆதரவளித்தால் அயோத்தியில் இராமர் கோவில் கட்டுவதற்கு ராஜிவ்காந்தி அனுமதி அளிக்கத் தயாராக உள்ளார்" என்று பானுபிரகாஷ்சிங் தேவ்ரஸிடம் கூறினார். தேவ்ரஸும் அதை ஏற்றுக்கொண்டார். காங்கிரஸ் அரசு கால்கோள் நாட்டும் விழாவை நடத்திக்கொள்ள அனுமதித்தது. ஆனால், முஸ்லீம் களிடமிருந்து கடும் ஆட்சேபக்குரல் எழுந்தபின் தனது முடிவை மாற்றிக்கொண்டது.

பகவத்தின் காலத்தில் பி.ஜே.பியின் தேர்தல் அறிக்கையில் இடம் பெற்றிருந்த இராமர் கோவில் இயக்கம் பெருமளவுக்கு வி.ஹெச்.பியின் சிறியதளத்துக்கு ஓரம்கட்டப்பட்டது. ஓரிரு ஆண்டுகள் முன் கேரளாவின் திருப்புனித்துராவில் நடைபெற்ற ஒரு கூட்டத்தில் அயோத்தி பற்றி பகவத்திடம், "இராமர் கோவிலை அங்கு கட்ட இன்னும் எத்தனை ஆண்டுகள் ஆகும்?" என்று கேட்கப்பட்டது. அதற்கு பகவத், "இந்தப்பிரச்சனைக்கு இன்னும் அடுத்த 30 ஆண்டுகளிலும் ஒரு தீர்வு காணமுடியாது.

என்று பதிலளித்தார். பின்னர் அவர் புன்னகையுடன், "இது வி.ஹெச்.பி.யினுடைய மிகப்பெரிய பிரச்சனையும்கூட. இந்தப் பிரச்சனையை அவ்வளவு காலத்திற்கு உயிர்ப்புடன் வைத்திருப் போம்" என்றார்.

கடந்த பத்து ஆண்டுகளில் சங் அமைப்புக்கு வலிமிகுந்த வேதனைகளை அளிக்கும் நிகழ்ச்சிகள் உருவாயின. பகவத் பொதுச்செயலாளராக இருந்த காலத்தில் 2006க்கும் 2008க்கும் இடையில் அசீமானந்தாவும், இந்து தீவிரவாதிகளும் நடத்திய குண்டுவெடிப்பு வழக்குகளில் குற்றப்பத்திரிக்கையில் ஆர்.எஸ். எஸ் தேசியசெயற்குழு உறுப்பினர் இந்திரேஷ்குமார் பெயர் இடம்பெற்றது, குற்றப்புலன் விசாரணைகள் ஆமைவேகத்தில் நடைபெற்றபோதிலும் இந்திரேஷ்குமார்மீது குற்றச்சாட்டுக்கள் தொடர வாய்ப்புக்கள் இருந்தன. (இது பற்றித் தேசியப்புலனாய்வுக் கழகம் கருத்துத் தெரிவிக்க மறுத்துவிட்டது) அசீமானந்தா கடந்த ஜனவரியில், "ஆர்.எஸ்.எஸ். தலைவர் இந்தத் தாக்குதல்களுக்கு அனுமதி அளித்தார்" என்று 'த கேரவன்' இதழில் பேட்டி யளித்தபின் 'பகவத்தும்கூட விசாரணை வளையத்துக்குள் கொண்டுவரப்படுவார்' என்ற கருத்து எழுந்தது.

பி.ஜே.பியின் டெல்லி தேர்தல் பிரச்சாரத்தில் வேலைசெய்த சுயம்சேவக் என்னிடம் 'இந்தக் குறிப்பிட்ட தேர்தலில் மட்டும் ஆர்.எஸ்.எஸ் இத்தகைய தீவிர ஆர்வம் கொண்டிருப்பதற்கான காரணம், "அவர்கள் தாங்கள் இனி ஜீவித்திருக்கமுடியுமா? என்ற பயத்தில் உள்ளார்கள்" என்று கூறினார். "இன்னொரு ஐ.மு.கூ அரசு சங்தலைவர்களை பயங்கரவாத வழக்குகளில் இணைக்கக் கட்டாயம் முயற்சிக்கும். அது இந்த அமைப்பையே சீர்குலைத்துவிடும்" என்றார் அவர். அந்த வாய்ப்பு இப்போது குறைந்துவிட்டாலும், சங் உறுப்பினர்கள் மீதான வழக்குகளும், வன்முறையில் ஈடுபட்ட குற்றச்சாட்டுக்களும் டொமாகிள்ஸ் கத்தியைப்போல ஆர்.எஸ்.எஸ்-ன் தலைக்கு மேலே தொங்கிக் கொண்டிருக்கிறது.

நான் புதுடெல்லியில் கிழக்கு படேல் நகரிலுள்ள அலுவல கத்தில் 2013 அக்டோபரில் முன்னாள் பி.ஜே.பி பொதுச் செயலாளர் கே.என்.கோவிந்தாச்சார்யாவைச் சந்தித்த போது, 1972ல் 'இந்தியன் எக்ஸ்பிரஸ்'—ல் வாஜ்பேயி எழுதிய ஒரு கட்டுரை பற்றிக் கூறினார். 47 வயதான சுயம்சேவக் ஆகவும், ஜன்சங்கின் தலைவராகவும் இருந்த வாஜ்பேயி அந்தக் கட்டுரை

யில், “பன்முகத்தன்மை கொண்ட இந்தியாவில் மிகவும் கடுமையான கொள்கைகளைக்கொண்ட கட்சி எப்போதும் ஆட்சி அதிகாரத்துக்கு வரமுடியாது. அதிகபட்சம் செல்வாக்கு மிக்க, அழுத்தம் தரக்கூடிய ஒருகுழுவாக இருக்கலாம். சுயம் சேவக்குகளின் செயல்பாட்டுக்கு இரண்டு வழிமுறைகள் உள்ளன, ஒன்று, ஆட்சி அதிகாரத்துக்கு வரும் எண்ணத்தைக் கைவிடுங்கள். அல்லது, கொள்கைகளில் சமரசம் செய்துகொண்டு ஆட்சி அதிகாரத்துக்கு வாருங்கள். அதன்பின், ஆர்.எஸ்.எஸ்காரர்களாகத் தங்கள் கடமைகளை நிறைவேற்றுங்கள்”.

இந்தக் கட்டுரை வெளிவந்தபின், வாஜ்பேயியின் கருத்துக்களைப் பரிசீலனை செய்வதற்காகத் தனது தேசியத் தலைவர்களின் கூட்டத்தை சங்அமைப்பு கூட்டியது. சர்சங்சாலக் கோல்வாக்கர் தத்துவார்த்த ரீதியாக ஒரு கொள்கைபூர்வமான கட்சி ஆட்சிக்கு வரமுடியும் என எண்ணினார். ஆனால், வாஜ்பேயி அத்தகைய வாய்ப்புக்கள் பற்றி விவாதிப்பதில் விருப்பமற்று இருந்தார். அவர் எந்தப்பாதையில் செல்லவேண்டும் என்ற தெளிவான வழிகாட்டலை விரும்பினார். அதை வாஜ்பேயியிடமும், அவருடன் கட்சியில் உள்ள தலைவர்களிடமும் விட்டுவிடுவதாக கோல்வாக்கர் வாஜ்பேயியிடம் கூறினார்.

கொல்கத்தா பயிற்சிமுகாமில் 2013 ஆகஸ்டில் பத்திரிக்கையாளர்களிடம் பகவத் தெரிவித்ததைப்போல ‘இந்தப்பிரச்சனைகளுக்குக் கண்ணுக்குத்தெரியும் எதிர்காலத்தில் தீர்வுகாணக் கூடிய ஒரு நல்ல வாய்ப்பாக இந்தத் தேர்தலை சங் குடும்பம் கருதியது. இதில் ஆர்.எஸ்.எஸ் எந்தப்பாதையில் தலைமை தாங்க வேண்டும் என்பதில் பகவத் தன்னளவில் நீண்டகாலமாகவே உறுதியாக இருந்தார். 1970ன் முற்பகுதியில் திரைப்படத் தயாரிப்பாளர் லலித்வச்சானியிடம் அளித்த பேட்டியில் வெளியிடப்படாத ஒரு பகுதியில் சங்அமைப்பு எதிர்கொண்டிருந்த புதிய சவால்கள் பற்றிக்கூறியிருந்தார். “ஆர்.எஸ்.எஸ்-ன் மிகமோசமான காலம் முடிந்துவிட்டது. முதலில் இந்த அமைப்பு புறக்கணிக்கப்பட்டது. அப்போது எங்களிடம் பணமோ, அதற்கான வழிமுறைகளோ இல்லை. அது ஒரு சிறிய அமைப்பாக இருந்தது. பின்னர் இந்த அமைப்பு எதிர்ப்புக்குள்ளானது. இதற்கு எதிராக ஏராளமான எதிர்மறைப் பிரச்சாரங்களும், விளம்பரங்களும் நடைபெற்றன. மக்களிடம் ஆர்.எஸ்.எஸ்க்கு எதிரான உணர்வு நிறைந்திருந்தது. இப்போது அந்தக் காலகட்டம் முடிந்துவிட்டது. இந்த நேரத்தில் நம்முன்

உள்ளபாதை தெளிவாக உள்ளது. நமது சிந்தனைக்கு இனிமேல் எதிர்ப்பு ஏதுமில்லை. ஒருசில இருந்தன: அவை அரசியல் காரணங்களால். அவைபற்றி நாம் கவலைப்படத் தேவை இல்லை. நாம் நமக்கே உரிய தனியான செயல்முறைகளால் அவற்றைக் கையாளுவோம்".

ஜனவரி 2009ல் இந்த வழிமுறையை எதிரொலித்தார். சர்சங்சாலக் ஆக வருவதற்கு மூன்று மாதங்கள் முன்பு தகவல் தொழில் நுட்பத்துறை மற்றும் நிர்வாகத்துறைகளில் இருந்த இளம் தொழில்துறையினரிடம் பகவத், "நமது நாட்டில் தற்போது நிலவிவரும் பிரச்சனைகளுக்கு எவ்வாறு தீர்வுகாண்பது என்பதுதான் அடுத்த கேள்வி. இன்று நடைபெற்றுக் கொண்டிருப்பவைகளுக்கு நமது பதில் மிகக்கச்சிதமாகப் பொருந்தும். சங் அமைப்பு அவற்றை ஒருங்கிணைப்பதில் உதவும். மற்றவற்றை சுயம்சேவக்குகள் தாங்களாகவே செய்திட வேண்டும். 1925முதல் 2008வரையான சங் அமைப்பின் வளர்ச்சிப்போக்கு நாம் உறுதியாக நமது திட்டங்களோடு நமது இலக்கை நோக்கி முன்னேறிக் கொண்டிருக்கிறோம் என்பதைக் காட்டுகிறது. இது ஒரு தனிப்பட்டவரைப் பற்றியது. அவர் ஊக்கப்படுத்தப் படவேண்டும். இதில் சிரமங்கள் உண்டு. ஆனால், நாம் பிரச் சனைகளைப் பற்றி மட்டும் பேசிக்கொண்டிருப்பவர்கள் அல்ல. இவற்றை நாம் தாண்டி வருவோம். பிரச்சனைகளை வென்று அடிபணிய வைப்போம். நமது செயல்பாட்டின் வேகத்தை மிகத்திறமையாக முடுக்கிவிடுவோம்.

நம்முன் இந்தச் சித்திரம் தெளிவாக உள்ளது. இலக்கு மட்டு மல்ல: தெளிவான நடைமுறைத் தந்திரங்கள், அடுத்தடுத்த கட்டங்கள், வழிமுறைகள் எல்லாம் வகுக்கப்பட்ட ஒரு தெளி வான திட்டம் நம்முன் உள்ளது".

காணாமல் போன...
இந்தியப்பழமைவாத அறிவுஜீவிகள் எங்கே?
ராமச்சந்திர குஹா

1

இந்தியப் பொதுவாழ்வின் இதயம் இன்று முரண்பாடுகளோடு காணப்படுகிறது. இந்த நாட்டில் ஒரு வலதுசாரிக்கட்சி ஆட்சி அதிகாரத்தில் இருக்கும்வேளையில் வலதுசாரி அறிவுஜீவிகள் வலுவற்ற தளத்தில் இருக்கிறார்கள். உலகில் நிலைநிறுவப்பட்ட ஜனநாயக நாடுகளில் இது இந்தியாவை விதிவிலக்காக ஆக்கியுள்ளது. அமெரிக்க ஐக்கியநாடுகள், இங்கிலாந்து, பிரான்ஸ் என எல்லாமும் முதல்தர அறிவுஜீவிகளைத் தங்களிடம் கொண்டுள்ளன. அவர்கள் அமெரிக்காவில் உள்ள குடியரசுக்கட்சி, பிரிட்டனில் உள்ள கன்சர்வேடிவ் கட்சி, பிரான்ஸில் உள்ள கிறிஸ்தவ குடியரசுக்கட்சி ஆகியவற்றைப் பலப்படுத்தும் வழிமுறைகளைத் தொடர்ந்து அளித்து வருகிறார்கள். அதன் மறுபக்கமாக இந்தியாவில் ஆட்சியில் உள்ள பாரதிய ஜனதா கட்சி புகழ்பெற்ற — பரவலாக எல்லாராலும் அறியப்பட்ட சில அறிவுஜீவிகளிடமிருந்து ஆதரவைப் பெற்றுக் கொள்ள உரிமைபடைத்தது. ஆனால் அங்கே அறிவு ஜீவிகள் உள்ளார்களா?

கடந்த ஆகஸ்டில் 'இந்திய வரலாற்று ஆய்வுக்கழகத்தின்' தலைவராக ஒய்.சுதர்சன்ராவ் நியமனம் செய்யப்பட்டபோது அதிர்ச்சி அளிக்கும் வகையில் தெளிவாக இந்தக் குறைபாடு புலப்பட்டது. தீனநாத் பாத்ராவின் பள்ளிப்பாடத் திட்டத்தின்

மீது அதன் செல்வாக்கு படர்ந்தபோது இந்தக் குறைபாடு மேலும் துலாம்பரமாக வெளிப்பட்டது. ஒய்.சுதர்சன்ராவின் படைப்புப்பட்டியல் மிகவும் சிறியது. 25 ஆண்டுகளுக்குமுன் எவராலும் கவனிக்கப்படாத ஒரு சிறிய புத்தகத்தை அவர் எழுதியுள்ளார். எந்த ஒரு வெளியீட்டு நிறுவனமும் அதைக் கூர்ந்து கவனித்து விமர்சித்து எந்த ஒரு பத்திரிக்கையிலும் வெளியிடவில்லை. அவர் இந்திய வரலாற்றுக் கழகத்தின் தலைமைப்பொறுப்பை ஏற்றுக்கொண்டபின் வெளியிட்டுவரும் அறிக்கைகளிலிருந்து அவருக்கு உண்மைக்கும் கற்பனைக்கும் அல்லது வரலாற்றுக்கும் கட்டுக்கதையான புராணங்களுக்கும் இடையே உள்ள வேறுபாடுகள் தெரியாது என்பது தெளிவாகி ருகிறது. அறிவுலகமேதை என்று தீனநாத் பாத்ரா கோரும் ரிமை இன்னும் ஒருபடி விபரீதமானது. அவரது பார்வை ன்படி, 'கடவுள் மனிதனை உருவாக்கியபோது பல்வேறு தக்கோளங்களை வாணலியிலிட்டு அடுப்பில் வைத்தார். குசீக்கிரத்தில் அடுப்பிலிருந்து எடுக்கப்பட்ட சதைக்கோளம் 'ள்ளையர்கள்' ஆனது. மிகவும் நேரம்கழித்து எடுக்கப்பட்ட ச கோளம் 'கருப்பர்கள்' ஆனது. சரியான பதத்தில் எடுக்கப் பட சதைக்கோளம் மாநிற இந்தியர்களாகிப் பொருத்தமான நிறப — வண்ணம்பெற்று அதன்மூலம் இந்த உலகையே ஆள் வதற் விதிக்கப்பட்டது.'

சுதா ன்ராவும், தீனநாத் பாத்ராவும் 'ராஷ்ட்ரீய சுயம்சேவக் சங்' — ஆர்.எஸ்.எஸ். உடன் மிக நீண்ட தொடர்பு கொண்டிருப்பவர்கள். ஆர்.எஸ்.எஸ். தன்னை ஒரு கலாச்சார அமைப்பு என்று சொல்லிக்கொண்டாலும் உண்மையில் அது மிகத் தீவிரமான கொள்கைகளையும், ஆழமான அரசியலையும் கொண்டது. அதன் இறுதி இலட்சியம் இந்துக்களால் ஆளப்படும் 'இந்து ராஷ்ட்ரத்தை' அமைப்பதே. ஆர்.எஸ்.எஸ். மிக நெருக்கமான உறவுகளை, அதற்கு முந்தைய அமைப்பான ஜனசங்கத்தைப் போலவே, பா.ஜ.க.விடமும் கொண்டுள்ளது. அந்தக்கட்சிக்குத் தேவையான தொண்டர்களை, அமைச்சர்களை, முடிவில்லாத அறிவுரைகளைத் தொடர்ந்து அளித்து வருகிறது.

பொதுக்கொள்கைகளின் மீது சுதர்சன்ராவ் மற்றும் பாத்ராவின் செல்வாக்கு கட்டமைக்கப்பட்டிருப்பது அவர்களது அறிவார்ந்த தன்மையின் காரணமாக அல்ல: அவர்கள் ஆர்.எஸ்.எஸ். மீது கொண்டுள்ள உறவுகளின் பலத்தால். அவர்களது

அறிக்கைகளும், முன்மொழிவுகளும் மிகப்பெருமளவுக்கு ஊடகங்களால் கடுமையாக விமர்சிக்கப்பட்டுள்ளன. அந்த விமர்சனங்கள் பெருமளவுக்கு மதிக்கப்படுகின்றன. சுதர்சன் ராவுக்கும், பாத்ராவுக்கும் பதிலாக புதிய பா.ஜ.க. அரசு, தங்கள் பெயரில் காத்திரமான நூல்களையும், ஆராய்ச்சிக்குறிப்புகளையும் கொண்டுள்ள, ஆட்சியின் தேவைக்கேற்ற அரசியல் பார்வைகொண்ட அறிஞர்களை ஆதரித்து அவர்களுக்குப் பதவி உயர்வு அளித்திருந்தால் இந்த அவலத்தைத் தவிர்த்திருக்க முடியும். அந்தோ பாவம்! முடிவெடுக்கும் இந்த இரட்டையரைத்தவிர, மக்களை ஈர்க்க மாற்று அறிஞர்குழாம் வேறு எதுவும் இங்கே இல்லையே!

அறிஞர்களால் செய்துமுடிக்கப்பட்ட வேலைக்கும், கருத்தியல்வாதிகளால் செய்துமுடிக்கப்பட்ட வேலைக்குமிடையே உள்ள வேறுபாட்டைக் கட்டாயம் ஒருவர் பிரித்துப்பார்க்க வேண்டும். ஒவ்வொரு கல்விப்புலமும் தனக்கே உரிய உயர்ந்த அறிவின் தன்மையைக் கட்டமைக்கும் விதிமுறைகளைக் கொண்டது. — வரலாற்றாளர்கள் கடிதங்களையோ, கையெழுத்துக்களையோ, அரசு ஆவணங்களையோ, அல்லது நீதிமன்றப்பதிவேடுகளையோ ஆழத்தோண்டுகிறார்கள். சமூகவியலாளர்களும் மானுடவியலாளர்களும் எதைத் தங்கள் ஆய்வுக்கு எடுத்துக்கொள்கிறார்களோ அந்தக்களத்தில் மிகவிரிவான களப்பணிகளை மேற்கொள்கிறார்கள். முதற்கட்டமாக அவர்களது முதல் தகவல்களும், உண்மை ஆய்வுகளும் எழுதப்பட்டு அலசப்படுகின்றன. அதன்பின் அறிவார்ந்த ஆய்வுக்கட்டுரைகளாகக் கல்விப்புலம் சார்ந்த இதழ்களில் அல்லது புகழ்பெற்ற பதிப்பகங்களில் நூல்களாக வெளியிடப்படுகின்றன. ஒருவரின் அறிவார்ந்த ஆய்வுமுடிவு பற்றிய மதிப்பீடு அது நூலாக வெளியிடப்படுவதற்கு முன்னரே முதன்மையாக அவரது சக அறிஞர் ஒருவரால் கூர்மையாக விமர்சனமுடிவாக மதிப்பிடப்படுகிறது. பின்னர் அது துறைசார்ந்த பத்திரிக்கைகள், பதிப்பகங்களால் அச்சில் வெளிவருகிறது. அதன்பின் அந்த ஆய்வுமுடிவு எத்தனைமுறை பிறரால் எடுத்தாளப்படுகிறது என்பதை வைத்து ஏற்கப்படுகிறது.

அறிவின் வளர்ச்சிக்குப் பங்களிப்பதைவிடத் தங்கள் அரசியல் அல்லது மத நம்பிக்கைகளில் அதிகம் ஆர்வம் கொண்ட கருத்தியல்வாதிகளுக்கும், அறிவுஜீவிகளுக்கும் இடையே ஒரு வேறுபாடு உண்டு. கருத்தியல்வாதிகளின் எழுத்துக்கள் மிகவும்

அரிதாகவே மிகவும் ஆழமான கருத்துக்களையோ, விரிவான ஆய்வுகளையோ அடிப்படையாகக் கொண்டிருக்கின்றன. முன் கூட்டியே தீர்மானிக்கப்பட்ட முடிவுகளை அடைவதற்காக சில உண்மைத் தேர்ந்தெடுப்பது அல்லது மூடிமறைப்பது என்ற போக்கு உள்ளது. அறிவுஜீவிகள் வளமார்ந்த, நியாயமான சமுதாயத்தை உருவாக்கவேண்டும் என்ற சமூகப்பார்வை கொண்டவர்கள் மட்டுமல்ல: இந்த நாட்டின் குடிமக்களும்கூட. அவர்களது அறிவுசார்ந்த எழுத்துக்கள் அறிந்தோ, அறியாமலோ அவர்களது அரசியல் பார்வைகளையும் பிரதிபலிக்கின்றன. கருத்தியல்வாதிகளுக்கும், அறிவுஜீவிகளுக்கும் இடையே உள்ள வேறுபாடு தீர்க்கமான ஒன்றுஅல்ல. எனினும் அழுத்தம் தர வேண்டிய அளவுக்கு முக்கியமானவை. எடுத்துக்காட்டாக, அறிவு ஜீவிகளைப்போல அல்லாமல் கருத்தியல்வாதிகள் தங்களது கருத்துக்கள் அறிஞர்களால் எவ்வாறு வரவேற்கப்படுகிறது என்பதுபற்றிய அக்கறை எதுவும் இல்லாதவர்கள். அவர்கள் செல்வாக்குச் செலுத்த விரும்புவது சமூக, அரசியல் மாற்றங் களின் போக்கில்தானே தவிர அறிவின் வளர்ச்சிப்போக்கில் அல்ல.

இந்தியாவில் ஏராளமான வலதுசாரிக் கருத்தியல்வாதிகள் இருந்தாலும்கூட மிகச்சில வலதுசாரி அறிவுஜீவிகளே நாளேடு களில், தொலைக்காட்சிகளில், சமூகஊடகங்களில் தீவிரமாகச் செயல்பட்டுவருகிறார்கள்.இந்தப்போதாமைதான் அரசியல்களத்தில் மதிப்புமிக்க நடுநிலை மற்றும் இடதுசாரி அறிவுஜீவிகள்மீது தங்களது ஆற்றல்மிக்க செல்வாக்கைச் செலுத்துவதற்கு எதிராக உள்ளது. நமது தலைமுறையில் மிக உயர்வாக மதிக்கப்படும் வரலாற்றாளர்களின் பட்டியலைத் தொகுத்தால் சீமாஆல்வி, ஷாஹித் அமீன், நயன் ஜோத்லஹிரி, ருத்ராங்சு முகர்ஜி, ஜானகிநாயர், சேதன்சிங், உபீந்தர்சிங், மற்றும் ஏ.ஆர்.வெங்கடாச்சலபதி ஆகியோர் பெயர் கள் கட்டாயம் இடம்பெறும். தாங்கள் எந்தக்கட்சிக்கு வாக் களித்தோம் என்று இந்த அறிஞர்கள் விளம்பரப்படுத்திக் கொள் ளாவிட்டாலும்கூட அவர்களது வெளிப்படையான ஆய்வுகள் மூலம் ஒன்று நிச்சயமாகத் தெளிவாகிறது. அது ஆர்.எஸ். எஸ்.ஆல் வரையறுக்கப்பட்ட அல்லது பா.ஜ.க.வால் முன் மொழியப்பட்டவைகளிலிருந்து அவர்கள் மிகத்தொலைவில் விலகியுள்ளார்கள் என்பதே.

அடுத்ததளமான அரசியல்அறிவியலைப் பார்ப்போம். மிகவும் செல்வாக்குமிக்க, இந்தியாவில் பணியாற்றும் அறிவுஜீவிகளில்

ராஜிவ்பார்கவா, பீட்டர் டி செளஸா, ஸோயாஹாஸன், நிரஜா கோபால் ஜோயல், குர்பீத் மஹாஜன், பிரதாப் பானுமேத்தா, சுபாஷ் பல்ஷிஹர் மற்றும் வெலேரியன் ரோட்ரிக்ஸ் ஆகியோர் உள்ளனர். இவர்கள் அனைவரும் தங்களை லிபரல்கள் அல்லது சோசலிஸ்ட்கள் எனக் குறிப்பிட்டுக்கொள்கிறார்கள். சமூகவியல் தளத்திலும் இதேபோல அமிதா பவிஸ்கர், திபங்கர் குப்தா, சுரீந்தர் ஜோத்வா, நந்தினி சுந்தர், ஏ.ஆர்.வாசவி மற்றும் சூசன் விஸ்வநாதன் போன்றோர் இந்தத்தளத்தில் ஆர்வத்தோடு செயல்படும் அறிவுஜீவிகளில் சிலர் ஆவர்.

பொதுக்கொள்கைகளை உருவாக்கும் சமூக அறிவியல் துறைகளில் பொருளாதாரம் ஒரு தனித்துவம் மிக்கதாக முதல் பார்வையிலேயே விளங்குகிறது. இங்கு பொருளாதாரத்தைக் கையாள்வதில் அரசுக்கு மிகப்பெரிய பாத்திரம் தேவை என்று வலியுறுத்துபவர்களை 'இடதுசாரிப்பிரிவு' என்று கொண்டால், சந்தைப்பொருளாதாரத்தை ஆதரிப்பவர்கள் 'வலதுசாரிப் பிரிவு' எனலாம். சமீப ஆண்டுகளில் சந்தேகத்துக் கிடமில்லாமல் சந்தைப்பொருளாதாரம் நோக்கிய நகர்வுகள் அமைந்து வருகின்றன. 1954—ல் இரண்டாம் ஐந்தாண்டுத் திட்டத்தின் வரைவு அளிக்கப்பட்ட 24 பொருளாதார நிபுணர்களில் 23 பேர் பொருளாதாரத்தில் அரசு உறுதியான ஆணைகளைப் பிறப்பிக்கும் உயர்ந்த இடத்தை வகிக்கவேண்டும் என்பதை அங்கீகரித்தார்கள். இப்போது அதேபோன்ற வரைவு சுற்றுக்கு விடப்பட்டால் இந்தியாவின் பொருளாதார நிபுணர்களில் நான்கில் மூன்றுபேர் பொருளாதார வளர்ச்சிக்கும், வறுமையை முடிவுக்குக் கொண்டுவருவதற்கும், அரசையும் அதன் அதிகாரவர்க்கத்தையும்விட, சந்தை மற்றும் தனியார்தொழில் முனைவோர்தான் தேவை என்று வாதம் செய்வார்கள்.

சமூக விஞ்ஞானங்களில் ஏராளமான எண்ணிக்கையில் பகுப்பாய்வு முறைகளையும், தொழில் நுட்ப அமைப்பையும் சார்ந்திருப்பது பொருளாதாரம்தான்... சமூகவியலாளர்கள் அல்லது வரலாற்றாளர்களைவிடப் பொருளாதார நிபுணர் களின் அரசியல் மற்றும் தத்துவார்த்தச்சார்பு மிகவும் குறைத்தே மதிப்பிடப்படுகிறது. இந்தியாவில் மிகவும் போற்றப்படும் சுதந்திரமான சந்தைப்பொருளாதாரவாதிகள் எந்த விதி விலக்குமின்றி சமூக தாராளவாதிகளாகத் தோன்றுகிறார்கள். இந்தத்தளத்தில் முதிர்ந்த அனுபவம் கொண்ட ஜெகதீஷ் பகவதியை எடுத்துக்கொள்வோம். இவர் அமெரிக்காவில்

வாழ்ந்துகொண்டும், பணியாற்றிக்கொண்டும் இருந்தாலும் இந்திய அறிஞர்களின் வாழ்வில் குறிப்பிடத்தக்க செல்வாக்கைக் கொண்டுள்ளார். நிவாரண உதவிகளை மையமாகக்கொண்ட, முதலில் நல்வாழ்வு என்ற காங்கிரஸ் தலைமையிலான தேசிய முற்போக்குக் கூட்டணி அரசின் காலம் — குறிப்பாக சோனியா காந்தியின் தேசிய ஆலோசனைக்குழுவின் கொள்கைகளால் ஏமாற்றமடைந்த ஜெகதீஷ்பகவதி, தொழில்முனைவோருக்கும், புதிய கண்டுபிடிப்புக்களுக்கும், பொருளாதார வளர்ச்சிக்கும் ஏற்றவர்கள் என நரேந்திரமோடியையும், பா.ஜ.க.வையும் கண்டார். அவர்களை ஆதரித்தார். தாராளமயச்சந்தை என்பதில் மிகநீண்டகாலமாகத் தெளிவான ஒருங்கிணைப்பைக் கொண்டிருந்தாலும், ஜெகதீஷ்பகவதி ஜவஹர்லால் நேருவின்மீது மிகப் பெரிய மரியாதை கொண்டிருந்தவர். நேருவின் மதங்கள் மற்றும் சமூகப்பன்மைத்தன்மைப் பார்வையின் மீதான உறுதிப்பாட்டை ஜெகதீஷ்பகவதி பகிர்ந்துகொண்டார்.

அண்மையில் இந்தியாவுக்கு வருகைதந்த இந்தப் பொருளாதர நிபுணர் தனது பல்வேறு சொற்பொழிவுகளிலும், நேர்முகப் பேட்டிகளிலும் ஆர்.எஸ்.எஸ். மற்றும் அதனுடன் இணைந்த விஷ்வஹிந்துபரிஷத் உள்ளிட்ட சங்பரிவாரங்களுக்கு எதிராகப் பேசினார். பிரதமர் மோடிக்கு எச்சரிக்கை விடுத்தார். சங் பரிவாரங்கள் என்று அறியப்படும் இந்துத்துவா அமைப்புக் குடும்பங்களில் உள்ள தனது கட்சிக்கும், மதத்தீவரவாதிகளுக்கும் எதிராக மோடி உறுதியாக வெளிவராவிட்டால் மோடியின் பொருளாதாரத்திட்டம் ஆபத்துக்குள்ளாகிவிடும் என்ற அபாயத்தைச் சுட்டிக்காட்டினார்.

இந்த வகையில் ஜெகதீஷ்பகவதி ஒரு பிரதிநிதி. உண்மையில் இந்தியாவில் உள்ள முக்கியமான சந்தைப் பொருளாதார நிபுணர்கள் எல்லாரும் நாட்டின் குடிமக்களைப் பிளவுபடுத்தும் போக்கு, ஓரினச்சேர்க்கையாளர்களின் மகிழ்ச்சி மற்றும் உரிமைகளை மறுக்கும்போக்கு போன்ற பலவற்றுக்கு எதிரான உறுதிப்பாட்டைக் கொண்டிருப்பவர்களே. ஒப்பீட்டளவில் சந்தைப் பொருளாதாரத்திற்கு விசுவாசிகள் என்ற நம்பிக்கையில் பிஜே.பி.யை ஆதரித்தபோதும் அல்லது வாக்களித்தபோதும் அந்தக்கட்சியின் மதவாதத்தையோ, பாலினச் சிறுபான்மையினர் மீதான அவர்களின் உணர்வுகளையோ இவர்கள் ஒருபோதும் ஏற்றுக்கொண்டதே இல்லை. அரசின் முன்னாள் பொருளாதார முதன்மை ஆலோசகரான அசோக்தேசாய் அண்மையில் மிக

அழுத்தம் திருத்தமாக, "மரியாதைக்குரிய எந்தப் பொருளாதார அறிஞரும் 'இந்து தேசிய உணர்வின்' மீது சாய்மானம் கொண்டவர்கள் அல்ல. பொருளாதார அறிஞர்களைப் பொருத்தவரை அந்தக்கருத்து தவறானது", என்று எழுதியுள்ளார். இந்திய ஊடகங்களில் செல்வாக்கு மிகுந்த பத்திரிக்கையாளர்கள் 'பழமைவாதிகள்', 'வலதுசாரிகள்' என்ற அடையாளங்களை அணிந்து கொள்வதில் மகிழ்ச்சி அடைகிறார்கள் என்பது சரியே. என்றாலும் அவர்களின் வெளிப்பாடுகள் ஆயிரம் வார்த்தைகள் மட்டும் என்று வரையறுக்கப்பட்டுத் தொலைக்காட்சிகளில் காட்டுக்கூச்சல்களாக வெளிவருகின்றன. அவற்றில் ஒன்றில்கூட வரலாறு, அரசியல், சமுதாயம் பற்றிய ஏற்றுக்கொள்ளத்தக்க வாதங்கள் இல்லை.

சமூக ஊடகங்களில் செல்வாக்குமிக்க வலதுசாரிக்குரல்களும் உள்ளன. அவர்களில் ஒருவர் சுப்பிரமணியசாமி. இவருக்கு டிவிட்டரில் இலட்சக்கணக்கான ரசிகர்கள் உள்ளனர். சுப்பிரமணியசாமி ஒருகாலத்தில் ஹார்வார்ட் பல்கலைக்கழகத்தில் பொருளாதாரப்பாடம் கற்பித்தவர். அவர் ஆய்வுகளில் ஈடுபட்டு 40 ஆண்டுகள் ஆகிவிட்டன. இப்போது அவர், தான் வெறுக்கும் அரசியல்வாதிகளின்மீது சதித்திட்டங்களை மிதக்கவிடுபவராக சிறுபான்மையினர்மீது பழிதூற்றுபவராக உள்ளார். 2011—ல் இவர் முஸ்லீம்கள் பொதுவாக்காளர் பட்டியலில் இடம்பெறக்கூடாது எனவும், இடதுசாரி அறிஞர்களின் புத்தகங்களைத் தீயிட்டுக் கொளுத்த வேண்டும் எனவும் வாதாடினார். ஒருகாலத்தில் அறிவுஜீவியாக இருந்த இவர் இப்போது மிகச்சிறந்த எரிச்சலூட்டுபவராக மாறிவிட்டார்.

இந்தியாவில் ஆழ்ந்த கருத்துக்கள் கொண்ட ஒரே வலதுசாரி அறிவுஜீவியாக ஒருவேளை அருண்ஷோரி இருக்கக்கூடும். அவரும்கூட சமூக அளவில் பழமைவாதத்தில் சுதர்சன்ராவைப் போலவோ, அல்லது தீனநாத்பாத்ராவைப்போலவோ, அல்லது மேலே குறிப்பிட்ட வலதுசாரிப்பிரிவுப் பத்திரிக்கையாளர்களைப் போலவோ இல்லை. அருண்ஷோரி உண்மையான ஆய்வுகளைச் செய்து பல புத்தகங்களை வெளியிட்டுள்ளார். இவை பழமைவாதக் கருத்துக்களிலிருந்து வேறுபட்டு தேச ஒற்றுமையின்—ஒருவரை ஒருவர் சார்ந்து நிற்றலின் முக்கியத்துவம், வேற்றியல்புகளை மறுக்கும் அதீதக்கலாச்சாரத்தின் ஆபத்துக்கள், சீனா, பாகிஸ்தான் போன்ற வெளிநாடுகளின் அச்சுறுத்தல்கள் என விரிகின்றன. அருண்ஷோரி பி.ஜே.பி.யின் பாராளுமன்ற உறுப்

பினராகவும், பி.ஜே.பி.யின் கட்டுப்பாட்டில் அமைந்த அரசில் அமைச்சராகவும் இருந்தவர். இந்தியாவின் மற்ற சுதந்திரச் சிந்தனையாளர்களைப்போல அல்லாமல் பழமைவாத அரசியல் மற்றும் சமூகச்சார்பைத் தனது அடையாளமாகச் சட்டையின் தோள்பகுதியில் அணிந்திருப்பவர்.

2

இந்தியாவில் பழமைவாத அறிவுஜீவிகள் ஏன் மிகக்குறைவாகவே இருக்கிறார்கள்? இந்தக்கேள்விக்குப் பதிலளிக்கும்முன் 'பழமைவாதம்' என்றால் என்ன? என்பதைப்பற்றிய மிகத்தெளிவான விளக்கம் அளிக்கவேண்டும். சமூகவியலாளரான கார்ல் மான்ஹீம் 'Ideology and Utopia' என்ற தனது தரமான நூலில், நவீன உலகில் மூன்று முக்கியமான அரசியல் சார்புகளான 'லிபரலிசம்' 'பழமைவாதம்', 'சோசலிசம்' ஆகியவற்றுக்கிடையே உள்ள வேறுபாடுகளை வரையறுத்துள்ளார். தாராளவாதம் என்பது மத்திய காலகட்டத்தின் மதவிருப்பங்களின் மீதான அறிவார்ந்த பிரதிபலிப்பு என்கிறார். அது நிலவுடைமையாளர்களின் கொடூர அடக்குமுறை மற்றும் அடக்குமுறைக்கு உள்ளானவர்களின் அதிர்ச்சிதரும் பழிவாங்கல் ஆகிய இரண்டுக் குமிடையே மதம்சார்ந்த கிளர்ச்சியாளர்கள் முன் வைத்த தீர்வு. சமூக நடவடிக்கைகளின் தத்துவமான தாராளவாதம் எதிர்காலச்சார்பைக் கொண்டதாகவும், மானுட வளர்ச்சிப் போக்கில் முன்னேற்றத்தை நோக்கமாகக் கொண்டதாகவும் இருந்தது.

இதன் மீதான பழமைவாதிகளின் விமர்சனம், 'தாராளவாதம் உறுதியான அடித்தளம் கொண்டதல்ல' என்பதாகும். பழமை

வாதிகள், 'வாழ்க்கை எவ்வாறு உண்மையாக வாழப்படுகிறதோ அதன்மீதுதான் — சாத்தியமான எதிர்காலத்தின் மீதல்ல — குவிமையம் கொண்டிருந்தார்கள்'. மான்ஹீம் எழுதினார்: 'பழமை வாதிகளைப் பொருத்தவரை இந்த உலகில் உள்ள ஒவ்வொன்றும் சாதகமான மற்றும் குறைந்தபட்ச மதிப்பைக் கொண்டவை. ஒவ்வொன்றும் மெல்லமெல்லவும், படிப்படியாகவும் தோன்றின.' அதன் விளைவாகக் கடந்த காலத்தின்மீது கவனம் திரும்பியது மட்டுமல்ல: மறதியிலிருந்து அவற்றைப் பாதுகாப்பதற்கான முயற்சிகளும் மேற்கொள்ளப்பட்டன. அதனால், இன்றைய இருப்பும், முழுமையான கடந்த காலமும் உண்மையான வாழ் வின் அனுபவங்களாகி வருகின்றன.'

சோசலிசத்தைப் போலவே தாராளவாதமும் எதிர்காலத்திற் காக — எங்கே சுதந்திரமும், சமத்துவமும் கட்டமைக்கப் படுகிறதோ — அதை நோக்கிச் செயல்படுகிறது. ஆனால், தாராளவாதம் படிப்படியாக என்ற சார்பைக்கொண்டது. சோசலிசமோ தீவிரமாக முதலாளித்துவ சமூக ஒழுங்கமைப்பை முறியடிக்க விரும்புகிறது. தாராளவாதம் இதைக் 'கற்பனா உலகம்' என்று எதிர்க்கிறது. ஆனால், சோசலிஸ்டுகளோ தங்களால் எதிர்காலத்தில் ஓர் ஒழுங்கமைவான சமுதாயத்தைக் கட்டமைக்க முடியும் என்று நம்புகிறார்கள். ஐரோப்பா முழுதும் போர்க்களம்போல அரசியல் விவாதங்கள் நடைபெற்றபோது அதற்கான அறிவார்ந்த பதிலாக — பிரதிபலிப்பாக மான்ஹீமின் புத்தகம் இருந்தது. *'Ideology and Utopia'* முதலில் 1929—ல் ஜெர்மனி யில் வெளியிடப்பட்டது. அதன் ஆங்கில மொழிபெயர்ப்பு 1936—ல் வெளிவந்தது.

எனவே, மிக அண்மையில் வெளிவந்த பிரிட்டிஷ் தத்துவவிய லாளரான ரோஜர் ஸ்கர்ட்டனின் *'How to be a Conservative'* என்ற 2014—ல் பதிப்பிக்கப்பட்ட நூலைப்பார்ப்போம். ஸ்கர்ட்டனைப் பொருத்தவரை பழமைவாதத்தின் துவக்கப்புள்ளியே, 'நல்லவைகள் எல்லாம் எளிதாக அழித்தொழிக்கப்படுகின்றன. ஆனால், அவை எளிதாகத் தோற்றுவிக்கப்படுவதில்லை' என்ற உணர்ச்சியை அடிப்படையாகக் கொண்டது. பிரிட்டன் கட்டா யம் பாதுகாக்கவேண்டிய நல்லவைகள் 'சமாதானம்', 'சுதந்திரம்', 'சட்டம்', 'குடிமை', 'பொது உணர்வு', 'குடும்பவாழ்வு மற்றும் 'உடமைகளின் பாதுகாப்பு' என அவர் நம்புகிறார். தேசம் — அரசுக்கு ஸ்கர்ட்டன் மிகுந்த அழுத்தம் தருகிறார். 'உலகக் குடி மகன்' என்ற கருத்தை மறுக்கும் அவர், ஒரு குறிப்பிட்ட எல்லை

வரையறைக்குள் வரலாற்றைப் பகிர்ந்துகொண்டு வாழும் மக்கள் மிக எளிதாகத் தங்கள் சமூகத்தின் கலாச்சாரத்தையும், கூட்டுறவையும் உருவாக்கிக்கொள்ள முடியும் என்கிறார்.

அதேநேரத்தில் பிற பழமைவாதிகளுக்கு எதிராக 'அறிவியல் சார்ந்த சிந்தனை மற்றும் சட்டங்களே நாட்டின் பொது நிகழ்வு களுக்கு வழிகாட்டவேண்டுமே தவிர — நம்பிக்கைகளோ மதமோ அல்ல' என்று வாதிடுகிறார். லெபனானின் முன்னுதாரணத்தை எடுத்துக்கொண்டு அவர் எழுதுகிறார்: அடையாளங்கள் எல்லை வரையறைக்கு உட்பட்டன என்பதற்கு மாறாகப் 'பாவத்தை ஒப்புக்கொள்ளுதல்' என்ற அடிப்படையில் அமையும்போது ஜனநாயகம் ஆபத்துக்குள்ளாகிறது'. பழமைவாதிகள் மதம் மற்றும் அரசமைப்பு ஆகியவற்றுக்கிடையேயான தீவிரமான வேறுபாட்டைக் கடவுளின் சட்டத்தைச் சார்ந்து நிற்காமல், அரசாளும் கலையைக் கட்டமைப்பதில் நவீன ஒளியூட்டும் சிந்தனையின் அடிப்படை முகவுரையை ஒப்புக்கொண்டு ஏற்றுக்கொள்ள வேண்டும்' என்று வலியுறுத்துகிறார்.

ஸ்கர்ட்டன் கூறும் பழமைவாதத்தின் எடுத்துக்காட்டாக 18ஆம் நூற்றாண்டின் தத்துவவாதியான எட்மண்ட் பர்கே விளங்குகிறார். அவர், 'அதிகார பலம்மிகுந்த அரசு மற்றும் எல்லாம் தெரிந்த அரசியல் மேல்மட்டத்திற்கு மாறாக' நமது இயற்கையான தேவையாக உள்ள ஒருவருக்கொருவர் இணைந்து நிற்கும் தன்மையிலிருந்து உருவான மரபுகளையும், கீழேயிருந்து கட்டப்பட்ட சமுதாயத்தையும் உருவாக்க வேண்டும்' என்றார்.

ஸ்கர்ட்டன் தொடர்கிறார்: பழமைவாதம் ஒரு 'தன்மைப் பன்மையை' ஓர் இடமாகவும், 'எங்களுடையது' என்பதை ஒரு வாழ்முறையாகவும் கொண்டு ஜீவிக்கிறது. அவருக்கு 'தன்மைப் பன்மை' என்பது 'தேசம்' தானே தவிர மதம்சார்ந்த 'நாங்கள்' அல்ல. அவர் மேலும் விவாதிக்கிறார்: 'அரசின் வேலை குடி மக்கள்மீது மதத்தைத் திணிப்பதோ அல்லது மதக்கோட் பாடுகளை ஒத்துக்கொள்ள வைப்பதோ அல்ல. மதத்துக்குக் கீழ்படிதல் என்பது 'குடியுரிமை'யின் ஒருபகுதி அல்ல. எந்த ஒரு முரண்பாட்டையும் தீர்த்துக்கொள்வது குடிமக்களின் கடமையே தவிர மதநம்பிக்கையாளர்களின் வேலை அல்ல. இது நிலை நாட்டப்படவேண்டும். 'கடவுள் நம்பிக்கை இல்லாத சோசலிஸ்டுகளையோ அல்லது அறிவியல் சிந்தனை கொண்ட தாராளவாதிகளையோ போலின்றிப் பழமைவாதிகள் 'அமைதி',

'ஆறுதல்', 'நம்பிக்கை' தருவதில் மதத்தின் பங்கைப் பெரிதும் மதிக்கிறார்கள். கடவுள் அல்லது கடவுளை வழிபடும் முறை களிலிருந்து மற்றவர்கள் மாறுபட்ட நிலை எடுக்க உரிமை உள்ளவர்கள் என்பதை அவர்கள் ஒப்புக்கொள்ள வேண்டும்'.

'நாட்டோடும், அதன் எல்லைகளோடும், அதன் உள்ளார்ந்த கலாச்சாரங்களோடும் — சில நிகழ்வுகளில் குடும்பத்தோடு தங்களை இனம் கண்டுகொள்வது, அரசியலில் விட்டுக் கொடுத்துச் சமாதானம் செய்து கொள்வது (இது ஜனநாயகச் செயல்பாடுகளுக்குத் தேவை) போன்றவற்றில் மக்கள் தங்களை அடையாளப்படுத்திக் கொள்ளாவிட்டால் — அல்லது அடை யாளப்படுத்திக் கொள்ளும்வரை அந்த நாடு நாடாக உருவா காது'

ஸ்கர்ட்டனின் மாதிரியை இந்தியாவுக்குப் பொருத்தும்போது உடனடியாக ஓர் அடிப்படைப் பிரச்சனை எழுகிறது. இங்கே 'தன்மைப்பன்மை' என்பது எது? இந்தியத்தன்மையான 'நாங்கள்' தங்களை முஸ்லீம்களாகவும், கிறிஸ்தவர்களாகவும் எண்ணிக்கொண்டும், செயல்பட்டுக் கொண்டும் வாழ்கிற 'இந்திய முஸ்லீம்களையும்', இந்தியக் கிறிஸ்தவர்களையும்' உள்ளடக்கி இருக்கிறதா? பிரிட்டிஷ் பழமைவாதிகளுக்கு 'கிறிஸ்தவம்' என்பது தங்களின் தத்துவத்தின் கட்டுமானம். ஸ்கர்ட்டனுக்கும்கூடத் தன்னளவில் 'உடமைகளுக்கு, குடும்ப உறவுகளை உறுதிசெய்து கொள்வதற்கு மற்றும் தர்ம அறச் செயல்களைச் செய்வதற்கு மரியாதைகளை அளித்தது 'கிறிஸ்தவம்'. இது கிறிஸ்தவம் அளித்த நன்கொடை' என வாதம் செய்வார். ஆனால் கிறிஸ்தவத்தில் நம்பிக்கை கொள்வது தேசியசமூகத்தின் ஓர் உறுப்பினராக இருப்பதற்குக் கட்டாயம் அல்ல. அவரைப்பொருத்தவரை பிரிட்டிஷ் முஸ்லீம்களும், பிரிட்டிஷ் இந்துக்களும் கிறிஸ்தவர்களாக மதம் மாறுவதோ அல்லது கிறிஸ்தவம்தான் முதன்மையானது என்று ஏற்றுக்கொள்வதோ தேசிய வாழ்வில் பங்கேற்பதற்குத் தேவை இல்லை.

அதற்குமாறாக இந்தியாவில் உள்ள, ஆர்.எஸ்.எஸ்., இந்து மகாசபா மற்றும் அதன் பரிவாரங்களால் வெறுப்பேற்றப்பட்ட, இந்து பழமைவாதிகளோ, 'தேசத்தைச் சார்ந்தவர்கள் என்பது மிகவும் சிக்கலான 'மதச்சார்போடு பின்னிப்பிணைந்தது' என்று நம்புகிறார்கள். வி.டி சாவர்க்கர் தந்தையர் நாடு என்பதை 'பித்ரு பூமி' என்றும், ஒருவரது மத நம்பிக்கையின்பாற்பட்ட

புண்ணிய இடங்களை 'புண்ய பூமி' என்றும் விளக்கம் செய்து இந்த இரண்டையும் இந்தியாவில் கொண்டவர்கள்தான் இந்தியர்கள் என்றார். சாவர்க்கருக்கு இந்தியாவில் இந்துக்களும், சீக்கியர்களும் ஒரேமாதிரியானவர்கள். ஆனால், முஸ்லீம்களோ, கிறிஸ்தவர்களோ அவ்வாறு அல்ல. இந்து மற்றும் சீக்கியர்களின் புனிதத்தலங்கள் இந்தியாவுக்குள்ளேயே இருக்கின்றன. முஸ்லீம் கள் மற்றும் கிறிஸ்தவர்களின் புனிதத்தலங்கள் வேறு எங்கோ உள்ளன. சாவர்க்கரின் இந்த சிந்தனை உடனடியாக இந்திய முஸ்லீம்கள் மற்றும் இந்தியக் கிறிஸ்தவர்களின் நாட்டுப் பற்றைச் சந்தேகத்திற்குள்ளாக்கியது.

ஸ்கார்ட்டன் போன்ற பிரிட்டிஷ் பழமைவாதிகளுக்கு பெரும் பான்மை மதம் என்பது தேசிய குணாம்சங்களில் ஒன்று. ஆனால், அதற்கு மறுதலையாக இந்தியப் பழமைவாதிகளுக்கோ மதத்தைச் சார்ந்திருப்பது கட்டாயம். இந்துக்கள், சீக்கியர்கள், ஜைனர்கள் மட்டுமே தேசிய சமுதாயத்தில் உண்மையான உறுப்பினர்கள்.

வரலாற்று ஆய்வாளர் தர்மகுமார் ஒருமுறை சுட்டிக்காட்டியது போல இந்த 'இந்துதான் முதலில்', 'இந்துவாக இருப்பதுதான் இந்தநாட்டின் குடிமகனாக இருப்பதற்கு முக்கியம்' என்பது மத்தியகால இஸ்லாமிய அரசியல் சித்தாந்தத்தைப்போலக் கேலிக்குரியது. அப்போது அவர்கள் "முஸ்லீம்கள் மட்டுமே முழு ரத்தம் பாயும் குடிமக்களாவார்கள்" என்றார்கள். 'யூதர்களும், கிறிஸ்தவர்களும் 'திம்மு' என மக்கள்தொகைக் கணக்கில் பெயர் கொண்டவர்கள் மட்டுமே. அவர்கள் அரசியலிலும், பொது விஷயங்களிலும் கலந்துகொள்ளாதவரையிலும் வேலை செய்ய, பிரார்த்தனை செய்ய, சொத்துக்களை வாங்க அனுமதிக்கப் படுவார்கள்' என்றார்கள்.

மேற்கத்திய காலனி ஆதிக்கத்தின் தாக்கத்தால் 19ஆம் நூற்றாண்டின் இரண்டாம் பாதியில் தோன்றிய நவீனகால இந்து பழமைவாதம், பிரிட்டிஷாருக்கு முந்தைய, இஸ்லாமியர் காலத்திற்கு முந்தைய பழங்காலத்தை நோக்கித் திரும்பிவிட்டது. குறிப்பாக 19ஆம் நூற்றாண்டிலும், 20ஆம் நூற்றாண்டிலும் இந்தியப் பழமைவாதிகள் 'இந்தியத் தன்மைப்பன்மை' என்ற பெயரில் முஸ்லீம்களையும், கிறிஸ்தவர்களையும் 'தீண்டத்தகாதவர்கள்' என விலக்கி வைத்துவிட்டனர். மோகன்தாஸ் கரம்சந்த் காந்தியை அவரது வாழ்நாளில் கடுமையாக விமர்சித்தவர்கள் இந்து வலதுசாரிகள் என்பது இப்போது மறக்கப்பட்டுவிட்டது.

செல்வாக்கு மிகுந்த இந்து பூசாரிகளில் பலர் "மாற்றியமைக்க முடியாத, எழுதிவைக்கப்பட்ட விதி' என்று நம்புகிற தீண்டாமையை எதிர்த்து காந்தியும் அவரைப் பின்பற்றியவர்களும் சவால்விடுத்துப் போராடியதற்காக அவர்களை 'இந்துக்கள் அல்ல' என்று பகிரங்கமாக அறிவிக்கவேண்டும்" என்று கூட்டாக விண்ணப்பத்தில் கையெழுத்திட்டார்கள்.

தீண்டாமைக்கு எதிராக விடாப்பிடியாக காந்தி மேற்கொண்ட பிரச்சாரமும், சாதியத்தை மேலும் தீவிரமாக விமர்சித்து எழுந்த பி.ஆர்.அம்பேத்கர் போன்றவர்களும் உருவான பிறகு இந்துத்துவா பழமைவாதிகளின் தத்துவங்களும், கருத்துக்களும் பிரச்சாரங்களும் தவிடுபொடி ஆக்கப்பட்டன. இந்தியாவில் இன்னும் பலபகுதிகளில் தீண்டாமை கடைப்பிடிக்கப்பட்டாலும்கூட எந்த ஒரு இந்து சிந்தனையாளரோ, அல்லது அரசியல்வாதியோ இப்பொழுது அதைப் பாதுகாக்க முன்வருவதில்லை.

இருந்தபோதிலும், முஸ்லீம்களையும், கிறிஸ்தவர்களையும் 'தன்மைப்பன்மை'யில் சேர்த்துக் கொள்வதற்கான விருப்பமின்மை தொடர்கிறது. மிகவும் கடுமையான நிலைபாட்டைக் கொண்டுள்ள பழமைவாதிகள் 'இந்த இரண்டு மதங்களைச் சார்ந்தவர்கள்மீது நம்பிக்கை வைக்க முடியாது' என நம்புகிறார்கள். எனவேதான் அங்குமிங்குமாக முஸ்லீம்களையும், கிறிஸ்தவர்களையும் இந்துமதத்திற்கு மாற்றம் செய்திடும் — பிரச்சாரகர்கள் சொல்வதுபோல் 'மீள்மதமாற்றம்' செய்திடும் நிகழ்வுகள் நடத்தப்பட்டு வருகின்றன. எங்கே மதநம்பிக்கையில் மாற்றம் செய்யமுடியாதோ அங்கெல்லாம் முஸ்லீம்களும், கிறிஸ்தவர்களும் 'இந்துக்களின் பூமிக்குத் தங்கள் முதன்மையான கடப்பாட்டை அறிவிக்க, அவர்கள் தங்களை இந்திய முஸ்லீம்கள், இந்தியக் கிறிஸ்தவர்கள் என்று மறுபெயரிடுமாறு வலியுறுத்தப்படுகிறார்கள்.'

இந்த வகையில் இந்தியப்பழமைவாதிகள் தங்களுக்கு இணையானவர்களாக —பிரிட்டிஷாரோடு அல்ல — அமெரிக்கர்களோடு நெருக்கம் கொண்டிருக்கிறார்கள். அரசியல் விஞ்ஞானி சாமுவேல் ஹட்டிங்டன் தனது 2004ல் எழுதிய நூலான 'நாங்கள் யார்?'-*Who are We?*-யில் அமெரிக்கர்களின் மதக் கோட்பாடு *(American Creed)* பற்றிய விளக்கத்தை அளிக்கிறார். அதில் உள்ளடங்கிய கூறுகளாக உள்ளவை: 'கிறிஸ்தவ மதம், புரோட்டஸ்டண்ட் மதிப்பியல்கள், ஒழுக்கநெறி, தொழில்

அறம், ஆங்கிலமொழி, பிரிட்டிஷ் சட்ட மரபுகள், நீதி, அரசு அதிகாரத்தின் எல்லைகள், ஐரோப்பியக் கலை இலக்கியங்களின் தொடர்ச்சி, தத்துவம் மற்றும் இசை ஆகியன. (அமெரிக்க ஐக்கிய நாடுகள் சில காரணங்களுக்காக) பாகிஸ்தான் முஸ்லீம் சமுதாயமாகவும், இஸ்ரேல் யூத சமுதாயமாகவும் உருவாக்கப் பட்டதுபோல் அமெரிக்கா 'புரோட்டஸ்டண்ட் சமுதாயமாக' உருவாக்கப்பட்டது.

ஹட்டிங்டனைப் பொருத்தவரை அமெரிக்க ஐக்கிய நாடுகள் 'ஒற்றை தேசியக் கலாச்சார எண்ணப்பரவலைக் கொண்டநாடு' என விளக்குகிறார். அமெரிக்காவின் இந்த மதக்கோட்பாடு போர் மற்றும் சமாதான காலங்களில் நாட்டை ஒன்றுபடுத்தியிருக்கிறது. தனது குடிமக்களுக்கு ஒருங் கிணைந்த நோக்கங்களுக்கான அடையாளத்தைத் தந்திருக் கிறது. ஹட்டிங்டன் கூற்றுப்படி 'தெள்ளத்தெளிவாக புரோட் டஸ்டண்டியத்தின் அடிப்படையில் அமையாமல் இந்த மதக் கோட்பாடு கட்டமைக்கப்பட்டிருக்கிறது. அமெரிக்காவின் வரலாறு நெடுகிலும் வாழ்ந்த மக்கள் வெள்ளையர்கள் அல்ல. பிரிட்டிஷ் ஆங்கிலோ சாக்சன் புரோட்டஸ்டண்ட்கள், அமெரிக்காவின் ஆங்கிலோ சாக்சன் புரோட்டஸ்டண்ட்களின் கலாச்சாரத்தையும், மதிப்பியல்களையும் ஏற்றுக்கொண்டு அமெரிக்கர்கள் ஆனார்கள்.

அமெரிக்காவின் — அல்லது புரோட்டஸ்டண்ட் மதத்தின் பல பிரிவுகளையும்விட, நவீன இந்தியாவின் பழமைவாதம் மதத்திற்கு மிகுந்த மேலாதிக்கம் தருகிறது. இவர்களுக்கு 'இந்து தேசியத்தன்மை' என்பது இந்து மதத்தை மையமாகக் கொண்டிருக்கிறது இந்துத்துவாவின் மதிப்பியல்கள் பகவத் கீதையிலும், சமஸ்கிருதத்தை மீட்டெடுத்துப் பரப்புவதிலும் உள்ளது: இதில்தான் இந்துக்காவியங்களும், சமய நூல்களும் எழுதப்பட்டுள்ளன எனப் பிரச்சாரம் செய்கின்றனர்.

ஐரோப்பாவில் அல்லது அமெரிக்கப் பழமைவாதிகளுக்கு நாட்டின் மீதான பற்று என்பதைக் காட்ட — வேறு நாடுகளி லிருந்தும், வேறுகண்டங்களிலிருந்தும் குடிபெயர்ந்து வந்தவர்கள் கூட தங்கள் கலாச்சாரப் பாரம்பரியங்களிலிருந்து விலகி நிற்க வேண்டும் என்ற தேவை இல்லை. இந்து பழமைவாதம் அதற்கு மாறாக அன்னிய நாடுகளின் மீதான வெறுப்பு, தனதே உயர்ந்தது என்று போற்றிக்கொண்டாடும் போக்கு என்ற

இரண்டின் கலவையாக உள்ளது. ஒருபக்கத்தில் அது வெளி யாரையும், வெளிப்புறச் செல்வாக்குகளையும் வெளியே நிறுத்த விரும்புகிறது. அதற்காக வெளிநாட்டு அறிவாளிகளின்மீது அவதூறுகளைப் பரப்பித் தூஷிக்கிறது. 'மெக்காலே, மில், மார்க்ஸ்' எனப்பட்டியலிட்டு நிந்திக்கிறது. மறுபக்கம் இந்துக்கள் மற்ற நாகரிகங்களைவிட, மற்ற நாடுகளைவிடக் கலாச்சாரத்திலும், அறிவாற்றலிலும் மிக உயர்ந்தவர்கள்: நாங்கள் அதன் வாரிசுகள் எனத்தற்பெருமை கொண்டாடுகிறது. இதன்படி வேதங்கள்தான் உலகின் பழமையான புனித நூல்கள்; உபநிஷத்துகளும், கீதையும் மிகவும் ஆழமான கருத்துக்களைக்கொண்ட தத்துவங்கள் என்று கூறுகிறார்கள். வேறு யாருமில்லை: பிரதமர் மோடியே கூட யானைத்தலையை உடைய கணேசர் (விநாயகர்) இருப்பது இந்துக்கள் பழங்காலத்திலேயே பிளாஸ்டிக் அறுவை சிகிச்சை யில் விற்பன்னர்களாக இருந்திருக்கிறார்கள் என்பதற்கு எடுத்துக் காட்டு என்கிறார்.

இந்தப் பழமைவாதிகள் தங்கள் நாடு வலிமையும், செல்வமும் பெற்றதற்குப் பிறகு இந்த உலகத்தையே இந்தியாவைப்போல ஆக்குவதற்குத் தாங்கள் விதிக்கப்பட்டவர்கள் என மிக நீண்ட காலமாக நம்பிக்கொண்டிருக்கிறார்கள். ஜனசங் கட்சியைத் தோற்றுவித்தவரான ஷியாம் பிரசாத் முகர்ஜியின் பார்வை அதற்கான சாட்சியமாக உள்ளது. 1944 டிசம்பரில் பிலாஸ்பூரில் ஒருகூட்டத்தில் பேசிய அவர் அழுத்தமாகக் கூறினார்; இந்து யிசத்தின் மீட்சி இந்தியாவில் உள்ள கோடிக்கணக்கான மக்களின் துன்பங்களைப் போக்குவது மட்டுமல்ல: எஞ்சியுள்ள இந்த உலகத்தையும் அவ்வாறே ஆக்கும்'. மேற்கத்திய பொருள் முதல் வாதிகளைப் போல அல்லாமல் இந்துயிசம் மனிதனின் ஆன்மீக இயல்பின்மீது அழுத்தம் கொண்டிருக்கிறது. இந்தியாவைத்தவிர வேறு எந்த நாடும் ஒரு புதிய மானுட நாகரிகத்தை உருவாக்க மிகச்சரியான சித்தாந்தத்தைத் தர முடியாது' என்றார்.

இந்து பழமைவாதம் பழமையை மீட்க முயல்கிறது. வெளிச் செல்வாக்குகளாலோ, வேற்று நாகரிகங்களாலோ மாசு படாத தூய்மையான கடந்த காலத்தைக் கொண்டுவரப் பின்னோக்கிப் பயணம் செய்கிறது. அதே நேரத்தில் இந்து தேசியம் மற்றவர்களைவிடத் தன்னை மிக உயர்வாகக் கொண்டாடிக்கொள்கிறது. பிறநாடுகளையும், கலாச்சாரங் களையும் தன்னைப் போலவே படைக்கப்போவதாகவும் சொல்லிக் கொள்கிறது. இந்த இரண்டுபோக்குகளும் ஒன்றுக்

கொன்று எதிரான, சுய பரிசோதனை செய்துகொள்ளப்பட வேண்டியவை. இவை அறிவாற்றலைக் கட்டமைக்கும் வேலைகளில் தவிர்க்க முடியாதவை.

3

இந்தியாவில் பழமைவாத அறிவுஜீவிகள் ஏன் அரிதாகவே உள்ளார்கள்? இதைப்புரிந்து கொள்ள இந்தக் கேள்வியைச் சற்றுமாற்றி, 'இந்த நாட்டின் அறிவார்ந்த வாழ்வில் லிபரல் மற்றும் சோசலிச மரபுகள் ஏன் மிகவும் ஆதிக்கம் செலுத்துபவையாக உள்ளன?' என்று பார்ப்போம்.

19ஆம் நூற்றாண்டில் இந்தியாவின் முதல் நவீனப் பல்கலைக் கழகங்கள் தோற்றுவிக்கப்பட்டன. அப்போது இந்தத் துணைக் கண்டம் பிரிட்டிஷாரின் கட்டுப்பாட்டுக்குள் இருந்தது. மேற்கு உலகைப்போல அல்லாமல் சமூக விஞ்ஞானங்கள் என்று அறியப்படுபவை காலனிய ஆட்சியின் அனுபவங்களிலிருந்து உருப்பெற்றன. அதேவேளையில் இந்திய சமுதாயம் இங்கு ஆழமான பொருளாதார அசமத்துவங்கள் நிலவி வந்ததைக் குறித்துக்கொண்டது. அன்னிய ஆட்சியும், முடிவில்லா ஏழ்மையும் நிலவிவந்த காலகட்டத்தில் இந்திய சமூக விஞ்ஞானிகள் இயல்பாகவே பின்னோக்கிப் பார்ப்பதற்குப்பதிலாக, 'எங்கள் நாடு எப்போது சுதந்திரம் பெறும்? இந்தியா சமத்துவமான குடிமக்களைக்கொண்ட ஒரு நாடாக எப்போது எழுந்து நிற்கும்?' என்ற காலத்தைத்தேடி முன்னோக்கிச் சிந்தித்தார்கள். மான்ஹீமின் வார்த்தைகளில் சொல்வதானால் இருபதாம்

நூற்றாண்டு இந்தியாவைப் பழமைவாதத்தைவிட விபரலிஸமும், சோசலிஸமும் மிகவும் கவர்ச்சியாகக் கௌவிப்பிடித்தன.

காலனிய ஆட்சியிலும், வறுமையிலும் மக்கள் எதைப் பெற்றிருந்தார்களோ அதைப் பாதுகாப்பதைவிட இந்திய அறிவு ஜீவிகள் அரசியல் அடிமைத்தனத்திலிருந்தும், சமூக ஏற்றத் தாழ்வுகளிலிருந்தும் விடுதலைபெற்ற ஒரு புதிய உலகத்தைப் படைக்க விரும்பினார்கள். தேசிய அரசியல்வாதிகளால் இந்தக் கருத்துக்கள் பரப்பப்பட்டன. நாட்டுவிடுதலையை நோக்கிய இந்தப்பயணத்தில் இந்தியாவின் பலதலைமுறைகளைச் சார்ந்த சிந்தனையாளர்கள், செயல்பாட்டாளர்கள், அரசியல்வாதிகள் மற்றும் சமூக சீர்திருத்தவாதிகள் மிகச்சிறந்த அறிவார்ந்த உயர்ந்த படைப்புக்களையும், அரசியல் பகுப்பாய்வுகளையும் எழுதினார்கள்.

இவர்களில் செல்வாக்குமிக்கவராக மிகச்சிறந்த லிபரல் சிந்தனையாளராக ஜான்ஸ்டூவர்ட்மில், மற்றும் ஜான்மோர்லே ஆகியோர் சிந்தனைமரபில் வளர்ந்த கோபால கிருஷ்ண கோகலே விளங்கினார். ஜான்ஸ்டூவர்ட்டும், ஜான்மோர்லேவும் தங்கள் நாட்டுமக்கள் அனுபவித்துவரும் ஜனநாயக உரிமைகளை இந்தியநாட்டு மக்களுக்கும் அளிக்கவேண்டும் என பிரிட்டிஷ் அரசை வலியுறுத்தினார்கள். ரஷ்யப்புரட்சியாலும், பிரிட்டிஷ் ஃபேபியன் சிந்தனைகளாலும் ஈர்க்கப்பட்ட நவீன சோசலிஸ சிந்தனையாளரான ஜவஹர்லால் நேரு, முற்போக்குச் சிந்தனை களின் இருப்பிடமாக விளங்கிய கொலம்பியா பல்கலைக்கழகம், மற்றும் லண்டன் ஸ்கூல் ஆஃப் எகனாமிக்ஸ் ஆகியவற்றில் படித்த பொருளாதார நிபுணரும், சட்டமேதையுமான பி.ஆர்.அம்பேத்கர் பெர்லினில் அரசியல் விஞ்ஞானத்தில் பிஹெச்.டி. பெற்றவரும், நாஜிக்கொடுமைகளை நேரடியாக அனுபவித்து வாழ்நாள் முழுவதும் சோசலிஸ்டாக வாழ்ந்தவருமான ராம்மனோகர் லோகியா, அமெரிக்காவில் மாபெரும் பொருளாதார வீழ்ச்சிக் காலத்தில் அங்கு படித்துக்கொண்டு வேலை பார்த்தவருமான இடது சிந்தனையாளர் ஜெயப்பிரகாஷ் நாராயண் ஆகியோர் இருந்தனர்.

கோகலே, நேரு, அம்பேத்கர், லோகியா, நாராயண் ஆகியோர் இந்தியா மற்றும் உலக நடப்புகளைப்பற்றி விமர்சித்து, இந்தியா விடுதலை பெற்றபிறகு அதன் பொருளாதார மற்றும் சமூக சீர்திருத்தங்கள் எவ்வாறு அமையவேண்டும் என்ற தங்கள்

ஆலோசனைகளைச் சிறப்பான எழுத்துக்கள் மூலம் தந்தவர்கள். இந்தவகையில் லிபரல் மற்றும் இடதுசாரி சிந்தனையாளர்கள் செயல்பாட்டாளர்கள் வரிசையில் அணிவகுக்க ஒரேஒரு பழமைவாதியாக வி.டி.சாவர்க்கர் இருந்தார். அவர் இறப்புக்குப் பிறகு ‘இந்து உரிமை’யின் அடையாளச் சின்னமாக்கப்பட்டார். ஆனால் அவரது கடைசிக்காலங்கள் இருள்சூழ்ந்த மர்மமாகவே இருந்தது.

காலனிய ஆட்சியின்போது மேற்கத்தைய அரசியல் தாக்கங்களுக்குள் வராதவர்களில் இரண்டு முக்கியமான சிந்தனையாளர்கள் — செயல்பாட்டாளர்கள் இருந்தார்கள். அவர்கள்தான் ரவீந்திரநாத் தாகூர் — மோகன்தாஸ் காந்தி. நேரு தன்னை சோசலிஸ்ட் என்று அறிவித்துக்கொண்டார். ஆனால் இந்த இருவரும் அம்பேத்கர் கணிப்பின்படி லிபரல்களோ, சோசலிஸ்ட்களோ அல்ல. இருந்தாலும் இவர்கள் இருவரும் பொதுப்பிரச்சனைகள் பற்றி விரிவாக எழுதினார்கள். அவை மிகக்கவனமாக இந்திய இளைஞர்களால் படிக்கப்பட்டன. தேசியவாதம் பற்றிய தாகூரின் கடுமையான விமர்சனங்கள் இந்திய அறிவுஜீவிகளை — உலகத்துடனான அவர்களது அணுகுமுறைகளில் அன்னிய நாட்டினர் மீதான வெறுப்பைத் தணியச்செய்தன.. அந்தக் கவிஞரைப்போல உலகின் எந்த மூலையிலிருந்து ஒளி பிறந்தாலும் அதைப்போற்றவேண்டும் என நம்பத் துவங்கினார்கள். அதேவேளையில் தீண்டாமைக்கு எதிரான காந்தியின் பிரச்சாரங்களும், இந்து—முஸ்லீம் ஒற்றுமைக் காக வாழ்நாள் முழுதும் அவர் நடத்திய போராட்டங்களும் இந்தியாவின் தன்மைப்பன்மையில் *- First - Person - Plural -* சாதிய இந்துக்களை மட்டுமல்ல மற்றவர்களையும் அணைத்துச் செல்ல வேண்டும் என அறிவுஜீவிகளை உற்சாகப்படுத்திச் சிந்திக்க வைத்தது.

இந்த வகையில் பிந்தைய காலனி ஆட்சியில் இந்தியாவின் தீர்மானகரமான அரசியல்போக்கு புகழ்பெற்ற அரசியல்வாதி களிடம் மட்டுமல்ல: அறிவுஜீவிகளிடமும் லிபரல் மற்றும் சோசலிஸ சிந்தனைகள் பரவி உற்சாகப்படுத்தியது. இந்தக் கருத்துக்கள் பின்னர் நிறுவன வடிவமாக உருவெடுத்தன. 1930—ல் கோகலேயின் விசுவாசியும், அம்பேத்கரின் நண்பருமான டாக்டர் காட்கில் ‘கோகலே இன்ஸ்ட்டிட்யூட் ஆஃப் பாலிடிக்ஸ் அண்ட் எக்கனாமிக்ஸ்’ என்ற இந்தியாவின் முதல் அரசியல் விஞ்ஞான ஆய்வு மையத்தை நிறுவினார். ஓராண்டுக்குப்பிறகு தாகூர்

மற்றும் நேருவின் நெருங்கிய சகாவான பி.சி.மகனலோபிஸ் 'இந்தியன் ஸ்டாடிஸ்டிகல் இன்ஸ்ட்டிட்யூட்' ஐ நிறுவினார். இது சுதந்திர இந்தியாவில் ஐந்தாண்டுத் திட்டங்களை வரைய ஒத்துழைத்தது. 1949—ல் காந்தியையும் நேருவையும் போற்றிய, கேம்ப்ரிட்ஜில் பொருளாதாரம் பயின்ற வி.கே.ஆர்.வி.ராவ் 'டெல்லி ஸ்கூல் ஆஃப் எக்கனாமிக்ஸ்' என்ற இந்தியாவின் முதன்மையான பொருளாதார ஆய்வு மற்றும் கற்பித்தல் அமைப்பை ஏற்படுத்தினார். (1959—ல் சமூகவியல்துறையை அமைத்ததன் மூலம் இந்த டெல்லிப் பள்ளி இந்தத்துறையில் இந்தியாவின் தலைசிறந்த நிறுவனமாக விளங்கியது) 1963—ல் ஜெயப்பிரகாஷ் நாராயணின் நண்பர் ரஜினி கோத்தாரி 'சமுதாய வளர்ச்சிக்கான ஆய்வு மையத்தை' நிறுவினார். அப்போதிருந்தே இந்த மையம் அரசியல் விஞ்ஞானத்தில் இந்த நாட்டின் முதன்மை ஆய்வு மையமாக அங்கீகரிக்கப்பட்டது.

1950களிலும் 1960களிலும் மார்க்சீயத்தின் தாக்கம் இந்திய அறிவுஜீவிகள் மத்தியில் உறுதியாக வளர்ச்சி பெற்றது. சோவியத் நாட்டின் தொழில்மயமாக்கலால் தெளிவாகத் தெரிய வந்த சாதனைகளும், இவை ஜெர்மானியர்களைப் போரில் வீழ்த்தியதும், விண்வெளி ஆய்வில் அமெரிக்கர்களுடன் போட்டியிட்டு முன்னிலை பெற்றதும் — அண்டை நாடான சீனாவில் விவசாயிகளின் தலைமையிலான புரட்சியின் வெற்றியும், மார்க்ஸ் தனது பொருளாதார சமூகவியல் எழுத்துக்கள் மூலம் விடுத்த கிளர்ச்சியூட்டும் அழைப்பும் — இந்தியாவில் நிலவிவந்த வர்க்கவேறுபாடுகளும், கேரளா மற்றும் மேற்கு வங்கத்தில் தேர்தல்களில் பெற்ற வெற்றிகளும் இதில் பெரும் பங்கு வகித்தன. வரலாற்றுத்தளத்தில் மார்க்சியத்தின் செல்வாக்கு மிகவும் குறிப்பிடத்தக்கதாக இருந்தது. பல்வேறு துறைகளில் வழிகாட்டும் எழுத்துக்களும், 'பழங்கால இந்தியா' பற்றி அறிஞர் டி.டி.கோசாம்பி இயந்திர கதியில் அல்லாமல் விமர்சனப்பார்வையோடு வகுத்த 'மார்க்சீயப் பகுப்பாய்வு' முறையும் இதைச் செழுமைப்படுத்தியது.

சுதந்திர இந்தியாவின் அறிவுடைமையின் வரலாற்றை, இதில் இடமும் செல்வாக்கும் பெறுவதற்காக லிபரல்களுக்கும், இடதுசாரிகளுக்கும் இடையே நடைபெற்ற ஒரு போராட்டமாகப் பெரிதுபடுத்தி ஒருவர் சித்தரிக்க முயலலாம். டெல்லி ஸ்கூல் ஆஃப் எக்கனாமிக்ஸ் போன்ற சில மையங்கள் லிபரல்களின் ஆளுகைக்கு உட்பட்டிருந்தன. ஜவஹர்லால் நேரு பல்கலைக்கழகம் போன்ற

பிற மையங்கள் மார்க்சிஸ்ட்களின் செல்வாக்கின்கீழ் இருந்தன. லிபரல்களுக்கும் மார்க்சிஸ்ட்களுக்கும் நடுவில் — மார்க்ஸ் அல்லது லெனினைவிட— லோகியா மற்றும் நாராயணின் செல்வாக்கின்கீழ் சோசலிஸ்ட்கள் இருந்தார்கள். சோசலிஸ்ட் அறிவுஜீவிகள் தனி நபர்களையோ அல்லது மாநிலத்தையோ சாராமல் சமுதாய இனப்பிரிவுகளில் நிலைகொண்டார்கள். இதன்படி அவர்கள் சாதியை அடிப்படையாக கொண்டு மிகவும் பெரிய உடன்பாடான நடவடிக்கைகளை வேண்டினார் கள். பொருளாதார வளர்ச்சியில் கிராம சமுதாயம் ஒரு மையப் புள்ளியாக ஆக்கப்படவேண்டும் என்றார்கள்.

இந்த மூன்று முக்கிய முகாம்களுக்கிடையே நடைபெற்ற விவாதங்கள் அடிக்கடி நடவடிக்கைகளுக்குத் தூண்டுபவை களாகவும், கூர்மையாகவும் நடைபெற்றன. லிபரல்கள் காலனி யாதிக்கம் இந்தியாவுக்கு நல்லது, கெட்டது என இரண்டுமாக இருந்தது என்று சிந்தித்தார்கள். சோசலிஸ்ட்களும், மார்க் சிஸ்ட்களும் பிரிட்டிஷ் ஆட்சியை இருண்டது என வர்ணித் தார்கள். லிபரல்கள் அரசு தனது அதிகாரத்தை மட்டுப் படுத்திக்கொண்டு தனிநபர்களின் குடியாட்சி உரிமையைத் தக்கவைத்துக்கொள்ள வேண்டும் என்றார்கள். மார்க்சிஸ்ட்கள் பொருளாதாரம் மற்றும் சமூகவாழ்வில் அரசு தலையிட்டுச் செயல்படவேண்டும் என விரும்பினார்கள். லிபரல்கள் இந்தியா மேற்கு உலக நாடுகளுடன் நெருங்கிய தொடர்புகளைக் கொண்டிருக்கவேண்டும் என்பதற்கு முன்னுரிமை அளித்தார்கள். மார்க்சிஸ்ட்கள் சோவியத் ஆதரவு வெளியுறவுக்கொள்கை வேண்டும் என்றார்கள். மார்க்சிஸ்ட்கள் வர்க்கங்களின் முதன்மையை வலியுறுத்தினார்கள். சோசலிஸ்ட்கள் சாதியை முதன்மைப்படுத்தினார்கள். லிபரல்களோ தனிநபர்களை முன்னிறுத்தினார்கள்.

ஒட்டுமொத்தமாக இந்த விவாதங்களில் காணாமல்போன குரல்கள் பழமைவாதிகளுடையதாக இருந்தன. லிபரல்களும், மார்க்சிஸ்ட்களும் தங்களுக்குள் ஒருவரை ஒருவர் ஏற்றுக் கொள்ளாவிட்டாலும் இந்தியாவின் அறிவார்ந்த வாழ்வில் ஆதிக்கம் செலுத்தினார்கள். அவர்கள் மிகவும் செல்வாக்குமிக்க பல்கலைக்கழகங்களின் துறைகளையும், ஆய்வுமையங்களையும், அரசு நிதி உதவியில் செயல்பட்ட 'இந்திய சமூக விஞ்ஞான ஆய்வுக்கழகம்', 'இந்திய வரலாற்று ஆய்வுக் கழகம்' ஆகிய வற்றைத் தங்கள் கட்டுப்பாட்டில் வைத்திருந்தார்கள். இந்த

அறிஞர்கள் சுதந்திரத்துக்கு முன்னும், பின்னும் முக்கியத்துவம் பெற்றார்கள். லிபரல்கள் மற்றும் சோசலிஸ்ட்கள் இளைய தலைமுறையினருக்குப் பயிற்சி அளித்து வளர்த்தார்கள். இது கொள்கைகளை வெறுமனே கற்பித்தது மட்டுமல்ல, அந்தக் காலகட்டத்தின் உணர்வுகளைப் பாதுகாத்ததுமாகும். காலனிய நுகத்தடியிலிருந்து விடுபட்ட இந்தியாவும், இந்தியர்களும் ஓய்வின்றி இந்தியாவை நவீனமயமாக்க, தொழில்மயமாக்க, பகுத்தறிவுக் கொள்கைகளையும், சிந்தனைகளையும் பரப்ப, சமுதாயத்தின் பிற்பட்ட நிலையைக் குறைக்க — குறிப்பாக கேடுவிளைவிக்கும் சாதியத் தப்பெண்ணங்களைப் போக்க, ஏழ்மைக்கு — குறிப்பாக — கிராமப்புற ஏழ்மைக்கு முடிவுகட்ட உறுதி மேற்கொண்டார்கள். எதிர்காலம் சமிக்கைகளைக் காட்டியது. இறந்த காலமோ வழிமறைத்து நின்றது.

எனது சில தனிப்பட்ட அனுபவங்கள் இங்கு பொருத்தமாக இருக்கும். 1974ல் பி.ஏ., பட்டம்பெற நான் டெல்லி பல்கலைக் கழகத்தில் சேர்ந்தேன். 10 ஆண்டுகளுக்குப்பிறகு எனது ஆய்வை முடித்து டாக்டர் பட்டம் பெற்றேன். இந்திய அறிஞர்களோடு கடந்த 40 ஆண்டுகளாக நான் வாழ்ந்தபோதும், வேலை செய்தபோதும் நூற்றுக்கணக்கான சமூக விஞ்ஞானிகள், வரலாற்று அறிஞர்களை நான் சந்தித்தேன். அவர்களோடு பேசினேன். அவர்களைப் படித்தேன். இவற்றின் மூலம் நான் உருவானேன். இவர்களில் ஏராளமானோர் இந்தக்கட்டுரையில் குறிப்பிடப்பட்டுள்ள மார்க்சிஸ்ட்கள், மாவோயிஸ்ட்கள், அம்பேத்கரிஸ்ட்கள், லோகியாவிஸ்ட்கள், உடனிருந்த லிபரல்கள், உயர்நிலை லிபரல்கள், நேருவிஸ்ட்கள், காந்தியிஸ்ட்கள் — ஆனால் எந்த ஒரு வகுப்பறையிலும், கூட்ட அரங்குகளிலும் தன்னை வலதுசாரி என அடையாளப்படுத்திக் கொண்ட அல்லது அந்தக்கருத்துக்கு உடன்பாடு தெரிவித்த எந்த ஒருவரையும் சந்தித்ததை என்னால் நினைவுகூர முடியவில்லை. இதுதான் ஒருவேளை இன்றுவரை இந்தியக்கல்வி அமைப்பில் லிபரல் மற்றும் இடதுசாரி சிந்தனைகள் முழுஆளுமை கொண்டிருந்த நிலை.

இந்த நூற்றாண்டின் முடிவில், அல்லது எனக்கு முந்தைய இரண்டு தலைமுறைகளில் தங்களது அறிவுத்திறனாலும், படைப்புக்களாலும் சிறந்து விளங்கிய வரலாற்று அறிஞர்களில்— இர்பான் ஹபீஃப், ஆர்.எஸ்.சர்மா, ரணஜித் குஹா, ரொமிலா தாபர், பிபின் சந்திரா, அமலேந்து குஹா, சுமித் சர்க்கார் மற்றும்

சவ்யஷாஷி பட்டாச்சார்யா ஆகியோர் அடங்குவர். இவர்கள் அனைவரும் சிறிய அல்லது பெரிய அளவில் மார்க்சியத்தால் ஈர்க்கப்பட்டார்கள். அசின்தாஸ் குப்தா, தர்மகுமார், பார்த்த சாரதி குப்தா, அமலேஷ் திருபாதி, ரஜத் காந்த ராய், மஸ்ரூல்ஹாசன் மற்றும் தபன்ராய் சௌத்திரி ஆகியோர் லிபரல்கள். தலைசிறந்த அரசியல் விஞ்ஞானிகளில் லிபரல் களான ரஜினி கோத்தாரி, பஸிருத்தீன் அஹமது, ரமேஷ்ரே ராய், மார்க்சிஸ்ட்களான ஜாவேத் ஆலம், பார்த்தா சாட்டர்ஜி மற்றும் தாகூர் — காந்தியின் புகழ் பாடுபவராக — மரபுசார்ந்த பிரிவுகளால் வகைப்படுத்தப்படுவதை மறுத்த ஆஷிஷ் நந்தி லிபரல்கள் என்று தங்களை அடையாளப்படுத்திக் கொண்ட புகழ்பெற்ற சமூகவியலாளர்களான எம்.என்.சீனிவாஸ், ஆந்த்ரே பட்டெய்லி, குடும்பம், குடும்ப உறவுகள், மதம் போன்ற பழமை வாதக் கொள்கைகளை ஆய்வு செய்திருந்தாலும் தன்னை ஒரு லிபரல் என்ற டி.என். மதன், 1960—1970களில் மிகவும் அறியப் பட்ட புகழ்பெற்ற பொருளாதார அறிஞர்களான கே.என்.ராஜ், அமர்த்திய சென், வி.எம்.தாண்டேகர், அமித் பாதுரி, கிருஷ்ண பரத்வாஜ், பிரணாப் பர்தான், பிரபாத் மற்றும் உஷா பட்நாயக், அசோக் ருத்ரா ஆகியோர் இடதுசாரிக் கொள்கைகளின்பக்கம் நிற்பவர்கள்.

ரோஜர் ஸ்கர்ட்டன் தனது *'How to be a Conservative?'* நூலில் 'பிரிட்டனிலும், அமெரிக்காவிலும் 70% கல்வியாளர்கள் — அறிஞர்கள் தங்களை 'இடது சார்பாளர்' என இனம் கண்டு கொள்கிறார்கள்' என்கிறார். இந்த நாடுகளில் கற்பித்த எனது சொந்த அனுபவம் இந்தக்கருத்தை ஆதரிக்கிறது. அமெரிக்க ஐக்கிய நாடுகளிலும், இங்கிலாந்திலும் உள்ள தலைசிறந்த கல்வி நிறுவனங்களில் உள்ள பழமைவாத அறிஞர்கள் தாங்கள் அடக்கி வைக்கப்பட்டிருப்பதாக உணர்கிறார்கள். இந்தியா வில் உள்ள சிறந்த ஆய்வுமையங்களில் நிலைமை இன்னும் மோசமாக இருக்கிறது. இங்கு பழமைவாதிகள் மிகவும் சிறு பான்மையினராக, ஆதரவற்றவர்களாக உள்ளார்கள். அவர்கள் எண்ணிக்கையில் குறைந்தவர்கள் மட்டுமல்ல: அடிக்கடி காணா மல் போனவர்களும்கூட.

4

இப்போது கேட்கலாம்: இந்தியாவில் எங்காவது செல்வாக்கு மிக்க பழமைவாத அறிவுஜீவிகள் இருந்திருக்கிறார்களா? இதற்குத் தகுதியான பதில் 'ஆம்' என்பதே.

மூன்று பெயர்கள் நினைவுக்கு வருகின்றன. வரலாற்றாளர்கள் ரமேஷ் சந்திர மஜூம்தார், ராதா குமுத் முகர்ஜி, மற்றும் சமூகவியலாளர் ஜி.எஸ்.குர்யே. இருபதாம் நூற்றாண்டின் முதற் பகுதியில் இருந்த இந்த அறிஞர்கள் தங்கள் சொல்வன்மையால் தெளிவாக 'இந்திய தேசியத் தன்மை இந்து கலாச்சாரத்திலும், அதன் உணர்விலும் வேரூன்றி இருக்கிறது' என்ற பார்வையை முன்வைத்தார்கள். இப்போது அவர்கள் பெரும்பாலும் மறக்கப் பட்டுவிட்ட போதிலும் அவர்கள் தங்கள் காலத்தில் மிகவும் செல்வாக்குப் பெற்றிருந்தவர்கள். அவர்கள் தங்கள் செயல்களால் இந்தியாவின் கடந்த, இன்றைய, எதிர்காலங்களில் தாக்கங்களை ஏற்படுத்தினார்கள்.

1888—ல் பிறந்த ஆர்.சி.மஜூம்தார் நீண்டகாலம் துடிப்பாகச் செயலாற்றிய அனுபவம் உள்ளவர். 'ஒருதேசத்தின் வாழ்வில் கூட்டுறவு உணர்வு மிகவும் முக்கியமானது' என்ற தலைப்பில் டாக்டர் பட்டத்துக்கான அவரது ஆய்வுக் கட்டுரை 1918—ல்

வெளியிடப்பட்டது. இதில், 'இன்றைய இந்தியாவில் கலாச்சாரம் என்று குறிப்பிடப்படும் பிரிவு மிகவும் பின்னடைவுக்குள்ளாகி யிருக்கிறது. ஆனால் கடந்த காலங்களில் இது முற்றிலும் மாறு பட்டிருந்தது' என வாதிட்டார். 'பண்டைய இந்தியாவில் ஏறத்தாழ எல்லாத்தளங்களின் செயல்பாடுகளிலும் கூட்டுறவு உணர்வு என்பது குறிப்பிடத்தக்க அம்சமாக விளங்கியது. சமூகம் சார்ந்த, மதம் சார்ந்த, அதேபோல் அரசியல் மற்றும் பொருளாதார வாழ்விலும் அது வெளிப்படையாகத் தெரிந்தது' என நிறுவ விரும்பினார். இந்தப் புத்தகம் 1. பண்டைய இந்தியாவின் அரசியல் வாழ்வில் ஒருங்கிணைந்த செயல்பாடுகள். 2. அரசியல், சமுதாய மதம் சார்ந்த வாழ்க்கைகளில் ஒருங்கிணைந்த அம்சங்களின் கூறுகள் என்ற இரண்டு அத்தியாயங்களைக் கொண்டது.

மஜூம்தார் பண்டைக்கால இந்தியாவின் வரலாற்று ஆசிரிய ராகப் பயிற்றுவிக்கப்பட்டவர். 'வேதகாலம், பண்டைக் கால வங்காளத்தின் வரலாறு என்றநூல்களை எழுதியவர். அவர் தேர்ந் தெடுத்துக்கொண்ட காலகட்டத்தின் மீதான அவரது சொந்த மதிப்பீடுகள் அவர் எழுதிய இரண்டு நூல்களின் தலைப்புக் களிலேயே பிரதிபலிக்கின்றன. அவை: 'தூரக்கிழக்கில் இந்து காலனிகள்', 'தெற்கு மற்றும் கிழக்கு ஆசியாவில் சமஸ்கிருதம்— ஓர் ஆய்வு'. கடல்தாண்டிப் பரவிய இந்துக் கொள்கைகளும், நிறு வனங்களும் அவற்றின் முக்கியத்துவத்துக்கும், செல்வாக்குக்கு மான சான்றுகள் என அவர் வாதிட்டார்.

1950—களில் அவர் தனது 70—ஆவது வயதை நெருங்கிய நிலையில் தனது கவனத்தை நவீன காலத்தின்மீது செலுத்தினார். அதன் பலனாக 'History of The Freedom Movement in India' என்றநூல் 1962—ல் வெளிவந்தது. அதன் முன்னுரையில் பண்டைக்கால இந்தியா பற்றிய ஆய்வுகளில் 40 ஆண்டுகளுக்கும் மேலாக ஈடுபட்ட அவர் தனது அந்திமக்காலத்தில் இந்திய சுதந்திரப் போராட்ட வரலாற்றை ஏன் எடுத்துக்கொண்டார் என்பதை விளக்கினார். அவர் இவ்வாறு குறிப்பிட்டார்:

"இந்தியா தனது சுதந்திரத்தைப் பதினெட்டாம் நூற்றாண்டில் தான் இழந்தது என்ற முன்னுரையுடன் அதிகாரபூர்வ சுதந்திரப் போராட்ட வரலாறு துவங்குகிறது. இதன்படி அன்னிய சக்திகளின்கீழ் அடிமைகளாக இருந்த அனுபவம் இரண்டு நூற்றாண்டுகள் மட்டுமே என்றாகிறது. ஆனால் மறுபக்கத்தில் உண்மை வரலாறு இந்தியாவின் மிகப்பெரும்பகுதி சுதந்திரத்தை

இழந்தது ஐந்து நூற்றாண்டுகளுக்கு முன் என்று அறிவிக்கிறது. 18—ஆம் நூற்றாண்டில் ஆளுவோர்தான் மாறினார்கள்.' இதிலிருந்து, '1947—ல் இந்தியா பிரிவினைக்குள்ளாகப்பட்டதற்கு முக்கியக் காரணம் தேசிய உணர்வைவிட மத உணர்வை முஸ்லீம்கள் எத்தகைய சமாதானத்துக்கும் உட்படாமல் சுதந்திரப் போராட்டத்தின்போது முன்வைத்ததுதான்" என்று மஜூம்தார் குற்றம் சாட்டுகிறார்.

மஜூம்தார் தனது காலத்தில் மிகுந்த செல்வாக்குப் பெற்றிருந்தவர். அவரது எழுத்துக்கள் கல்வியாளர்களுக்கும் அப்பால் நன்கு படிக்கப்பட்டது. 1950—களில் 'The History and Culture of The Indian People'- என்ற புத்தகவரிசை வெளிவர உதவிசெய்து அதன் ஆசிரியராகப் பணியாற்றினார். 'பண்டைக்காலத்திலேயே இந்தியக் கலாச்சரம் தனது உச்சகட்ட வளர்ச்சியை அடைந்துவிட்டது. அதன் பெருந்தன்மையின்மீதும், உயிர்நிலையின்மீதும் முதல் தாக்குதல் முஸ்லீம் படையெடுப்பாளர்களாலும், பின்னர் பிரிட்டிஷாராலும் தொடுக்கப்பட்டது. மீண்டும் சுதந்திரம் பெற்றுள்ள இன்று இந்துக்களின் பண்டைக்கால உயர்ந்த மரபையும், நிறுவனங்களையும் மீட்டெடுப்பதுதான் தேசத்தைக் கட்டமைக்கும் பணியில் மிக முக்கியமானது.'

—இவ்வாறு எழுதும்போது அவரே குறிப்பிட்டுள்ளதைப்போல சுதந்திரப் போராட்டத்தைப் பற்றிச் சிந்திக்கிற பெருத்த நெருக்கடிகளுக்கு எதிராக மஜூம்தார் செல்கிறார்.

காந்தி, நேரு, தாகூர் போன்ற மற்றவர்களுக்கு இந்திய வரலாற்றின் முக்கிய முறிவு பிரிட்டிஷாரின் வருகையோடு நிகழ்ந்தது. ஐரோப்பியர்கள் உண்மையிலேயே அன்னியர்கள். ஆனால் முஸ்லீம்கள் இந்தத் துணைக்கண்டத்தில் நீண்ட நெடுங்காலமாக வாழ்ந்துவருபவர்கள். அவர்கள் உள்ளூர்மக்களோடு தங்களை ஒருங்கிணைத்துக் கொண்டவர்கள். இஸ்லாம் முதன்முதலில் இந்தியாவுக்கு அரபுவணிகர்கள் மூலம் வந்தது. இவ்வாறு கேரளாவின் 'மாப்பிளா முஸ்லீம்கள்' சமுதாயம் குறைந்தபட்சம் எட்டு நூற்றாண்டுகளாக வாழ்ந்து வருகிறது. துருக்கிய மற்றும் மத்திய ஆசியப் படையெடுப்பாளர்கள் பின்னர் வட இந்தியாவுக்கு வந்ததுதான் கொடுமையானது. மத்தியகாலப் பகுதியில் இஸ்லாத்துக்கு மதம் மாறிய இந்துக்கள் மரணத்திற்குப் பயந்தோ அல்லது துன்புறுத்தலிலிருந்து தப்பிக்கவோ மதம் மாறியவர்கள் அல்ல. மதம் மாறுதல்கள் என்பது கீழ்நிலைச் சாதியினரிடமே

அடிக்கடி நிகழ்ந்தன. இந்துயிஸத்தின் கெட்டிதட்டிப்போன மத குருமார்களின் கொடுமைகளை ஒப்பிடும்போது இஸ்லாத்தின் தோழமை உணர்வு கவர்ச்சிமிக்கதாக இருந்தது. வங்காளம், காஷ்மீர் போன்ற பல இடங்களில் மதமாற்றங்கள்— கொள்ளை யிட்ட போர்வீரர்களால் அல்ல— சூபி மதகுருமார்கள் தலைமையிலேயே நடைபெற்றன.

இந்திய தேசிய உணர்வை வளர்த்தெடுக்க— குறிப்பாக காந்திக்கு — இந்து—முஸ்லீம் ஒற்றுமைதான் அடிப்படையாக இருந்தது. முஸ்லீம் ஆக்கிரமிப்பாளர்களின் நடவடிக்கைகள் அவரது கருத்தைச் செல்லாததாக ஆக்கவில்லை. 1910—ல் 'Hind Swaraj' என்ற நூலில்:

"இந்தியா ஒற்றைக் கலாச்சார நாடாக மிளிர முடியாது. ஏனெனில் பல்வேறு மதங்களைச் சார்ந்த மக்கள் இங்கு வாழ் கிறார்கள். வெளிநாட்டினர் இங்கு வந்ததால் இந்த தேசம் அழிந்து விடவில்லை. மாறாக அவர்கள் இதில் கலந்துவிட்டார்கள். அத் தகைய நிலை உருவாகும்போது ஒருநாடு முழுவதும்தான் ஒரு தேசமாக இருக்கும். இந்தியா எப்போதும் அத்தகைய நாடாகவே இருந்து வருகிறது."

காந்தி இந்து—முஸ்லீம் முரண்பாட்டை செயற்கையானதாக, பிரிட்டிஷ் காலனி ஆட்சியாளர்களின் பிரித்தாளும் சூழ்ச்சி யின் காரணமாக உருவாகி ஆழப்படுத்தப்பட்டதாகப் பார்த் தார். படையெடுப்பின் முதல் அதிர்ச்சி ஏற்பட்டவுடன் பிற தேசியவாதிகள் 'கலாச்சாரக் கலப்பு' பற்றிப்பேசும் அளவுக்குச் சென்றுவிட்டார்கள். ஆனால், இந்துக்களும், முஸ்லீம்களும் ஒன்றுசேர்ந்து நாட்டை ஆண்டார்கள். மகத்தான கலைப்படைப்புக்கள், கட்டடக்கலை என எல்லாவற்றிலும்— இந்திய சாஸ்திரிய சங்கீதம் உட்பட— எல்லாவற்றையும் படைத் தார்கள். இந்தப்பண்பாட்டு இணைப்பு வடஇந்தியா முழுவதும் பரவியது. 'Ganga-Jamni tehzeeb' என கங்கை—யமுனை ஆற்றுநீர் பாயும் பூமியெங்கும் பல்வேறு சிந்தனைகளை ஒருங்கிணைத்த கலாச்சாரம் மலர்ந்தது.

இந்தக் கொள்கையின் மீதான மிகவிரிவான அறிக்கை 1940—ல் ராம்கரில் நடைபெற்ற இந்திய தேசிய காங்கிரஸ் மாநாட்டு அமர்வில் மௌலானா அபுல்கலாம் ஆசாத் தலைமை உரையில் இடம்பெற்றது.

“பல்வேறு மனித இனங்கள், கலாச்சாரங்கள், மதங்கள் இந்தியத்தாய்க்குள் பாய்ந்து அவளது ஆதரவளித்து வரவேற்கும் பூமியில் தங்களுக்கு ஒரு வீட்டைக் கண்டன. பல்வேறு வணிகர்களின் கூட்டங்கள் இங்கே இளைப்பாறின. இதுதான் இந்தியாவின் வரலாற்றின் நிகழ்வு. வரலாறு துவங்குவதற்கு முன்பேகூட இத்தகைய வணிகர் குழாம்கள் இந்தியா வழியாக வந்துசென்றன. அலைஅலையாகப் புதிய மனிதர்கள் வந்தார்கள். இந்தப் பரந்துவிரிந்த செழிப்பானபூமி எல்லாரையும் வரவேற்றது. அவர்களைத் தனது மார்பில் அணைத்துக் கொண்டது. இந்தத் தடத்தின் வழியாகத் தங்கள் முன்னோரைப் பின்பற்றிக் கடைசியாக வந்த வணிகர் குழுவினர் இஸ்லாத்தைப் பின்பற்றியவர்கள். இந்தக்குழு இங்கு வந்தது: இங்கேயே நிலைகொண்டுவிட்டது. எல்லாம் நன்மைக்காக”.

“அதற்குப்பிறகு பதினோரு நூற்றாண்டுகள் கடந்துவிட்டன. இந்துயிஸத்தைப் போலவே இந்த இந்தியமண்ணில் இப்போது இஸ்லாத்துக்கும் உரிமை உண்டு. இங்குள்ள மக்களுக்கு பல ஆயிரக்கணக்கான ஆண்டுகளாக இந்துயிஸம் ஒரு மதமாக இருப்பதைப்போல இஸ்லாமும் ஆயிரம் ஆண்டுகளாக ஒரு மதமாக இருந்து வருகிறது. ஒரு இந்து பெருமையுடன் ‘நான் ஒரு இந்தியன்’ என்றும் ’நான் இந்து மதத்தைப் பின்பற்றுபவன்’ என்றும் சொல்வதைப்போல நாங்களும்கூடப் பெருமையுடன் சொல்லிக்கொள்வோம்: “நாங்கள் இந்தியர்கள். நாங்கள் இஸ்லாத்தைப் பின்பற்றுபவர்கள்”. இந்த வட்டத்தை நான் இன்னும் விரிவுபடுத்துகிறேன். இந்தியக் கிறிஸ்தவர்களும் நமக்குச் சமமாக, “நாங்கள் இந்தியர்கள்: நாங்கள் கிறிஸ்தவத்தைப் பின்பற்றுபவர்கள்” என்று சொல்லிக்கொள்ள உரிமை படைத்தவர்கள்”.

“பதினோரு நூற்றாண்டுகள் கொண்ட பொதுவரலாறு நமது பொதுச்சாதனைகள் மூலம் இந்தியாவை வளப்படுத்தியிருக்கிறது. நமது மொழிகள், நமது கவிதைகள், நமது இலக்கியங்கள், நமது கலாச்சாரங்கள், நமது கலைகள், நமது ஆடைகள், நமது பாங்குகள், பழக்க வழக்கங்கள், நமது அன்றாட வாழ்வில் இடம்பெறும் எண்ணற்ற நிகழ்வுகள் — இவை ஒவ்வொன்றும் நமது ஒன்றுபட்ட முயற்சிகளின் முத்திரைகளைத் தாங்கி நிற்கின்றன.”

“இந்தக் கூட்டுச்சொத்து நமது பொது தேசியத்தன்மையின்

மரபுரிமை. நாம் இதை விட்டுவிட்டுக் கூட்டு வாழ்க்கை துவங்கப் படாத பழைய காலத்திற்குத் திரும்பிச்செல்ல விரும்பவில்லை. இங்கே நம்மிடையே உள்ள ஏதாவது ஒரு இந்து, ஆயிரக் கணக்கான ஆண்டுகளுக்கும் அதற்கு முன்பும் இருந்த இந்து வாழ்க்கையைத் திரும்பக்கொண்டுவர விரும்பினால் அவர்கள் கனவு காண்கிறார்கள். அத்தகைய கனவுகள் கேலிக்கிடமான வீண்கனவுகள். அதுபோலவே ஏதாவது ஒரு முஸ்லீம் ஆயிரம் ஆண்டுகளுக்குமுன் ஈரான் மற்றும் மத்திய ஆசியாவிலிருந்த தங்களது கடந்தகால நாகரிகத்தையும். கலாச்சாரத்தையும் மீட்டெடுக்கக் கனவு காண்பாரானால், அவர்களும்கூட விரை வில் விழித்துக்கொள்வது நல்லது".

பி.சி.மஜூம்தார் இந்தக் கலப்புக் கலாச்சாரக் கொள்கைக்குச் சவால் விடுவதற்கு முன்பே பண்டைய இந்தியாவின் இன்னொரு வங்காள வரலாற்றாளரும் எதிர்பைத்தெரிவித்தார். அவர்தான் ராதா குமுத் முகர்ஜி. பேரரசர்கள் அசோகர், சந்திரகுப்தர் ஆகியோரின் வாழ்க்கை வரலாறுகளையும், மௌரியப் பேரரசின் வரலாற்றையும், பண்டைக்கால இந்தியாவின் கப்பல் போக்குவரத்து, பண்டைக்கால இந்தியாவின் உள்ளூர்ஆட்சி போன்ற நூல்களையும் இவர் எழுதியுள்ளார். ஆனால் இவரது ஆகச்சிறந்த வரலாற்று எழுத்துத் தலையீடு என்பது ஒரு சிற்றிதழ் மற்றும் ஒருபுத்தகத்தை மட்டுமே கொண்டு நடத்திய சிறிய ஆய்வு *"The Fundamental Unity of India"* என்ற தலைப்பில் 1914—ல் லண்டனிலும், 40—ஆண்டுகளுக்குப் பிறகு திருத்திய இரண்டாம் பதிப்பு பம்பாயிலும் வெளியிடப்பட்டது.

"The Fundamental Unity of India" தனது முதல் இலக்காக 'இந்தியா வில் அரசியல் ஒற்றுமை என்பது பெரும்பாலும் அல்லது முழுக்க முழுக்க பிரிட்டிஷ் ஆட்சியின் தயாரிப்பு" என்று தாக்குகிறது. அது தனது இரண்டாவது இலக்காக "தேசியவாதிகளுக்கிடையே வளர்ந்துவரும் நம்பிக்கையான எதிர்கால இந்திய தேசம் — அரசு — இங்கு. அதிக அளவில் வாழ்ந்துவரும் முஸ்லீம் மக்களை உள்ளடக்கிய பார்வை, இந்துக்கொள்கைகளை மட்டும் எடுத்துக் கொண்டு கட்டமைக்கப்பட முடியாது" என்பதையும் கொண் டுள்ளது.

முகர்ஜியைப் பொருத்தவரை 'இந்தியாவின் தேசியத்தன்மை' என்ற உணர்வு பிரிட்டிஷார் மற்றும் முஸ்லீம்களின் வருகைக்கு முன்பே உருவாகியிருந்தது. 'பழங்கால ரிஷிகள்' இந்தியா

முழுவதையும் குறிப்பதற்காக 'பாரதவர்ஷா' என்ற பெயரை உருவாக்கினர். இந்தப்பெயர் வரலாற்று நாயகனான பரதா என்பதிலிருந்து வந்தது. ரோம் நாட்டுக்கு ரோமுலஸ் எப்படியோ அப்படி இந்தியாவுக்கு பரதன்' என்று உரிமை கோருகிறார். பண்டைய இந்திய ஒற்றுமைக்கு கூடுதல் ஆதாரமாக ரிக்வேதத்தின் கீர்த்தனையைக் காட்டுகிறார். அது, "இந்தத் துணைக் கண்டத்தின் பல்வேறு பகுதிகளில் பாய்ந்து ஓடும் நதிகளை வணங்குவதன் மூலம் இந்திய நாட்டுமக்களுக்குத் தங்கள் நாட்டின் ஒற்றுமை உணர்வை உணர்த்தியது. தட்டியெழுப்பியது."

'தந்தையர் பூமியின் மீதான இந்த ஆழமான பற்று சமஸ்கிருத இலக்கியம் முழுவதிலும் பூரணமாக வியாபித்திருக்கிறது' என்று முகர்ஜி வாதம் செய்கிறார். எனவே 'பாரதவர்ஷம் என்று அழைக்கப்படுகிற இந்த நாட்டின் பூமிப்பரப்பெங்கும் ஆயிரக் கணக்கான பெயர்களில் அறியப்படுகிற 'கடவுள் விஷ்ணு'வை 'விஷ்ணு சஹஸ்ரநாமம்' வழிபடுகிறது. இந்தப் பழமையான தேசிய உணர்வு எட்டாம் நூற்றாண்டில் சங்கரரால் வளர்த் தெடுக்கப்பட்டது. அவர் வடக்கில் கேதார்நாத்—பத்ரிநாத், தெற்கில் ராமேஸ்வரம், மேற்கில் துவாரகா, கிழக்கில் பூரி என நான்கு புண்ணியத்தலங்களை ஏற்படுத்தினார். எனவே இந்த நாடு முழுமையும் மக்களுக்குத் தெரிந்திருக்கிறது. புனித பூமியாகக் கொண்டாடப்பட்டு வருகிறது'. 'இந்தப் புனிதத் தலங்களின் வலைப்பின்னல் 'இந்தியா ஒருங்கிணைக்கப்படாத வெறும் புவியியல் சிதறல்கள் அல்ல: ஒற்றையான — ஆனால் அளவிடமுடியாத உயிருள்ள தேசம்'. 'இது முடிவிலிருந்து முடிவு வரை ஒருமிக வலிமையான உயிர்த்துடிப்புள்ள மிக்க வாழ்வு என்னும் அலையால் நிரப்பப்பட்டது' என்று எண்ணவும் உணரவும் வைக்கிறது'.

புனிதப்பயணங்கள் பற்றி முகர்ஜி கூறுகிறார்: 'மகத்தான தாய் நாட்டின் புவியியல் ஒற்றுமை என்ற கொள்கையில் தலையிட்டு மறிக்கும் குறுகிய பிரதேச உணர்வுகள் வளர அனுமதிப்பதில்லை. ஒருவரின் தாய்நாட்டை உள்ளூர அறிந்துகொள்ளும் புனிதக் கடமையின் வழியில் எதிர்ப்படுகின்ற உடல்ரீதியான வசதி— சுகம் என்ற உணர்வை அனுமதிப்பதில்லை. பழைய உலகத்தில் புனிதப்பயணங்களின் போது ஏற்படும் சிரமங்களைத் தணிக்க— பக்தர்களின் பயண வழித்தடங்களில் குறுகிய இடைவெளிகளில் சிறிதுநேரம் இளைப்பாற — தங்கிச்செல்லும் புனித மடங்கள் ஆங்காங்கே நிறுவப்பட்டுள்ளன.'

முகர்ஜி மேலும் கூறுகிறார்: "பொதுமதத்துக்கு அப்பால் 'இந்தியனின் புவியியல் ஒற்றுமை' என்ற புகழ்மிக்க உணர்வை வளர்ப்பதில் அரசியலும் தன்பங்கைச் செலுத்தியிருக்கிறது. இந்தியா முழுவதும் தனது சர்வாதிகாரத்தின்கீழ் வரவேண்டும் என விரும்பி அதில் வெற்றி கண்ட பல அரசர்களின் பெயர் களை வரலாறு பதிவு செய்திருக்கிறது. ஹர்ஷவர்த்தனர், சமுத்திர குப்தர், அசோகர் ஆகியோர் அத்தகைய ஆட்சியாளர் களுக்கு எடுத்துக்காட்டாக உள்ளனர்' என்று அறிவுக்குப் பொருத்தமற்ற வாதத்தை முகர்ஜி முன்வைக்கிறார். அவர் இந்த எடுத்துக்காட்டுக்கள் மற்றும் அவற்றுக்கு அவர் தருகின்ற அழுத்தங்கள் மூலம், 'ஆரம்பகால இந்திய வரலாறு மிகமிக முற்பட்ட காலத்திலிருந்து மக்கள் பெற்றிருந்த அரசியல் விழிப்புணர்வு இந்தியா முழுமையையும் ஒன்றுபட்டதாக ஏற்கவைத்திருந்தது என்பதைத் தவறில்லாமல் காட்டுகிறது' என்று நிறுவ முற்படுகிறார். இதன்மூலம்,' 'ஜாவா, சுமத்ரா, பாலி, சயாம், கம்போடியா போன்றவற்றைக் காலனி நாடுகளாக்கி இந்தியமயப்படுத்த வேண்டும்' என்ற தனது ஆலோசனைகளை அழுத்தமாக முன்வைக்கிறார் என்பதையும் உறுதிப்படுத்துகின்றன.

அவர் கூறுகிறார்: 'இந்தியனின் சிந்தனைகள் மற்றும் நிறுவனங் களுக்கெதிரான பிரச்சாரங்கள் சந்தேகத்துக்கிடமில்லாமல் பல நூற்றாண்டுகளாக எண்ணற்ற காலனியவாதிகள், மிஷனரிகளால் செய்யப்பட்டு வருகின்றன. அவர்களது இந்த ஆர்வங்களுக்குச் செல்வந்தர்களும், பணக்கார நாடுகளும் உரமூட்டினர்.' மேலும், "தனது தனித்தன்மை, புனிதத்தன்மை எல்லாம் தன்னிடமே இருக்கிறது என்று பாராட்டிக்கொள்ளும் தன்மை, அதன் கொள்கைகள், நிறுவனங்கள், ஆகியவற்றால் எழுந்த உற்சாக அலையின் உச்சத்தில் காலனியாதிக்க இயக்கம் இருந்தது. (எப்போதும் இருக்கின்றன) என்கிறார் முகர்ஜி.

முகர்ஜி ஆழ்ந்த வரலாற்று ஆசிரியர். ஆனால் அவரது *"The Fundamental Unity of India"* என்ற ஆய்வு நூலில் அவர் முன் வைக்கும் கருத்துக்கள் அறிவுக்குப் பொருத்தமற்றவை. 1914ல் அவர் எழுதிய 'இந்தியா முழுமையும்' என்பது பிரிட்டிஷ் ஆட்சி யின் நேரடி மற்றும் நேரடியாக இல்லாமல் ஆட்சி நடத்திய அனைத்துப் பிரதேசங்களையும் குறிக்கிறது. இதன்மூலம் மன்ன ராட்சிப் பிரதேசங்களையும் உள்ளடக்குகிறது. அவர் குறிப்பிடும் பேரரசர்கள் இந்தப்பிரதேசத்தின் தெற்கில் ஆட்சியில் இருந்த தில்லை. அதேபோல மேற்கிலும் பெரும்பாலும் அவர்கள் ஆட்சி

இருந்ததில்லை. அவர்கள் அதிகப்பரப்பளவில் ஆண்டார்கள் என்பதை ஒப்புக்கொண்டாலும், அவை பின்னர் பல்வேறு மன்னர்கள், குறுநிலமன்னர்கள் பிடிக்குள் வந்து விட்டன. 'கி.மு. மூன்றாம் நூற்றாண்டிலேயே அசோகரால் அரசியல் ஒற்றுமை உருவானது: அது பல நூற்றாண்டுகளாக நீடித்தது' என்று முகர்ஜி சிந்திப்பது பிச்சைக்காரனின் நம்பிக்கையாக உள்ளது.

முகர்ஜியின் மொழி கவனிக்கத்தக்கது. 'இந்து', 'இந்தியா' என்பதை ஒன்றுக்கொன்று மாற்றாகப் பயன்படுத்துகிறார். அவரது கதையில் முஸ்லீம்களும், கிறிஸ்தவர்களும் காணப்படவில்லை. மேலும் அதிர்ச்சி தரும் வகையில் குலங்கள், மொழிகள், இந்திய நிலப்பரப்பில் குறிப்பிடத்தக்க வகையில் வரலாற்று ரீதியாக நிலவிவந்த மதங்களின் பிரிவுகள் ஆகியவை பற்றியும் ஏது மில்லை. சமஸ்கிருதம் ஒருசில தலைமைக் குருமார்கள் மட்டுமே தங்களுக்குள் பேசிக்கொண்ட, புரிந்துகொண்ட மொழியாக இருந்தது. தேசிய ஒற்றுமையின் அடையாளமாக முகர்ஜியால் பார்க்கப்பட்ட சமஸ்கிருத கீர்த்தனைகள் இந்த நாட்டின் பெரும்பான்மையான மக்கள் அறியாதவை. பரவலாகத் தெரியாதவை.

இந்த எளிமைப்படுத்துதல்களும், மறைத்தல்களும் பழமைவாத வரலாற்றாளர்களுக்கு அடிப்படைப் புள்ளியாக உள்ள 'இந்தியன் தேசியம்' என்பது சாராம்சத்தில் எப்போதும் 'இந்து'வாக இருந்தது: அது கட்டாயம் தேவை' என்று நிரூபிப்பதற்கு அவசியமாகிறது. முகர்ஜியின் அரசியல் தத்துவார்த்தத்தில் 'தன்மைப் பன்மை' (First Person-Plural) என்பது உறுதியாகவும் அதே நேரத்தில் தந்திரமாகவும் மதத்தைக் கொண்டு தீர்மானிக்கப்படுகிறது!

ஓர் அறிஞரின் வெளியிடப்பட்ட புத்தகத்தை அவரது சொந்த வாழ்வின் வெளிச்சத்தில் பார்ப்பது ஆபத்தானது. ஆனால் மஜூம்தாரும், முகர்ஜியும் வங்காளி இந்துக்கள் என்பதையும், அவர்கள் இருவரும் தங்கள் மாநிலத்தில் மாபெரும் வலியை ஏற்படுத்திய மதச்சண்டை நடைபெற்ற காலகட்டத்தில் பருவ வயதை அடைந்தவர்கள் என்பதையும் கவனத்தில் கொள்ள வேண்டும். 1905-ல் வங்காளம் பிரிட்டிஷ் ஆட்சியில் மத அடிப்படையில் பிரிக்கப்பட்டது. அதன் பிறகு கல்கத்தாவில் உள்ள நடுத்தரவர்க்க இந்துக்களின் பேரெழுச்சியால் ஆறு ஆண்டுகளுக்குப்பின் பிரிவினை

கைவிடப்பட்டது. "The Fundamental Unity of India"வின் முதல் பதிப்பு பிரிவினை நடைபெற்றபோது வெளியிடப்பட்டது. அதன் இரண்டாம் பதிப்பு வங்காளத்தின் முஸ்லீம்பெரும்பான்மை மாவட்டங்கள் கிழக்கு பாகிஸ்தான் எனப் பிரிக்கப்பட்ட போது வெளியிடப்பட்டது. இரண்டு பிரிவினைகளும் முஸ்லீம் அரசியல்வாதிகள்— கட்சிகளின் கட்டளைப்படியே நடை பெற்றது, கிழக்கு பாகிஸ்தானாக இருந்த பகுதியில் பிறந்து சில ஆண்டுகள் டாக்கா பல்கலைக்கழகத்தில் பணியாற்றிய மஜூம்தார்மீது தாக்கத்தை ஏற்படுத்தியிருக்கலாம். 1947—க்குப் பிறகு பிரிவினைக்குப் பிந்தைய இந்தியாவில் வாழ்ந்தபோது, அவரை அறிஞராகவும், ஆசிரியராகவும் முதலில் உருவாக்கிய, அவர் பிறந்த மூதாதையரின் கிராமம் அல்லது நகரத்திற்கு அவரால் பார்வையிடக்கூடச் செல்லமுடியவில்லை.

காலனியாதிக்கத்தின் கடைசிக் காலகட்டத்தில் மூன்றாவது முக்கிய பழமைவாத அறிவுஜீவியாக விளங்கியவர் ஜி.எஸ்.குர்யே. இவர் மஜூம்தார் மற்றும் முகர்ஜியைப்போல இந்தியாவின் கிழக்குப்பகுதியில் அல்லாமல் இந்தியாவின் மேற்குப்பகுதியில் இருந்தவர். அவர் தனது பயிற்சியின் மூலம் வரலாற்றாளராக அல்ல— சமூகவியலாளரானவர். குர்யே பம்பாய் பல்கலைக் கழகத்தில் கற்பித்து வந்தார். அவர் தனது நூல்களை எழுதிய போது பல ஆராய்ச்சி மாணவர்களின் பி.ஹெச்டி., ஆய்வுகளை மேற்பார்வையிட்டு வந்தவர்.

பிற இந்திய சமூகவியலாளர்கள் நவீனமயமாக்குதலின் விளைவுகளை ஆய்வு செய்துவந்த போது குர்யே அவர்களைப் போன்ற அதே ஈடுபாட்டோடு 'மரபுகளின் விடாப்பிடித் தன்மைகள்' பற்றிய ஆய்வுகளை மேற்கொண்டார். 'Indian Sadhus', 'Costume and Classical Dance', 'Comparative Study of Family, Kinship in Indian and European Culture' ஆகியவை அவரது சில நூல்கள். இந்த நூல்களை எழுதும்போது சமஸ்கிருதம் பற்றிய பயங்கரமான அறிவை அவர் பெற்றார். அகழ்வாய்வு, மொழியியல், மானுட வியல், கலைகளின் வரலாறு ஆகியவற்றை விரிவாகப் படித்தார். இந்தியர்கள் எவ்வாறு இயல்பாக வாழ்ந்தார்கள்? உணர்ந்தார்கள்? என்பவை பற்றிக் களஆய்வுகளைச் செய்யா மல் பல்கலைக்கழக நூலகத்தில் இருந்த பொருட்களை அடிப் படையாகக்கொண்டு 'புத்தகங்களின் பார்வை'யில் தனது ஆய்வுகளைச் செய்தார்.

முகர்ஜியைப் போலவே குர்யேவும் இந்தியாவில் உள்ள அனைவருக்கும் ஒற்றைக் கலாச்சாரத்தை உருவாக்குவதில் கவனம் செலுத்தினார். சமூக மானுடவியலாளரான கரோல் உபாத்தியாயா 'அவரது மையக்கருத்துக்களில் ஒன்றாக 'இந்திய நாகரிகத்தின் பழமையையும், ஒற்றுமையையும்' பற்றி எடுத்துக் காட்டுக்கள் மூலம் தெளிவுபடுத்துவதாக இருந்தது' என்று எழுதினார். 'இந்திய நாகரிகத்தின் ஒற்றுமையின் மையமாக இந்துயிஸம் இருந்தது என்று அவர் நம்பினார். 'இந்துயிஸத்தின் மையமாக பிராமணீயக் கருத்துகளும், மதிப்பியல்களும் இருந்தன என்றும், அவைதான் சமுதாயத்தின் ஒருமைப்பாட்டுக்கு அவசியம்' என்றும் அவர் கருதினார்.

இது இங்கிலாந்தில் பிறந்த மானுடவியலாளரான வெர்ரியர் எல்வினோடு, 'இந்திய சமுதாயத்தில் ஆதிவாசிகளின் அந்தஸ்து' பற்றிய தனது கருத்துக்களைக் குர்யே பரிமாறிக் கொண்டபோது எதிரொலித்தது. 1930—களிலும், 1940—களிலும் எல்வின் எழுதிய ஆய்வுகள் மற்றும் பிரசுரங்களில் 'மத்திய இந்தியாவின் ஆதிவாசிகள் கலாச்சார ரீதியாக இந்துக்களிலிருந்து வேறுபட்டிருந்தார்கள் என்று குறிப்பிட்டிருந்தார். அவர்களது தெய்வங்களின் கூட்டத்தில் அவ்வப்போது இந்துக் கடவுளைச் சேர்த்துக் கொண்டாலும்கூட, அவர்களது சமுதாயம் சாதிய அடுக்குகளைக் கொண்டதல்ல. அங்கு பெண்களுக்கு அதிக சுதந்திரம் இருந்தது. அவர்கள் தங்களுக்குச் சொந்தமான மாறுபட்ட மரபுகளை, கலைகளை, இசையை, நடனங்களைக் கொண்டிருந்தார்கள்.

பழைய மாதிரி அறிஞராக குர்யே நூலகத்தில் பணியாற்றிக் கொண்டிருந்தபோது, எல்வின் 20 ஆண்டுகள் ஆதிவாசிகளோடு வாழ்ந்து அவர்களைப்பற்றி எழுதினார். அவருடைய ஆய்வு ஆதிவாசிகள் சமுதாயத்தைப் பற்றிய களப்பார்வை கொண்டது. வெவ்வேறு வகைப்பட்ட ஆதிவாசிகளின் சமுதாயங்களில் நிலவிவந்த விவசாயம், கைவினைகள், தொழில்நுட்பம், மத நிறுவனங்கள், குற்றங்கள், பாலுறவுப் பழக்க வழக்கங்கள் ஆகியவை பற்றிய முக்கியமான எழுத்துப்பதிவுகளை எல்வின் வெளியிட்டார். அவரது வளமான அனுபவ ஆய்வுக்கருத்துக்கள் விரிவான, கவர்ச்சிகரமான மொழிநடையில் வெளிவந்து இந்தியாவிலும், வெளிநாடுகளிலும் ஏராளமானவர்களால் படிக்கப்பட்டன.

1943-ல் குர்யே எல்வின் மீது தாக்குதல்களைத் தொடுத்து,

'The Aborigines-So Called- and their Future' என்ற நூலை வெளியிட்டார். இதில் 'இந்துவைப் பாதுகாக்கும் எல்லா அம்சங்களும் எல்வினைத் தலைகீழாகப் புரட்டிப்போடுகின்றன' என்று குறிப்பிட்டார். ஆதிவாசிகளுக்கும், இந்துக்களுக்கும் இடையே உள்ள ஒன்றுக்கொன்று சமமான நம்பிக்கைகளைச் சான்றுகளாக முன்வைத்தார். ஆதிவாசிக் குழுக்களை வேறுபட்ட தன்னாட்சிக் குழுக்களாகப் பார்ப்பதைவிட, அவர்கள் முறையாக ஒருங்கிணைக்கப்படாத இந்து சமூகத்தின் பிரிவுகள் என்று பார்க்கவேண்டும் என்று வாதிட்டார். எல்வினோ, 'சுதந்திர இந்தியா ஆதிவாசிகளுக்கு அவர்களது கலாச்சாரம், நிலப்பரப்பு ஆகியவைகளைப் பாதுகாத்துக்கொள்ள அவர்களுக்குத் தன்னாட்சி உரிமை வழங்கும் என்று நம்பினார். ஆனால் குர்யே, 'தேசத்தைக் கட்டமைக்கும் கடமையில் அவர்களை இந்துமைய நீரோட்டத்திற்கு நெருக்கமாகக் கொண்டுவர வேண்டும்' என்றார்.

இந்திய தீபகற்பத்தில் 20 ஆண்டுகள் ஆதிவாசிகளோடு வாழ்ந்துகொண்டும், அவர்களைப் பற்றி எழுதிக் கொண்டும் இருந்த எல்வின் 1954—ல் இந்த நாட்டின் வடகிழக்குப்பகுதிக்கு நகர்ந்தார். இப்போது அவர் இந்தியக்குடியுரிமை பெற்ற இந்தியனாக வடகிழக்கு எல்லைப்பகுதி முகமையின்—இன்றைய அருணாச்சலப்பிரதேசம் — நிர்வாக ஆலோசகராக நியமிக்கப்பட்டிருந்தார். 1957—ல் அவர் தனது புகழ்பெற்ற 'A Philosophy of NEFA' என்ற நூலை வெளியிட்டார். இந்த நூல், இரண்டு ஆண்டுகளுக்குப் பிறகு அப்போதைய பிரதமர் நேருவின் பாராட்டுக்களுடன் கூடிய முகவுரையோடு விரிவாக்கப்பட்ட பதிப்பாக வெளிவந்தது. இதில், 'ஆதிவாசிகளின் நிலங்கள் மற்றும் வனங்களையும், ஆதிவாசிகளின் கலை மற்றும் கலாச்சார மரபுகளையும் பாதுகாக்க ஆதிவாசிகளுக்குப் பாதுகாப்பு உரிமை வழங்கப்பட வேண்டும்' என்று மீண்டும் ஒருமுறை அழுத்தமாக வாதிட்டார்.

எல்வின் 1964—ல் இறந்து விட்டார். அப்போது 87—வயதான குர்யே வடகிழக்குப்பகுதியில் எல்வின் மேற்கொண்ட பணிகள் மீது புதிய தாக்குதல்களைத் தொடுத்து ஒருநூலை வெளியிட்டார். 'அந்த மானுடவியலாளர் எல்வின் வடகிழக்கு எல்லைப்புற மாநிலத்தின் பழக்க வழக்கங்கள், ஆடை அணி மணிகள், மரபுகள் ஆகியவற்றை மீட்டெடுக்கும் நோக்கங்களோடு பிரிவினை இயக்கங்களுக்கு மறைமுக ஆதரவளித்து வந்தார்', என இந்நூலில்

எல்வினைக் குற்றப்படுத்தினார் குர்யே. ‘தாய் நாட்டைத் துண்டு துண்டாகச் சிதறடிக்கும் உள்ளார்ந்த நோக்கத்தோடு ‘பாரதத்தைச் சிறிய ஒன்றுக்கொன்று இணக்கமான பகுதியாக்கும்’ விருப்பத்தைக் கொண்டவர்களோடு விரும்பியோ, விரும்பாமலோ எல்வின் இணைந்துவிட்டார்’ என்றார் குர்யே. ‘இந்த ஆதிவாசிகளின் எல்லாவிதமான கலாச்சாரக் கூறுகளையும் மீட்டெடுத்துப் பாதுகாக்க விரும்புகிறார். இந்தக் கலாச்சாரக்கூறுகள் இந்தியாவின் (பாரத்) கலாச்சாரக் கூறுகளோடு மிகவும் மாறுபட்டவை’ என்றார் குர்யே.

‘மாறுபாடுகளைக் கொண்டிருப்பது தேசத்தின் ஒற்றுமைக்கு ஊறுவிளைவிக்கும்’ என்று அஞ்சி ‘அவற்றை மூடிமறைக்க வேண்டும்’, என்று கூப்பாடுபோடுவது பழமைவாதக் கும்பலின் உச்சகட்டக் கோரிக்கையாக விளங்குகிறது. எடுத்துக்காட்டாக, ஸ்பானிஷ்மொழி பேசும் புலம்பெயர்ந்தவர்கள் மீது அமெரிக்கப் பழமைவாதிகளும், அரபுமொழி பேசும் புலம் பெயர்ந்தவர்கள் மீது ஐரோப்பியப் பழமைவாதிகளும் கொண்டுள்ள சந்தேகங்கள் உள்ளன.

மஜூம்தர், முகர்ஜி, குர்யே ஆகியோர் பயங்கரமான அறிவாளிகள். ஒவ்வொருவரும் தங்கள் பெயரில் அழுத்தமான நூல்களை வெளியிட்டுள்ளவர்கள். அவர்கள் பல்கலைக்கழகங்களில் பலபத்தாண்டுகளாகப் பாடம் நடத்தித் தங்கள் அறிவாற்றலையும், கருத்துக்களையும் தங்கள் மாணவர்களிடம் செலுத்தியவர்கள். வகுப்பறைகளுக்கு வெளியே முனைவர் பட்ட ஆய்வுகளை மேற்பார்வையிட்டுத் தங்கள் கருத்துக்கள்மூலம் செழுமைப்படுத்தியவர்கள். ஆனால், இன்றைய சமகாலத்தில் மஜூம்தார், முகர்ஜி, குர்யே போன்றவர்களுக்குச் சமமான செல்வாக்குமிக்க சந்ததியினராக பழமைவாத வரலாற்றாளர்களோ, சமூகவியலாளர்களோ ஒருவருமில்லை. பல பத்தாண்டுகளாக எவருமில்லை. இது ஒரு கேள்வியை எழுப்புகிறது: அன்னியராட்சியில் பிரபலமான பழமைவாத அறிவுஜீவிகளை இந்தியா ஏன் பெற்றிருந்தது? இப்போது ஏன் ஒருசிலர்? (அப்படி யாராவது இருந்தால்)

ஒரு பதில் உண்டு. காலனியாதிக்கத்தின் பிற்பகுதியில் தேசிய இயக்கங்கள் உருவானபோது தேசத்தின் எதிர்காலத்தை வடிவமைக்கும் அரசியல் கட்சிகளின், அறிஞர் பெருமக்களின் ஆழ்ந்த விவாதங்கள் நடைபெற்றன. சுதந்திர இந்தியாவில்

அரசு அமைப்புக்கள் ஒரு மதத்தைச் சார்ந்ததாக, அல்லது பலமதங்களைச் சார்ந்ததாக அல்லது எந்த மதத்தையும் சாராததாக இருக்க வேண்டுமா? மொழிப்பிரச்சனைகளும், இனப்பிரச்சனைகளும் எவ்வாறு கையாளப்பட வேண்டும்? சுதந்திரத்துக்குப் பிறகு லிபரல்களும், சோசலிஸ்ட்களும் வெற்றி பெற்று இந்த விவாதங்களின் மிகவும் போற்றுதலுக்கும், செல்வாக்குக்கும் உரிய வழக்கறிஞராக இந்தியாவின் முதல் பிரதமராக— நீண்ட காலம் நீடித்தவராக ஜவஹர்லால் நேரு ஆனபோது முன்கூட்டியே இந்த விவாதங்கள் முடித்து வைக்கப் பட்டுவிட்டன.

இது, நேருவின் கருத்துக்கள் மேலாதிக்கம் செலுத்தின என்றோ, அவரது கருத்துக்கள் அறிவுஜீவிகளால் எத்தகைய விமர்சனங் களுமின்றி ஏற்றுக்கொள்ளப்பட்டன என்றோ சொல்ல அல்ல. குறிப்பாக அவரை மிகக்கடுமையாக விமர்சனம் செய்பவர்கள் ஆளும் காங்கிரஸின் இடதுபக்கத்தில் இருந்தார்கள். இவர் களில் சோசலிஸ்ட்கள் ராம்மனோகர் லோகியா, ஜெயப் பிரகாஷ் நாராயண், கம்யூனிஸ்ட் ஈ.எம்.எஸ்.நம்பூதிரி பாட் ஆகியோர் இருந்தனர். இவர்கள் தங்கள் கட்சிகளால், சிறந்த எழுத்தாளர்களால், அறிஞர் பெருமக்களால் ஈர்க்கப்பட்டிருந் தார்கள். நாட்டின் பொதுஉணர்வுகளும், லிபரல்களுக்கும், சோசலிஸ்ட்களுக்கும் ஆதரவாக இருந்து நேர்மையும், நியாயமும் உள்ள ஒரு புதிய சமுதாயத்தைக்கொண்ட புதிய தேசத்தை உருவாக்குவதில் முன்னோக்குப் பார்வைகொண்டு, ஆபத்தான பழமைவாத மரபுகளையும், காலனியச் சிந்தனைகளையும் பின்னுக்குத் தள்ளின.

5

2014ஆம் ஆண்டின் இறுதியில் ஜார்கண்ட், ஜம்மு—காஷ்மீர் மாநிலங்களில் சட்டமன்றத் தேர்தல்கள் நடைபெற்றன. அவற்றின் முடிவுகள் சுதந்திர இந்தியாவின் அரசியல் வரலாற்றில் ஒரு திருப்புமுனையாக அமைந்ததைச் சற்று கவனிக்க முடிந்தது. இப்போது முதன்முறையாக பி.ஜே.பி. மாநில சட்டமன்றங்களில் காங்கிரசைவிட அதிக உறுப்பினர்களைக் கொண்டிருக்கிறது. 2014 மே முதல் நாடாளுமன்றத்தின் மக்களவையிலும் பெரும் பான்மை பலத்தைக் கொண்டுள்ளது. வெகுவிரைவில் அதன் கூட்டணிக்கட்சிகளின் உதவியோடு மாநிலங்களவையிலும் பெரும்பான்மை பலத்தைப் பெற்றுவிடும் என்று தெரிகிறது.

பி.ஜே.பி.யின் ஆதிக்கம் இடைப்பட்ட காலத்திலும் தொடரும் என்று கூறலாம். அதன் முதன்மை எதிர்க்கட்சியான காங்கிரஸ் நாடாளுமன்றத் தேர்தலில் வெறும் 44 இடங்களிலேயே வெற்றி பெற்றது. அப்போதுமுதல் பல மாநிலங்களில் ஆட்சியை இழந்துவிட்டிருக்கிறது. தற்போதைய தலைமையின்கீழ் அந்தக் கட்சி மீண்டு வருவது இயலாததாகவே தெரிகிறது. நேரு. குடுமபத்தின் அதிகாரத்தின்கீழ் இருந்து பழக்கப்பட்டுவிட்ட கட்சி உறுப்பினர்கள் நேரு—காந்திகளை தூக்கியெறிந்து விடுவார் கள் என்பதை அடுத்த நிலையில் உள்ள காங்கிரஸ்காரர்கள்கூட

விரும்பவில்லை என்று தெரிகிறது. ஒருகாலத்தில் இங்கிலாந்தில் ஆதிக்கம் செலுத்திய அரசியல் கட்சியான லிபரல்கட்சி தேசத்தின் அரசியல் நிகழ்வுகளில் குறிப்பிடத்தக்க பங்காற்ற இயலாத அளவுக்குப் பலம்குறைந்து விளங்குகிறது. காங்கிரஸூம் அந்த வழியில் செல்லக்கூடும்.

காங்கிரஸின் நிலை கொடுமையானது: கவலையளிக்கக் கூடியது என்றால் கம்யூனிஸ்ட்களின் நிலையோ பேரிழப்பாக உள்ளது. சமீபகாலங்களில் குறிப்பிடத்தக்க வகையில் இருந்த இரு பெரிய மாநிலங்களான மேற்குவங்கத்திலும், கேரளாவிலும் ஆட்சியதிகாரத்தை இழந்துவிட்டார்கள். இருந்தபோதிலும், கேரளாவில் இன்றும் அவர்கள் ஒருசக்தியாக விளங்குகிறார்கள். மேற்குவங்கத்தில் அவர்களது செல்வாக்கு குறைந்து வருகிறது. கம்யூனிஸ்ட்கள் முன்பு தொழில்நகரங்களான மும்பை, கான்பூர் போன்றவற்றில் பலத்துடன்இருந்தார்கள். இப்போது அந்த செல்வாக்கு மங்கி மறைந்துவிட்டது.

ஒரு காலத்தில் இந்தியாவில் வடக்கிலும், கிழக்கிலும் மிகுந்த செல்வாக்கைப் பெற்றிருந்த சோசலிஸ்ட் கட்சிகளின் அரசியல் எதிர்காலச் சித்திரமும் வண்ணமிழந்து காணப்படுகிறது. லோகியா, மற்றும் நாராயண் கொள்கைகளால் தூண்டுதல்பெற்ற அந்தக்கட்சிகள், இப்போது தனிமனிதர் அல்லது குடும்பப் பேராசைகளைச் சுமந்து செல்லும் வாகனங்களாகி விட்டன பீகாரிலும், உத்திரப்பிரதேசத்திலும் இப்போது அவர்கள் ஆட்சியிலிருந்தாலும் இந்த ஜனதாபரிவார சோசலிஸ்ட் கட்சிகள் இந்த மாநிலங்களில் கடந்த நாடாளுமன்றத் தேர்தலில் மிகக் குறைவாகவே வெற்றிபெற்றுள்ளன. அடுத்து நடைபெறும் சட்டமன்றத்தேர்தல்களில் அதிகாரத்தைத்தக்க வைத்துக்கொள்ள அவர்கள் கடுமையாகப் போராட வேண்டியிருக்கும்.

எனவே, இந்தியாவின் அரசியல் தளத்தில் மாற்றங்கள் மிகுந்த முக்கியத்துவம் வாய்ந்தவை. நடுஇடதுசாரிகள்—இடதுசாரிகள் நிலைகுலைந்து நிற்கிறார்கள். வலதுசாரிகளோ முடிசூடிக் கொண்டிருக்கிறார்கள். இது இன்னும் சிறிதுகாலம் தொடரலாம். எப்படியிருந்தாலும், பி.ஜே.பி.யின் எழுச்சி என்பது வலதுசாரி அறிவுஜீவிகளின் அறிவார்ந்த தொடர் ஆய்வுகளின் மூலம் நடை பெற வேண்டிய அரசியல் வண்ணப்பூச்சுக்களோடு சேர்ந்து வளர்ந்ததல்ல.

அறிவாளிகளின் இயற்கைச்சூழல் ஆதரவில்லாமல் ஒரு வலது சாரிப்பிரிவு அரசியலில் ஆதிக்கம் செலுத்துவது நவீனகால வரலாற்றில் அறியப்படாத நிகழ்வு அல்ல. இது பரவிவருகிறது. எடுத்துக்காட்டாக சிலநாடுகளில் — போரில் சிக்கியிருந்த ஐரோப்பாவிலும், போருக்குப் பிந்தைய லத்தீன் அமெரிக்க நாடுகளிலும், மிக அண்மைக்காலத்தில் இலங்கையில் பத்து ஆண்டுகள் நீடித்த மகிந்த ராஜபட்சே ஆட்சியும் உள்ளன.

இந்தியர்களில் சிலர் நமது நாடு அர்ஜெண்டைனாவின் ஜுவான் பேரோன் அல்லது இலங்கையின் ராஜபட்சே வழியில் செல்லவேண்டும் என்று விரும்பலாம். இவ்வாறு அடிக்கடி தெரிவிக்கப்படும் விருப்பங்கள் ஜெர்மனியின் கிறிஸ்தவ ஜனநாயகக்கட்சி அல்லது அமெரிக்காவின் குடியரசுக் கட்சியைப்போல, பி.ஜே.பி. என்ற இந்தப் பழமைவாதக்கட்சியை, மாறுதலை விரும்பாமல் பழமைக்குத் திரும்பும் பிற்போக்குக் கட்சியாக ஆகாமல் கொஞ்சம் விலக்கிவைக்க வேண்டும் என்ற நப்பாசையால்தான். பி.ஜே.பி.யை இவ்வாறு சாந்தப்படுத்துவது நிகழவேண்டுமானால் மேற்கு நாடுகளில் இதே போன்ற கட்சிகளில் உள்ளதைப்போல் பி.ஜே.பி.யும் ஆழ்ந்த சிந்தனை யாளர்களையும், அறிஞர்களையும் கண்டறிந்து அவர்களைத் தனது வலதுபக்கத்தில் வைத்துக்கொள்ள வேண்டும்.

இது எவ்வாறு நிகழும்? பழமைவாத அறிவுஜீவிகள் இத்தகைய மறுமலர்ச்சியின் முன் நிபந்தனையாக இந்த நாட்டின் தன்மைப்பன்மையை, (FirstPerson-Plural) "நாங்கள்" என்பதை மதம் ஒன்றை மட்டுமே அடிப்படையாகக்கொண்டு கட்டமைக்கக் கூடாது. இந்தியச்சூழலுக்கு ஏற்றவாறு ஸ்கர்ட்டனின் சிந்தனை களை ஏற்றுக்கொண்டு 'மத அடிப்படையிலான "நாங்கள்" என்பதற்கு பதிலாக தேசிய அளவிலான "நாங்கள்" என்பதைப் பழமைவாத அறிவுஜீவிகள் அங்கீகரிக்க வேண்டும். தாங்கள் விரும்பும் கடவுள் அல்லது கடவுள்களை வணங்குவதற்கும், இதில் அவர்கள் மாறுபட்டிருப்பதற்கும் இந்துக்கள் அல்லாத மற்றவர்கள் உரிமை படைத்தவர்கள் என்பதை இந்துக்கள் ஒப்புக்கொள்ள வேண்டும். முஸ்லீம்கள். கிறிஸ்தவர்கள் அதுபோலவே சைவர்கள், நாத்திகர்கள் ஆகியோர் தங்கள் நம்பிக்கைகளை மாற்றிக்கொள்ளாமலேயே அல்லது 'இந்து', 'இந்துயிஸம்', 'இந்துத்துவா'வின் முதன்மைத் தன்மையை அங்கீகரிக்காமலேயே முழு இந்தியக்குடியுரிமை பெறச் சம உரிமை பெற்றவர்கள் என்பதை அவர்கள் அங்கீகரிக்க வேண்டும்.

இத்தகைய மதம் சாராத பழமைவாதத்தின் வளர்ச்சிக்குப் பெரும் தடையாக இருப்பது அரசியல் தளத்தில் பி.ஜே.பி.யின் மீது ஆர்.எஸ்.எஸ். பெற்றுள்ள மகத்தான செல்வாக்குதான். இந்த அமைப்போ எப்போதும் இந்துக்கள் அல்லாதவர்கள்மீது ஆழ்ந்த வெறுப்பைக் கொண்டுள்ளது. ஆர்.எஸ்.எஸ்.—ன் கருத்தியலை முன்வைத்து இந்தப் பரிவாரங்களின் 'சர்சங் சாலக்'— தலைவராக 1940முதல் 1973வரை இருந்த எம்.எஸ்.கோல்வாக்கர், "முஸ்லீம்கள், கிறிஸ்தவர்கள், கம்யூனிஸ்ட்கள் ஆகிய மூன்று குழுவினரின் 'பாரதமாதா விசுவாசம்' சந்தேகத்துக்குரியது என்று தொடர்ந்து சொன்னவர். 1949—ல் டெல்லியில் தனது பேச்சில், 'இந்துஸ் தானத்தில் உள்ள முஸ்லீம்களை இந்த பூமியில் உள்ள எந்த சக்தியாலும் காப்பாற்ற முடியாது. அவர்கள் இந்த நாட்டை விட்டு வெளியேற வேண்டும்' என்றார். 9ஆண்டுகளுக்குப் பிறகு, 'எதைஎதை நாம் நம்புகிறோமோ அவை அனைத்துக்கும் முஸ்லீம்கள் எதிராக உள்ளார்கள். நாம் கோவிலில் வழிபட்டால் அதை அவர்கள் இடிக்கிறார்கள். நாம் பசுவை வழிபட்டால் அதை அவன் உண்ணுகிறான். நாம் பெண்ணைப் புனிதமான தாய்மையின் அடையாளம் என்று போற்றினால் அவன் அவளைக் கற்பழிக்கிறான். மதம், கலாச்சாரம், சமூகம் முதலான நமது வாழ்வியல் முறைகளின் எல்லா அம்சங்களிலும் தலைமுதல் கால்வரை எதிர்க்கிறான். அவன் இந்தப்பகைமை உணர்வை மிகவும் மையமாக உள்வாங்கியிருக்கிறான்' என்று விஷம் கக்கினார்.

சங் பிரச்சாரகராக இருந்து அழுகிப்போனவரான டி.ஆர். கோயல் ஆர்.எஸ்.எஸ். பற்றிய ஒரு புத்தகத்தில் சங் அமைப்பின் கொள்கைகளை மிக அழகாகத் தொகுத்திருக்கிறார்:

"நினைவுக்குவராத காலங்களிலிருந்தே இந்துக்கள் இந்தியாவில் வாழ்ந்து வந்திருக்கிறார்கள். இங்குள்ள கலாச்சாரங்கள், நாகரிகங்கள், வாழ்வு எல்லாமே அவர்கள் மட்டுமே உருவாக்கியவை. எனவே இந்துக்கள்தான் இந்த தேசம். இந்துக்கள் அல்லாதவர்கள் படையெடுப்பாளர்கள் அல்லது விருந்தினர்கள். அவர்கள் இந்துமரபுகள், கலாச்சாரம் முதலான வற்றை ஏற்றுக்கொள்ளாதவரை அவர்களைச் சமமாகக் கருத முடியாது. இந்தியாவின் வரலாறு என்பது தங்கள் மதம் மற்றும் கலாச்சாரங்களின் மீது இந்த அன்னியர்கள் தொடுத்த கடும் தாக்குதல்களிலிருந்து காக்கவும், போற்றவும் இந்துக்கள் நடத்திய போராட்டங்களின் வரலாறு ஆகும். இந்த ஆபத்து இன்னும் தொடர்கிறது. ஏனெனில் இந்த நாட்டை இந்துதேசம்

என்று நம்பாதவர்களின் கைகளில் ஆட்சியதிகாரம் இருக்கிறது. இவர்கள் தேசிய ஒற்றுமை என்பது இந்த நாட்டில் வாழ்கிற அனைத்து மக்களின் ஒற்றுமை என்று பேசுகிறார்கள். அவர்கள் சிறுபான்மையினரின் வாக்குகளைப் பெறவேண்டும் என்ற சுயநலத்தில் இவ்வாறு பேசுகிறார்கள். அவர்கள் துரோகிகள். இந்துக்களின் ஒற்றுமையும், ஒருங்கிணைப்பும்தான் இந்த நேரத்தின் அத்தியாவசியமான தேவை.ஏனெனில்,எல்லா திசைகளிலும் எதிரிகள் இந்துக்களைச் சூழ்ந்து கொண்டிருக்கிறார்கள். எனவே, இந்துக்கள் மாபெரும் எதிர்த்தாக்குதலை மேற்கொள்வதற்கான ஆற்றலைப்பெற வேண்டும். தாக்குவதுதான் நல்ல பாதுகாப்பு. இந்துக்கள் அனுபவிக்கும் எல்லாச் சிரமங்களுக்கும் மூலகாரணமாக இருப்பது நம்மிடம் ஒற்றுமை இல்லாததுதான். அந்த ஒற்றுமையை உருவாக்குவதற்கான தெய்வீகப்பணிக்காகப் பிறந்ததுதான் 'சங்'.

1999—ல் இதை எழுதியபோது கோயல், "முரண்பாடுகள் பற்றிய அச்சம் ஏதுமில்லாமல் கடந்த 74 ஆண்டுகளாக நிலைத்திருக்கும் ஆர்.எஸ்.எஸ்.சாகாக்களில் இதைத்தான் சொல்லிவந்திருக்கிறோம். இதற்குமேல் சொல்வதற்கு ஒன்றுமில்லை" என்றார். கடந்த 15 ஆண்டுகளிலும் சாகாக்களில் இதற்குமேல் ஒன்றும் சொல்லப்படவில்லை. ஆர்.எஸ்.எஸ்—ன் இப்போதைய சர்சங் சாலக் தலைவர் 'இந்தியா ஒரு இந்துராஷ்ட்ரம்' என்ற அறிக்கையில், "இந்துக்கள் அல்லாதவர்கள் தங்களுடைய மூதாதையர்கள் இந்துக்கள் என்பதை ஏற்றுக்கொண்டே தீரவேண்டும். அல்லது இந்துக்களாக மதம் மாறிவிடுவது அதைவிட நல்லது" என்று கூறியுள்ளார். இதன்மூலம் ஆர்.எஸ்.எஸ்—ன் கொள்கைகள் பற்றிய கோயலின் சுருக்கமான தொகுப்பு இன்றும் மாறாமல் பொருந்துகிறது என்பதை உறுதிப்படுகிறது.

இங்கு விரிந்தபார்வைகொண்ட பழமைவாத அறிவுஜீவிகள் முன் கடுமையான ஆனால் மிகவும் தேவையான கடமை ஒன்று உள்ளது. அது ஆர்.எஸ்.எஸ். கொள்கைகளிலிருந்து தங்கள் சிந்தனைகளை விடுவித்துக்கொள்வது. ஏனெனில் சங் மற்றும் அதன் கருத்தாளர்கள் முன்வைப்பது பழமைவாதத்தை அல்ல. ஆழ்ந்த வெறுப்புணர்வையும், பிற்போக்குத் தனத்தையுமே.

முஸ்லீம்களுக்கும், பிறமத சிறுபான்மையினருக்கும் சமமான குடியுரிமை அளிக்க 'கலப்புக் கலாச்சாரம்' என்ற சிந்தனையை ஒருவர் விலக்கிக்கொள்ள வேண்டியதில்லை.. '*Ganga -Jamni tezeep*'.

என்று உச்சரிப்பவர்கள் நம்புவதுபோல் எங்கும், எப்போதும் கலப்பற்ற சுத்தமான கடந்தகாலம் இருந்ததில்லை. 1947—க்குமுன் இந்து — முஸ்லீம் உறவுகள் சில இடங்களில் சிக்கலானதாகவும், சில இடங்களில் ஒருவருக்கொருவர் உதவிக்கொள்வதாகவும். பல நேரங்களில் சமாதானமானதாகவும், சில காலகட்டங்களில் கசப்பானதாகவும், முரண்பாடுகளைக் கொண்டதாகவும்தான் இருந்திருக்கின்றன.

1947—ல் பாகிஸ்தான் ஒரு முஸ்லீம் தாய் நாடாக அமைக்கப்பட்ட பிறகு, இந்தியா தனது அரசியல்முறை ஒற்றை மதத்தை அடிப்படையாக் கொண்டதாக அமைவதைத் தேர்ந்தெடுக்கவில்லை. இந்தியா ஒரு 'இந்து பாகிஸ்தானாக' இருக்கப் போவதில்லை என்பதால், முஸ்லீம்களும், கிறிஸ்தவர்களும் மற்ற மதச் சிறுபான்மையினரும் குடிமக்களாவதற்குச் சம உரிமை பெற்றார்கள். 1947 அக்டோபரில் ஜவஹர்லால் நேரு, "நாம் இங்கு பெரும் எண்ணிக்கையிலான முஸ்லீம் சிறுபான்மையினரைக் கொண்டுள்ளோம். அவர்கள் விரும்பினாலும்கூட அவர்களால் வேறு எங்கும் செல்ல முடியாது. இதுதான் அடிப்படை உண்மை என்பதால் இதன் மீது எந்த விவாதமும் இருக்கக்கூடாது. பாகிஸ்தானில் உள்ள முஸ்லீம் அல்லாதவர்கள்மீது எத்தகைய எரிச்சலூட்டும் நடவடிக்கைகளும், அவமதிப்புக்களும் தூண்டிவிடப்பட்டாலும் நாம் இங்கு முஸ்லீம் சிறுபான்மையினரை நாகரிகமாக நடத்தவேண்டும். நாம் அவர்களுக்குப் பாதுகாப்பும், ஒரு ஜனநாயக நாட்டில் உள்ளது போல் குடியுரிமையையும் கட்டாயம் அளிக்கவேண்டும்" எனக் குறிப்பிட்டுக்கூறினார்.

நேருவின் தீர்வு —அதில் தவிர்க்க முடியாமல் இரண்டு அர்த்தங்கள் இருந்தாலும் — மிகவும் சரியானது. இப்போது இந்தியாவில் கிட்டத்தட்ட 20கோடி முஸ்லீம்கள் உள்ளார்கள். அதுபோலவே, 7 கோடிப்பேர் இந்துமதம் அல்லாத பிற நம்பிக்கை கொண்டவர்களும் இங்கு இருக்கிறார்கள். கோல்வால்கர் சிந்தனையால் ஈர்க்கப்பட்ட ஆர்.எஸ்.எஸ். அவர்களை இரண்டாம் தரக்குடிமக்களாக — மத்தியகால முஸ்லீம் ஆட்சிக்காலத்தில் கிறிஸ்தவர்களும், யூதர்களும் தலைகுனிந்து நிற்கவைக்கப்பட்டதுபோல் — நடத்த விரும்புகிறது. இந்த அமைப்பு இன்னும் பிரிவினை காலக்கசப்புக்களைத் தன்னுள் கொண்டிருப்பதை சமூக ஊடகங்களில் ஒலிக்கும் வலதுசாரிக் குரல்களிலிருந்து காணமுடிகிறது. அவர்களது சிந்தனைகளை

நடைமுறை யதார்த்தங்களோடு இணைக்கப் பழமைவாத அறிவுஜீவிகள் முன்வரவேண்டும். அதற்குமாறாக, அரசியல் விவாதங்களை முந்தைய காலங்களுக்கோ, நூற்றாண்டுகளுக்கோ மீண்டும் கொண்டுசெல்லக்கூடாது. இந்தியக்குடியரசில் மக்கள் மதம், மொழி, இனங்களில் வேறுபட்டிருப்பதை மாற்ற முடியாது. முஸ்லீம்களும், கிறிஸ்தவர்களும் நாட்டின்மீதான தங்கள் விசுவாசத்தைக் காலமுறை உறுதியேற்புகள் மூலம் உறுதிப்படுத்த வேண்டும் என்று கேட்பதன்மூலம் அமுக்கிவிட முடியாது.

வெள்ளை ஆங்கிலேயரான ஸ்கர்ட்டனையும், ஆங்கில மனோ பாவம் கொண்ட இந்தியரான நேருவையும் போற்றுவதை வலதுசாரியில் உள்ள நாட்டுப்பற்றாளர்கள் அவமதிப்பாக உணரக்கூடும். எனவே அவர்களுக்கு ஓர் உள்ளூர் உதாரணத்தைச் சுட்டிக்காட்டலாம். இந்தியப் பழமைவாதிகள் இந்திய வரலாற்றுக்குள்ளேயே ஒரு முன்மாதிரி தேவை என்று கருதினால், அவர்கள் சி.ராஜகோபாலாச்சாரியைப் பார்க்கலாம். சுதந்திரப் போராட்டத்தில் காந்தியின் தெற்குப்பகுதித் தளபதியாக இருந்த 'ராஜாஜி' சுதந்திர இந்தியாவில் மேற்கு வங்க ஆளுநர், கவர்னர் ஜெனரல், உள்துறை அமைச்சர், சென்னை மாகாண முதல்வர் எனப்பல அரசியல் பதவிகளை வகித்தவர். நேருவின் சோசலிசக் கொள்கைகளால் வெறுப்புற்று காங்கிரஸை விட்டு வெளியேறியவர். *1959*—ல் 'சுதந்திரா' என்ற தனது சொந்தக் கட்சியைத் துவக்கியவர். அது பொருளாதாரத்தின்மீது அரசின் கட்டுப்பாட்டைத் தீவிரமாகக் குறைக்க வேண்டும் என்பதையும், பிற சமூகப்பிரச்சனைகளையும் வலியுறுத்தியது.

ராஜாஜி நேருவின் அரசை "லைசென்ஸ், பர்மிட், கோட்டா ராஜ்" என்று சித்தரித்தார். *1959*—ல் ஒரு கட்டுரையில், "தற் போதைய வளர்ச்சித்திட்டக் கொள்கைகளில் ஒரு பைத்தியக் காரத்தனம் ஊடுருவியிருக்கிறது" என்று கடுமையாகத் தாக்கினார். "இப்போது இந்தியாவுக்குத் தேவை மிகப்பெரிய திட்டங்கள் அல்ல. பயன்தரக்கூடிய, பலனளிக்கும் திட்டங்களே. பெரிய அணைகளைக் கட்டுவது நல்லதுதான். ஆனால், அதைவிட முக்கியம் ஆயிரக்கணக்கான சிறிய திட்டங்கள். அவைகளை உள்ளூர் மக்களே உற்சாகத்தோடு செய்து முடிப் பார்கள். ஏனெனில் அது நேரடியாகவும், விரைவாகவும் அவர்கள் வாழ்வை உயர்த்தும்" என்றார். மேலும் பொதுவாகப் பேசும்போது 'பொருளாதார நடவடிக்கைகளைத் தூண்டிவிடும் அளவுக்கு அரசின் பங்கு இருந்தால் போதும். தனி நபர்களையும்,

நிறுவனங்களையும் அதில் பங்கேற்கச் செய்யவேண்டும்' என்றார்.

ராஜாஜியின் பொருளாதாரக்கொள்கைகள் காலத்துக்குப் பொருந்தாதவை என்றார் நேரு. அதை நிராகரித்தார். ஆனால், அவைதான் வருங்காலத்தின் போக்குகளாக எதிர்பார்க்கப் பட்டன. இது ஒரு காங்கிரஸ் பிரதமர் பி.வி. நரசிம்மராவ் தலைமையின்கீழ் நடைமுறைப்படுத்தப்பட்டது. அவர் 'பெர்மிட் ராஜ்' —ன் சில அம்சங்களை அகற்றினார். ஆனால் அது சுதந்திரச் சந்தையாளர்களின் நம்பிக்கைக்கேற்றவாறு அமையவில்லை. ராஜாஜியின் சிந்தனைகள் பெருமளவில் சரியானவை என்று நிரூபிக்கப்பட்டன. அவரது மற்ற சமூக சிந்தனைகள் மீட்டெடுக்கப்படவும், புதுப்பிக்கப்படவும் காத்திருக்கின்றன. அவர் ஆழமான மத உணர்வு கொண்ட மனிதர். இராமாயணம், மஹாபாரதம் பற்றிப் புகழ்பெற்ற நூல்களை எழுதியவர். 1962—ல் "நாம் விரும்பும் இந்தியா"— *"The India We Want"* என்ற கட்டுரையில் "அரசு தனது எல்லை களையும், செயல்பாடுகளையும் அடக்கத்துடன் புரிந்துகொள்ள வேண்டும். மக்களும் தங்களுக்குள்ளிருக்கும் உள்ளார்ந்த மரபு களால் உணர்வுப்பூர்வமாக அதை நிறைவேற்ற வேண்டும்" என்றார்.

ராஜாஜி தனது சொந்த சாதி மற்றும் நம்பிக்கைகளுக்கும் அப்பால் பார்க்கக்கூடியவர். தீண்டாமைக்கெதிரான இயக்கங் களை முழுமையாகப் புரிந்துகொண்டு ஆதரவளித்த காந்தி யின் சீடர் அவர் ஒருவர் மட்டுமே. தான் ஒரு ஐயங்கார் பிராமணராக இருந்தபோதிலும், 1924—ல் புகழ்பெற்ற 'பஞ்சமர் வழக்கில்' —அப்போது சென்னையில் தாழ்த்தப்பட்டவர்கள் இவ்வாறுதான் அழைக்கப்பட்டார்கள் — வாதாடினார். அவர் ஒரு கோவிலுக்கு வழிபடச்சென்றபோது கோவில் பூசாரிகளால் 'புனிதமான இடத்தைத் தீட்டாக்கி'விட்டதாக்கூறி சாதியிலிருந்து நீக்கிவைக்கப்பட்டார்.

ராஜாஜி 'மதங்களுக்கிடையிலான ஒற்றுமை' என்ற காந்தி யின் திட்டத்தை ஏற்றுக் கொண்டவர். 1947 செப்டம்பரில் அவர் மேற்கு வங்க ஆளுநராக இருந்தபோது கல்கத்தாவில் இந்து முஸ்லீம் கலவரத்தைத் தடுத்து நிறுத்துவதற்காக காந்தி உண்ணாவிரதம் மேற்கொண்டார். அப்போது மத்திய அரசுக்கு ராஜாஜி அனுப்பிய ஒரு குறிப்பில் இந்தியா முழுவதும் பரவி வருகிற மதவெறியைப்பற்றி எச்சரித்தார். 1948—ல் காந்தி படு

கொலை செய்யப்பட்டபோது ராஜாஜி:

"காந்தியின் காயங்களிலிருந்து வழிந்த இரத்தமும், அவரது மறைவைக்கேட்டு எல்லா இடங்களிலும் பெண்களின் கண்களில் பெருகிய கண்ணீரும் 1947—ன் சாபத்தைக் கழுவட்டும். அந்த ஆண்டின் கொடூரமான அந்தத்துயரச் சம்பவம், இன்றைய உணர்வுகளுக்கு வண்ணம் பூசாமல், வரலாற்றில் தூங்கட்டும்".

தனது குருவைப்போலவே ராஜாஜியும் இன்றைய அரசியல் சிந்தனைகளால் எளிதில் முத்திரை குத்தப்படமுடியாதவர். 'லிபரலா?', 'பழமைவாதியா?', 'சோசலிஸ்ட்டா?' — இதில் ஏதேனும் ஒன்றைத்தேர்வு செய்துதானாக வேண்டும் என்றால் ஒருவர் அவரைப் 'பழமைவாதி' (சிறிய எழுத்துக்களில்) என்று கூறலாம். ஆனால் அவர் ஒரு தனிவிதமான பழமைவாதி. அவரை நன்கு அறிந்த ஆஸ்திரேலிய ராஜதந்திரியான வால்டர் குரூக்கர் அவரது ஆளுமை பற்றிய ஒரு சிறுகுறிப்பில் தெரிவித்தார்:

"விதிவிலக்காக போலித்தனமில்லாத, ஒளிவுமறைவற்ற மிக வலிமையான விரைந்து முடிவெடுக்கும் அபூர்வ சிந்தனை மனமும் இணக்கமான உணர்வும் உணர்ச்சிவசப்படாத தன்மையும் கொண்டவர் அவர். அவரது இயல்பில் தற்பெருமை என்பதே இல்லை. இந்திய மரபுகளின்மீது அவர் பற்றுக்கொண்டிருந்தார். அதேவேளையில் மேற்கு உலகின் பாங்கையும் அறிந்தவர் அவர். பைபிள், பிளேட்டோ, ஆங்கில இதிகாசங்கள், அதுபோலவே சட்டம் மற்றும் பொருளாதாரம் பற்றிய ஆழ்ந்த ஞானம் கொண்டவர். அவர் பொருளாதார வளர்ச்சிப்போக்குகள் பற்றி அறிந்திருந்தார். அவர் மதவாதியாகவும், பழமைவாதியாகவும் இருந்தாலும் அவர் எதையும் அனுசரிப்பவர் அல்ல. உண்மையான பழமைவாதியின் குணங்களோடு 'மனிதனால் உருவாக்கப்பட்டவை மனித இயல்புக்கும், தனிப்பட்ட அமைப்புக்கும் எத்தகைய கேடுகளை விளைவிக்கும்?' என்பதை அறிந்தவர். இதை சோசலிஸ்ட்கள் சில சமயங்களில் புள்ளிவிபரங்களோடு அணுகியிருக்கிறார்கள். அவரிடம் நகைச்சுவை உணர்வும் உண்டு— அது வாழ்வைப் புதுப்பிக்கும் அற்புதமான கொடை".

நேருவின் வாழ்வின் கடைசி மாதங்களில் ராஜாஜியின் சுதந்திரமான சிந்தனைமனம் தெரியவந்தது. 1962 சீனப் போருக்குப் பிறகு 'இந்தியா பதட்டமான இரண்டு எல்லைப்

பகுதிகளில் ஒரே நேரத்தில் போரிட முடியாது' என்பதை நேரு உணர்ந்தார். தனது உடல்நிலை பாதிக்கப்பட்ட நிலை யிலும், காஷ்மீர் பிரச்சனைக்குத் தீர்வு காணும் முயற்சியாக பாகிஸ்தானுடன் ஒரு கௌரவமான உடன்பாடு ஏற்படுத்திக் கொள்ள 1964 ஏப்ரலில் காஷ்மீரின் புகழ்பெற்ற தலைவர் ஷேக் அப்துல்லாவை விடுதலை செய்தார். அவர் சில்லறைக் குற்றங்களின் பேரில் பத்து ஆண்டுகளுக்கும் மேலாக சிறையில் இருந்தவர்.

இந்த நடவடிக்கையை ஜனசங்கம் மிகவும் கசப்புடன் கண்டனம் செய்தது. ஆனால் ராஜாஜி இதை ஆதரித்தார். அப்துல்லாவை விடுதலை செய்வது காஷ்மீர் மக்கள் தங்களைத் தாங்களே ஆண்டுகொள்வதற்கான மனித உரிமையை வழங்க ஒரு முன்னுரையாக அமையும் என ராஜாஜி வாதிட்டார். 1964—ல் வார்த்தைகளில் எழுதியது 2015—ல் உண்மை என்று ஒலிக் கிறது. ராஜாஜி இதன் தேவைபற்றி எழுதினார்: "இப்போதைய பிரச்சனையின் அடிப்படையை மீண்டும் சிந்திக்க முயற்சியுங்கள். பாகிஸ்தானுக்கு எதிரான குழுவினரின் பைத்தியக்கார உணர்வுகளுக்கு நாம் இடம்தர வேண்டுமா? இந்தியாவும், பாகிஸ்தானும் ஒருவரை ஒருவர் வெறுத்துக்கொண்டும், சந்தேகப்பட்டுக்கொண்டும், ஒருவரை எதிர்த்து ஒருவர் ஆயுதங் களைக் கடன் வாங்கிக் குவிப்பதும் ஏதாவது நம்பிக்கையை ஏற்படுத்துகிறதா? நமது இரண்டு வீடுகளையும் அன்னிய உதவிகளைப்பெற்று மணலில் கட்டுவது எதிர்காலக் குருஷேத் திரத்திற்கா? இப்படியே தொடர்ந்து செய்துகொண்டிருந்தால் நாம் நம்மையே அழித்துக்கொள்வோம். இந்த ஆயுதப்போரைப் பழைய வக்கிரங்கள், அச்சங்கள், சந்தேகங்களை அடிப்படை யாகக் கொண்டு தொடராமல், நம் எதிர்காலத்திலும் வளர்ச்சி யிலும் நம்பிக்கை கொள்வோம்".

மறக்கப்பட்டுவிட்ட ராஜாஜியின் இந்த அன்பு முயற்சி அவரது அறிவுக்கூர்மைக்கும், தைரியத்துக்கும் உறுதியான எடுத்துக்காட்டாக விளங்குகிறது. மிகப்பெரிய இந்திய — பாகிஸ் தான் சிக்கலைத் தீர்ப்பதற்குக் குறுக்கே ஜனசங்கத்தையும், காங்கிரஸ் கட்சியின் பெரும்பகுதியையும் கௌவிப்பிடித்துள்ள துரதிர்ஷ்டமான வெறியுணர்வு டெல்லியில் நிலவுகிறது. நேரு வின் பொருளாதாரக் கொள்கைகளை எதிர்த்தபோதிலும், மிகமிக முக்கியமான தேசியப்பிரச்சனையில் அவரோடு ஒன் றாகச் சேர்ந்து நின்றார். 'இந்தியா பாகிஸ்தான் பொறாமை

உணர்வைக் குறைக்கவேண்டும் என்ற நோக்கத்தோடு ஒப்பிடும் போது காஷ்மீரின் சுயநிர்ணய உரிமை மிகவும் சிறிய பிரச்சனை. 'காஷ்மீர் போகட்டும்' என்று விட்டுவிட்டால் அது எல்லா இடங்களிலும் பிரிவினையை ஊக்குவிப்பதாக ஆகிவிடும் என்பது ஆதாரமற்றது' என்று ராஜாஜி பார்த்தார்.

டெல்லியில் நேருவைச் சந்தித்தபின் அப்துல்லா ராஜாஜியைச் சந்திக்கச் சென்னை வந்தார். அந்த காஷ்மீர் தலைவரிடம், "ஜம்மு காஷ்மீர் இந்தியாவுடன் இருக்கட்டும். ஆசாத் காஷ்மீர் பாகிஸ்தானிடம் இருக்கட்டும். இரண்டையும் இணைக்கும் காஷ்மீர் பள்ளத்தாக்கு ஐ.நா.வின் உதவியோடு இரண்டு நாடுகளின் நிர்வாகத்தில் இருக்கட்டும்" என்ற ஒரு முன்மொழிவை அளித்தார். "ராஜாஜி பார்முலா" என்ற அந்தத் திட்டத்தை ஷேக் அப்துல்லா நேருவிடம் எடுத்துச் சென்றார். அவரது ஒப்புதலைப் பெற்றபின் பாகிஸ்தான் தலைவர்களைச் சந்திக்க எல்லைக்கு அப்பால் சென்றார். அந்த விவாதங்கள் நடைபெற்றுக் கொண்டிருந்தபோதே நேரு இறந்துவிட்டார். அவருடன் காஷ்மீர் பிரச்சனைக்கான நிரந்தரத்தீர்வும் மரணித்துவிட்டது.

காஷ்மீர் மீதான ராஜாஜியின் நிலை இந்தியாவுக்கான அவரது பார்வையின் அடையாளமாக இருந்தது. எம்.எஸ்.கோல்வாக்கர் போன்றவர்கள் கொண்டிருந்த மதவெறிக் கசப்புப் பார்வையை விட விரிந்துபரந்த பார்வையாக இருந்தது. 1968-ல் சுதந்திரா கட்சியை உருவாக்கிய 10 ஆண்டுகளுக்குப்பின் அவர் குறிப்பிட்டார்: 'ஜனசங்கத்தில் ஓரிரு நல்ல தலைவர்கள் இருக்கிறார்கள். அவர்களுக்குத்தேவை சகிப்புத்தன்மை அல்ல. பரந்த மனப்பான்மை. முசல்மான்களையும், கிறிஸ்தவர்களையும், பார்ஸிகளையும் மற்ற பிறரையும் அரசியல் ரீதியாகவும், கலாச்சார ரீதியாகவும் இந்துக்களைப் போலவே கருதும் பரந்த மனப்பான்மை வேண்டும்."

அரை நூற்றாண்டுக்குப் பிறகும் ஜனசங்கத்தின் இன்றைய வடிவமான பி.ஜே.பி.யும் அதனுடைய தாய் அமைப்பான ஆர்.எஸ்.எஸ்.—ம் ராஜாஜி நம்பிக்கையோடு எதிர்பார்த்த பரந்த மனப்பான்மையைப் பெறமுடியவில்லை. சங்பரிவாரங்களின் இயல்புநிலைக்கு வெளியே நம்பத்தகுந்த இந்தியாவின் பழமை வாத அறிவுஜீவிகள் மரபு — அது உருவாகவேண்டும் — லிபரல்கள், சோசலிஸ்ட்களைக் குறிவைப்பதற்குப் பதிலாக

எச்சரிக்கையோடும், மனசாட்சியோடும் இப்போது ஆட்டிப் படைக்கும் பிற்போக்காளர்களுக்கு எதிராக அணிதிரள வேண்டும். இல்லாவிட்டால் முடிவு தவிர்க்க முடியாதது. இந்தியா, 1920—களின் இத்தாலியைப்போலவோ, 1950—களின் அர்ஜெண்டைனாவைப் போலவோ அதன்வழியில் சென்று, வலதுசாரிக் கட்சியால் அரசியல் ஆளப்படுவதும், அதன் தலைவராக வலதுசாரிக் கும்பல் தலைவன் தேர்வு பெறுவதும் — பொதுவிவகாரங்கள் அறிஞர்களாலும், சிந்தனையாளர்களாலும் முடிவு செய்யப்படாமல் குண்டர்களாலும், அவர்களின் வெறுப் புணர்வுகளாலும் தீர்மானிக்கப்படுவதும் நடக்கும்.

நன்றி: 'தி கேரவன்' 2015 மார்ச் இதழ்.

பா.ஜ.க. எதை நோக்கி...?
மதவெறி அத்துமீறல்களில்
வெங்கிடேஷ் இராமகிருஷ்ணன்

நரேந்திரமோடியை ‘வளர்ச்சிக்கான மனிதன்’ என்று உயர்த்திப்பிடித்துப் பெற்றுள்ள அரசியல் ஆதாயங்களால் ஊக்கமடைந்துள்ள ‘சங்பரிவாரம்’ தனது பிரித்தாளும் தந்திரங் களைக்கொண்டு, சமூகத்தளத்தில் மதவெறி ஊட்டிடவும், தனது ஆதாயங்களை ஒருங்கிணைக்கவுமான அடுத்த கட்டத்திற்கு அடி எடுத்து வைத்துள்ளது.

நாடாளுமன்றத் தேர்தலின் மிகப்பெரிய வெற்றிக்குப்பின், அடுத்த பெரியதிட்டமாக நாட்டின் அரசியல் மற்றும் சமூகத் தளங்களில் ஒட்டுமொத்த இந்துத்துவா ஆதிக்கத்தை நிலை நாட்ட சங்பரிவாரம் தயாராகி வருகிறது. நாடுமுழுவதும் அதிகரித்துவரும் மதப்பதற்றங்கள் இதைத் தெரிவிக்கின்றன.

2014 செப்டம்பர் 11ல் பிரதமரின் அலுவலகம் 1893 செப்டம்பர் 11ல் சிகாகோவில், உலக சமயங்களின் மாநாட்டில் சுவாமி விவேகானந்தர் ஆன்மாவை உலுக்கும் வகையில் உரையாற்றிய செய்தியான உலக சகோதரத்துவத்தை நரேந்திரமோடி நினைவு கூர்ந்தார் என ஒரு செய்தி அறிக்கையை வெளியிட்டது. அந்த அறிக்கை, பிரதமர்,, “நாம் சுவாமிஜியின் செய்தியைப் பின்பற்றியிருந்திருப்போமானால் அமெரிக்காவில் 2001

செப்டம்பர் 11ல் நடைபெற்ற முரட்டுத்தனமான, இழிந்த நடவடிக்கைகளை வரலாறு ஒரு போதும் சந்தித்திருக்காது.". "சுவாமி விவேகானந்தரின் வார்த்தைகளை நாம் நினைவுகூர்ந்து 'ஒற்றுமை, சகோதரத்துவம், உலக அமைதி'யை முன்னெடுத்துச் செல்ல நம்மை நாம் அர்ப்பணித்துக் கொள்வோம்" என்று கூறியதாகக் குறிப்பிட்டிருந்தது.

அந்த அறிக்கை தயாராகிக் கொண்டிருந்தபோதே பல்வேறு சங்பரிவார அமைப்புக்களிலிருந்த மோடியின் சீடர்கள், விவேகானந்தரின் செய்தியான 'ஒற்றுமை, சகோதரத்துவம், உலக அமைதி' ஆகியவற்றைத் தலைகீழாகப் புரட்டிப்போட்டுக் கொண்டி ருந்தனர். பீகாரில் எளிதில் மத உணர்ச்சிவயப்படும் பாஹல்பூர் மாவட்டத்தில் சங்பரிவாரங்களின் தத்துவார்த்தப் போர்வாள் எனறு ஒருகாலத்தில் அழைக்கப்பட்ட விஸ்வ ஹிந்து பரிஷத்தின் தீவிரத்தொண்டர்கள் கடை வீதிகளை அழித்தல், வாகனங்கள்மீது கற்களை வீசிச் சேதப்படுத்துதல், இரயில்பாதை மற்றும் சாலைகளை மறித்தல் ஆகிய நடவடிக்கைகளில் சிறு பான்மை முஸ்லீம்களைக் குறிவைத்துத் தாக்கினர். 'இந்து மைனர் பெண் முஸ்லீம் மைனர் பையனோடு ஓடிவிட்டாள்' என்ற வதந்தியைக் கிளப்பி அவர்கள் இந்தச் செயல்களில் ஈடு பட்டனர். இதை வி.ஹெச்.பி.யும் அதன் இந்துத்துவா குழுவின ரான பஜ்ரங்தள், பாரதிய ஜனதா கட்சியினரும் 'லவ் ஜிகாத்'தை முன் கொண்டு செல்லும் ஒரு சதித்திட்டம் என்றனர். ஆனால், காவல் துறையின் புலனாய்வு விசாரணைகள் இதை 'பள்ளியில் நடைபெற்றதாகக் கூறப்படும் ஒரு கற்பனையின் உச்ச கட்டம்' என்று தெரிவித்தது.

மோடியின் செய்தியைப் பிரதமர் அலுவலகம் வெளியிடு வதற்கு ஒருநாள் முன்பு, உத்திரப் பிரதேசத்தின் தலைநகரான ல்க்னோவில் 'ஒற்றுமை, சகோதரத்துவம், அமைதி' ஆகியவற்றை முன்னெடுத்துச்செல்ல சங் அமைப்புக்கள் தங்களை அர்ப் பணித்துக்கொள்ளும் ஒரு நாடகத்தைக் கண்டது.

இந்த நிகழ்ச்சி பா.ஜ.க. தலைவரான அமித்ஷாவால் செப்டம்பர் 13ல் நடைபெற்ற 11 சட்டமன்றத் தொகுதிகளுக்கான இடைத்தேர்தலில் பி.ஜே.பி.யின் பிரச்சாரத்தைத் தலைமையேற்று நடத்துபவர் என்று அறிவிக்கப்பட்ட கோரக்பூர் தொகுதி நாடாளுமன்ற உறுப்பினரான யோகி ஆதித்யநாத் தலைமையில், சங்பரி வாரங்களில் உள்ள அமைப்புக்களாலும், தீவிரத்

தொண்டர்களாலும் நடத்தப்பட்டது. இந்த நிகழ்ச்சி தேர்தல் பிரச்சாரத்தின் ஓர் அங்கமாக லக்னோ கிழக்குத்தொகுதி வேட்பாளரான அசுத்தோஷ் கோபால் டாண்டனை அறிமுகப்படுத்துவதற்காக நடைபெற்றது. நாடாளுமன்ற உறுப்பினரின் பேச்சில் பெரும்பகுதி முஸ்லீம்களையும், அவர்கள் சார்ந்த அமைப்புக்களையும் திட்டி வசைபாடுவதாகவே இருந்தது. 'லவ்ஜிகாத்' போன்ற அடைமொழிகள் தாராளமாகப் பயன்படுத்தப்பட்டன. நாட்டின் மக்கள்தொகை உயர்வதற்கும், மக்கள் ஏழ்மை நிலையில் வாழ்வதற்கும் முஸ்லீம்களே காரணம் என்று வசைபாடப்பட்டனர்.

கூட்டத்தில் கலந்து கொண்டவர்கள் முஸ்லீம்கள் அதிகம் வசிக்கும் பகுதிகள் வழியாகக் கோபத்தைத் தூண்டும் கோஷங்களை உரத்து முழங்கி ஊர்வலம் சென்றனர். ஒரு கோஷம், "யோகி ஆதித்யநாத் ஓர் அணுகுண்டு. அவருக்குச் சவாலாய் எவனுண்டு? தைரியம் மிக்கவன் இங்குண்டா?" என முழங்கியது. இடைத்தேர்தல் நடைபெற்ற இதர தொகுதிகளிலிருந்து வந்த செய்திகளும்கூட ஆதித்யாநாத்தின் பிரச்சாரப் பேச்சுக்கள் இந்து – முஸ்லீம் பகை உணர்வை ஏற்படுத்துவதாகவும், மத அடிப்படையில் பிளவுபடுத்துவதாகவும் இருந்ததாகத் தெரிவித்தன. எனவே, தேர்தல் ஆணையம் நாடாளுமன்ற உறுப்பினருக்கு எதிராக 'மதக் கலவரங்களைத் தூண்டிவிட முயற்சிப்பதாக' முதல்தகவல் அறிக்கையைப் பதிவு செய்யுமாறு மாநில அரசுக்கு அறிவுறுத்தியது. தீவிர இந்துத்துவா வன்முறை வெறியாட்டங்களையும், அச்சுறுத்தல்களையும் நடைமுறைபடுத்தியவர் என்ற இவரது பழைய வரலாற்றுப் பின்னணிதான் இந்த இடைத் தேர்தலிலும் அவற்றைப் பயன்படுத்தி மக்களைப் பிளவுபடுத்தும் நோக்கில் ஆதித்யநாத்தை தலைமைத் தேர்தல் பிரச்சாரகராகத் தேர்வுசெய்ய வைத்தது.

ஆனால், இந்துத்துவா சக்திகளால் கட்டவிழ்த்து விடப்பட்ட மதக்கலவரங்களும், வெறுப்புப் பிரச்சாரங்களும் இடைத்தேர்தல் நடந்த தொகுதிகளிலும் அல்லது பாஹல்பூரிலும் மட்டும் நடைபெற்றவை அல்ல. ஊடகங்களால் அவ்வப்போது வெளியிடப்பட்ட செய்திகள் 'கடந்த மூன்று மாதங்களில் ஏறத்தாழ எல்லா மாவட்டங்களிலும் திட்டமிட்ட வகையில் மத வெறிக் கலவரங்களையும், மதச்சிறுபான்மையினரை ஓரம் கட்டும் செயல்களையும் அரங்கேற்றத் தொடர் முயற்சிகள் மேற்கொள்ளப்பட்டன', என்பதைத் தெரிவித்தன. பல்வேறு

மாநிலங்களில் இவர்களால் மேற்கொள்ளப்பட்ட தாக்குதல்கள் மற்றும் அச்சுறுத்தல்கள் பற்றிய தகவல்கள் ஒவ்வொரு மாநிலத்திலும் அதன் தன்மைக்கேற்ற ஒரு தெளிவான வழி முறையைக் கொண்டிருந்ததைப் புலப்படுத்தின. 'லவ்ஜிகாத்' வதந்திகளும், ஒரு குறிப்பிட்ட பகுதியில் வசிக்கும் முஸ்லீம்கள் தீவிரவாதிகளுக்குப் பாதுகாப்பு அளிக்கிறார்கள். கோவில் களையும், மதப்புண்ணிய ஸ்தலங்களையும் தாக்குகிறார்கள். இந்துக்களின் சொத்துக்களைப் பறிக்கிறார்கள் என்பன போன்ற கட்டுக்கதைகளும், கிறிஸ்தவ மிஷனரிகளும், முஸ்லீம் தீவிரவாதிகளும் மதமாற்றங்களைச் செய்கிறார்கள் என்ற கற்பனைகளும் மதச்சிறுபான்மையினரை அச்சுறுத்தி ஆக்கிரமிக்கும் தந்திரங்களின் ஒருபகுதியாகவே அமைந்தன. இதன் ஒட்டுமொத்த விளைவு மதச்சிறுபான்மையினருக்குக் குறிப்பிடத்தக்கவகையில் சமூகத்தில் ஓரம்கட்டப்படும் நிலையை யும், பொருள் இழப்பையுமே ஏற்படுத்தின.

சங்பரிவாரங்களுக்குள் இருப்பவர்கள் இதை வார்த்தைகளில் ஒப்புகொள்ள மறுக்கிறார்கள். ஆனால், டெல்லி, உத்திரப்பிரதேசம், பீகாரில் உள்ள சிலரோடு பேசியபோதும், நாட்டின் பல்வேறு பகுதிகளில் உள்ள இந்துத்துவாவோடு இணைந்த அமைப்புக் களைக் கூர்ந்து கவனிக்கும் உற்றுநோக்கர்கள் பலரும் தெரிவிக்கும் தகவல்களும் கீழ்மட்டங்களில் வளர்ந்துவரும் வன்முறைகளும், அச்சுறுத்தல்களும், மோடியால் மேற்கொள்ளப்பட்டுவரும் குறிக்கோளும் நாட்டின் அரசியல் மற்றும் சமூகத்தளங்களில் இந்துத்துவா மேலாதிக்கத்தை நிலைநாட்ட சங்பரிவாரம் கையாண்டுவரும் நடைமுறைத் தந்திரங்களே என்பதை உறுதிப்படுத்துகின்றன. பாராளுமன்றத்தில் பா.ஜ.க.வுக்குப் பெரும்பான்மையைப் பெற்றுவிட்டபிறகு சங் பரிவாரத்தின் வெளிப்படையான செயல்திட்டம் இதுதான். வேறுவார்த்தை களில் சொல்வது என்றால் "மோடி அரசின் ஆரம்ப நாட்களின் தந்திரம் இதுதான்".

உத்திரப்பிரதேசத்தில் உள்ள ராஷ்ட்ரிய சுயம் சேவக் – ஆர்.எஸ்.எஸ்.ன் மூத்ததொண்டர் ஒருவர், "முதன்மையாக மோடியை 'வளர்ச்சிக்கான மனிதனாக' உயர்த்திப்பிடித்து இந்துத்துவா அரசியலைத் தீர்மானகரமாகப் பின்தொடரவைத்த தேர்தல் உத்தியின் மூலம் வெற்றியை எதிரொலிக்கச்செய்த சங்பரிவாரம், மேலும் புதிய தந்திரோபாயங்கள் மூலம் இந்துத்துவா அரசியலைப் பல்வேறு வழிமுறைகளில்

முன்னெடுத்துச்செல்ல முயல்வது இயற்கைதான். "மோடியை வளர்ச்சிக்கான மனிதனாக' உயர்த்திப்பிடித்த துணிச்சலான முயற்சி குஜராத் மாநில அரசு, ஒருங்கிணைந்த பல்வேறு பகாசுரத் தொழில்குழுமங்கள் மற்றும் உலக அளவிலான விளம்பர மற்றும் தரகுக்குழுமங்கள் ஆகியவை கூட்டாக இணைந்து எடுத்ததாகும். "பல்வேறு வழிமுறைகள்மூலம் இந்துத்துவா அரசியலைப் பின்தொடர வைப்பது, 2013ல் உத்திரப்பிரதேசம், முஜாபர்நகர் கலவரங்களின் மூலம் துவக்கிய மதசார்பான அணி திரட்டல் மூலமும், வடஇந்தியாவில் நடத்திய கந்தக நெடிவீசும் பிரச்சாரத்தின் மூலமும் வெறியேற்றி நடத்தப்பட்டது". என்றார். அந்த மூத்ததொண்டர் மேலும் கூறினார்: "தேர்தலில் பெற்ற அரசியல் ஆதாயங்களை ஒருங்கிணைத்து, அதை இந்தச் சமுதாயத்தின் அரசியல், சமூகத்தளங்களில் மிகப்பெரும் அளவுக்கு விரிவுபடுத்துவதை நோக்கமாகவும் கொண்டு புதிய தந்திரங்கள் வகுக்கப்படும்".

இந்தப்புதிய தந்திரோபாயத்தின் விரிவான வரையறை 2014 தேர்தலுக்கான உத்திகளிலிருந்து முன்னேறிச் செல்லும் வகையில் புதிய அழுத்தங்களையும், புதிய வண்ணங்களையும் கொண்டதாக அமையும் என்பது சங்பரிவாரத்தின் அமைப்புக்களில் பல்வேறு நிலைகளிலுள்ள தீவிரத்தொண்டர்களுடன் கலந்துரையாடிய போது தெளிவானது. அது மோடியின் தனிமனித ஆளுமையை ஒருபக்கத்திலும், தீவிர இந்துத்துவா அரசியல் தேடலை மறுபக்கத்திலுமாகக் கொண்டு சுழலும். 'வளர்ச்சிக்கான மனிதர் மோடி' என்று உயர்த்திப்பிடித்த தோற்றமும், அதைப் பிரச்சாரப்படுத்திய விதமும் நடுத்தர – குறிப்பாக நடுத்தரப் படித்த—வர்க்கத்தினரிடையே நல்ல தாக்கத்தை ஏற்படுத்தியது. "தொலைநோக்குப் பார்வையோடு தேசத்தை மறுகட்டுமாணம் செய்பவர்" என்பதே மோடியின் தனிமனித ஆளுமையைக் காட்சிப்படுத்தும் புதிய உத்தியாகும்.

'மானுட மதிப்புக்களுக்கு அழுத்தம்கொடுத்து விவேகானந்தரின் பேச்சை நினைவுகூர்ந்ததும், ஆசிரியர்தினத்தன்று தேசம் தழுவிய தொலைக்காட்சி நேரடிஒளிபரப்பில் குழந்தைகளோடு கலந்துரையாடியதும், முன் தயாரிப்பில்லாமல் ஆற்றிய சுதந்திர தின உரையும் என எல்லாமுமே மோடியைப்பற்றிய ஒரு பிம்பத்தை உருவாக்கும் ஒருங்கிணைந்த முயற்சிகளின் பகுதிகளே. காந்திஜி, நேரு, சர்தார் பட்டேல் ஆகியோரின் ஒருங்கிணைந்த கலவைதான் மோடி என்று உயர்த்திப் பிடிக்கப்படுவார்.

உன்னதமான மதிப்பீடுகளை அளிக்கும் தலைவராக, வளர்ச்சிக்கான பார்வை கொண்டவராக, உறுதிமிக்கவராக, தீர்மானிக்கக் கூடியவராக மோடி தூக்கி நிறுத்தப்படுவார்’ என லக்னோவில் நடுத்தர நிலையில் உள்ள ஆர்.எஸ்.எஸ் தொண்டர் தனது உடலை நெளித்துக்கொண்டு கூறினார்.

இந்தத்தந்திரத்தின் இரண்டாவது அம்சம்தான் இன்று நாடு முழுதும் நாம் கண்டுகொண்டிருக்கும் மதவெறிக் கலவரங் களும், அச்சுறுத்தல்களும். இந்த வழிமுறைகள் வெறும் அரசி யலுக்காக மட்டுமல்ல. ஒட்டுமொத்த சமூகத்தின் மீதும் மேலாதிக்கம் செலுத்துவதை நோக்கமாக கொண்டது எனச் சங்பரிவாரத்திற்குள் இருப்பவர்கள் கூறுகிறார்கள். 2014 தேர்தல் மூலம் அடைந்த இந்துத்துவா அரசியல் வெற்றியின் பின் தொடர்ச்சி, தேர்தல்கள் நடைபெறவுள்ள மஹாராஷ்ட்ரா, ஜார்க்கண்ட், ஹரியானா மாநிலங்களில் மீண்டும் எதிரொலிப் பதில் சிரமம் இல்லை. எனவே, மேலும்பல வெற்றிகள் இதன்மூலம் எதிர்பார்க்கப்படுகின்றன என்பதை அவர்களே நடத்திய கலந்துரையாடல்கள் தெரிவிக்கின்றன. ஆனால், சமூக மேலாதிக்கத்தைக் கொண்டுவருவதில் வெற்றிபெற, அரசியல் ஆதாயங்கள் பெற்ற பகுதிகளிலும், இன்னும் அரசியல்ரீதியாக வெற்றிபெற வேண்டிய பகுதிகளிலும் நீண்டகாலத் தாக்கத்தை ஏற்படுத்த வேண்டும் என அவர்கள் உணர்ந்துள்ளார்கள்.

புதிய தந்திரோபாயங்களை முன்னெடுத்துச் செல்வதில் அடைந்துள்ள அரசியல் சமூக விளைவுகளில் சங்பரிவாரத் தலைமை தெளிவான திருப்தி கொண்டுள்ளது. மோடியின் தனிமனித ஆளுமையைத்தூக்கிப்பிடிப்பது,சமூகமேலாதிக்கத்தை அடைவதற்கான இந்துத்துவா பிரச்சாரம் ஆகிய இரண்டும் சங்பரிவாரத்தில் ஏற்கனவே உள்ள புள்ளிவிபரங்களையும், பகுதி வாரியான அடித்தளங்களையும் ஒருங்கிணைக்க உதவியதோடு மட்டுமின்றி, பூகோளரீதியாக தமிழ்நாடு, ஒடிஷா, மேற்குவங்கம், கேரளா மற்றும் ஜம்மு—காஷ்மீர் ஆகிய மாநிலங்களில் புதிய சமூகவர்க்கங்களைத் தனது அடித்தளமாக மாற்றுவதற்கான புதிய ஆதரவுத்தளங்களை உருவாக்கியுள்ளது எனவும் இதன் மதிப்பீடுகள் தெரிவிக்கின்றன. இந்த மதிப்பீடுகள், ‘தொலை நோக்குப்பார்வையுடன் தேசத்தை மறுகட்டுமாணம் செய்பவர் மோடி’ என்ற தோற்றத்தால் கவரப்பட்டவர்கள் மெல்ல மெல்ல இந்துத்துவாவோடு இணைந்துள்ள ‘சமூக மேலாதிக்கம்’ என்ற கருத்தாக்கத்தையும் ஏற்றுக்கொள்பவர்களாக மாறுவார்கள்’

பட்டவர்களை மேலும் ஓரம் கட்டும்" என்கிறார். பன்வார் "2002ல் குஜராத் கலவரங்களிலும், இப்போதும்கூட மேற்கு உத்திரப்பிரதேசத்திலும் இந்த நிகழ்ச்சிப் போக்குகளைக் காண முடியும்" என்கிறார்.

நாட்டின் பல பகுதிகளிலும் இந்தப்போக்குகள், அளவுகளில் மாறுபட்டிருந்தாலும், திரும்பத் திரும்ப நிகழ்ந்துகொண்டிருப் பதைக் காணமுடிகிறது. சத்தீஸ்கரில் 50 கிராம சபைகள் 'இந்துக்கள் அல்லாத தனிநபர்களோ, அமைப்புக்களோ அவர் களது கிராமங்களுக்குள் நுழைவதையோ, மலைவாழ்மக்கள் தங்கள் பகுதிகளில் பல்வேறு வடிவங்களில் செய்வதைப்போல் தொழில் செய்வதையோ, இந்து மதத்தைத் தவிர பிறமதங்களைப் பிரச்சாரம் செய்வதையோ, உபதேசிப்பதையோ தடை செய்யும் தீர்மானங்களை நிறைவேற்றியுள்ளன'. இந்தக்கிராமங்களில் வசிக்கும் கிறிஸ்தவக் குடும்பங்களுக்குப் பொதுவிநியோகத் திட்டத்தின்கீழ் பொருட்கள் வழங்குவதையும் இந்தத் தீர்மானம் தடை செய்கிறது. தனியார் கடைக்காரர்கள் கிறிஸ்தவர்களுக்குப் பொருட்களை விற்பதற்குத் தடைவிதிக்கப்பட்டுள்ளதாகவும் தகவல்கள் தெரி விக்கின்றன. ஹரியானாவிலும், உத்திரப் பிர தேசத்தின் பல பகுதிகளிலும் சங்பரிவாரங்கள் பல நூற்றாண்டு களுக்குமுன் இஸ்லாத்திற்கு மதம் மாறியவர்களை மீண்டும் இந்துக்களாக மதமாற்றும் நடவடிக்கைகளைத் துவக்கியுள்ளன.

இந்துத்துவா சமூக மேலாதிக்கக் கருத்தாக்கத்தின் ஒரு பகுதியாக டெல்லியில், உலக வர்த்தகப் பொருட்காட்சிகளும், புத்தகக் கண்காட்சிகளும் நடைபெறும் தலைநகரின் பொருட் காட்சித்திடலான பிரகதி மைதானத்தில் அண்மையில் ஒரு முற்றுகைப் போராட்டத்தை வி.ஹெச்.பியும், பஜ்ரங்தள் அமைப்பும் நடத்தின.

"அலிஷான் பாக்கிஸ்தான்" என்ற பெயரில் அங்கு நடை பெறும் வாழ்க்கைத் தேவைக்கான பொருட்காட்சியை தடுக்க வேண்டும் என்பதுதான் அவர்களின் ஒரேஒரு கோரிக்கை. "அந்தப் பொருட்காட்சி, பாகிஸ்தானையும், அதன் தயாரிப்புக் களையும் புகழ்ந்து கூறுகிறது. இது நமது இந்தியக்குடிமக்களின் உணர்வுகளைக் காயப்படுத்துகிறது" என்பதுதான் அவர்கள் முன்வைக்கும் வாதம். போராட்டக்காரர்கள், 'நாட்டில் எல்லாப் பாகிஸ்தான் பொருட்களையும் புறக்கணிக்க வேண்டும்', என அழைப்பு விடுத்துள்ளனர். அதுமட்டுமா? "வணிக சமூகத்தினர்

மாபெரும் தேசபக்த உணர்வோடு பாகிஸ்தான் தயாரிப்புக் களிலிருந்து விலகி நிற்க வேண்டும்” என எச்சரித்தனர்.

தேர்ந்தெடுக்கப்பட்ட நிர்வாக அமைப்புக்கள், போராட் டங்கள், பெருந்திரள் நடவடிக்கைகள் போன்ற வடிவங்களில் மேற்கொள்ளப்படும் இந்த முயற்சிகள் ஏராளமான சங்பரிவாரத் தீவிரத் தொண்டர்களால் அரசியல், தத்துவம், சமூகஅமைப்பு ஆகிய தளங்களில் இந்துத்துவா வரலாற்றுச் சாதனைகளின் துவக்கமாக ஏற்றுக்கொள்ளப்படுகின்றன. “இந்துத்துவாவின் பயணத்தில் மத்தியில் ஒரு தனிக்கட்சிப் பெரும்பான்மை பெற்றது வரலாற்றில் ஒரு மைல்கல் ஆகும். ஆனால், சாவர்க்கரின் தத்துவ வழிகாட்டலில் துவங்கிய இந்தப்பயணம் இந்துத்துவா ஒட்டுமொத்த சமூக மேலாதிக்கத்தை அடையும்போதுதான் நிறைவடையும். இந்தப்புதிய தோற்றம் இந்துத்துவா மேலாதிக் கத்தை அடைவதை முதன்மை இலக்காகக் கொள்ளும்” என்கிறார் லக்னோவில் உள்ள மூத்த ஆர்.எஸ்.எஸ். செயல்பாட்டாளர். இந்த நகர்வுகள் பள்ளிப்பாட நூல்களில் இந்துத்துவாசார்ந்த வரலாற்று நோக்கங்களை உணர்வு பூர்வமாக நுழைப்பதையும் ஒருபகுதியாகக் கொண்டுள்ளன.

2014 தேர்தல்கள் நடைபெற்றபோது, பாகிஸ்தானின் பெண்ணியக்கவிஞர் ஃபாஹ்மிதா ரியாஸ் இந்தியாவில் இந்துத் துவாவின் எழுச்சியைக்கண்டு பொறுமை இழந்து எழுதிய கவிதை சமூக ஊடகத்தளங்களில் சுற்றுக்கு விடப்பட்டது. அந்த உருது கவிதையின் முதல் சிலவரிகளின் தோராயமான மொழி யாக்கம் இவ்வாறு உள்ளது:

நீங்களும் எங்களைப்போலவே ஆகிவிட்டீர்கள்
கடந்தகாலச் சேற்றில் புரளும் அதேபோன்ற முட்டாள்களாக
கடைசியில் நீங்களும் அதே வாசலை அடைந்துவிட்டீர்கள்
உங்களின் மதமான பேய் கோமாளிக்கூத்தாடுகிறது
என்னவெல்லாம் நீங்கள் செய்கிறீர்களோ அவை தலைகீழ் ஆகும்.

ஃபாஹ்மிதா ரியாஸின் ‘அதே வாசலை அடைந்துவிட்டீர்கள்’, ‘அதேபோன்ற முட்டாள்களாக’ ஆகிய குறியீடுகள் பாகிஸ்தான் என்ற நாடு பிறந்ததிலிருந்து நடைபெற்றுவரும் மத அடிப்படை வாத நிகழ்ச்சிகளோடு வெளிப்படையான ஒப்புமை கொண்டவை ஆகும். அவரது கவிதை, தீவிரப் பிற்போக்குத்தனமான மதம்சார்ந்த பாகிஸ்தானின் அரசியல் நடவடிக்கைகளைப்

பின்பற்றுவது போலவே இந்திய ஜன நாயகமும் ஆகிவருவதில் ஏமாற்றமடைந்த உணர்வுகளின் வெளியீடு எனக்கருதப்பட்டது.

இந்துத்துவா அணியில் இந்தியா முழுவதும் அரங்கேறிவரும் மதவெறி நிகழ்வுப்போக்குகள் இந்தக்கவித்துவ வெளிப்பாடு நிதர்சனமாகி வருவதைக் காட்டுகிறது.

நன்றி: ஃப்ரண்ட் லைன் அக்டோபர் 3 – 2014.